കാഴ്ചവട്ടം

kazhchavattam

•

p rajeev

•

first edition
november 2012

•

second edition
april 2019

•

published & typesetting
chintha publishers, thiruvananthapuram

•

•

cover
vinod

•

വിതരണം

ദേശാഭിമാനി ബുക്ക് ഹൗസ്

H O തിരുവനന്തപുരം-695 035
www.chinthapublishers.com
chinthapublishers@gmail.com

ബ്രാഞ്ചുകൾ

ഹെഡ്ഡാഫീസ് കുന്നുകുഴി • സ്റ്റാച്ച്യു തിരുവനന്തപുരം • കെ എസ് ആർ ടി സി ബസ് സ്റ്റേഷൻ ആലപ്പുഴ • കെ എസ് ആർ ടി സി ബസ് സ്റ്റേഷൻ എറണാകുളം • ഐ ജി റോഡ് കോഴിക്കോട് • കെ എസ് ആർ ടി സി ബസ് സ്റ്റേഷൻ കോഴിക്കോട് • എൻ ജി ഒ യൂണിയൻ ബിൽഡിങ് കണ്ണൂർ • സെൻട്രൽ ബസ് ടെർമിനൽ കോംപ്ലക്സ് താവക്കര കണ്ണൂർ

CR - 2085 / 4991
ISBN - 978-93-82328-98-8

കാഴ്ചവട്ടം

പി രാജീവ്

ചിന്ത പബ്ലിഷേഴ്സ്
തിരുവനന്തപുരം-695 035

പി രാജീവ്

തൃശൂർ ജില്ലയിലെ കാട്ടൂരിൽ ജനനം. പിതാവ് : പി വാസുദേവൻ (റിട്ടയേർഡ് റവന്യൂ ഇൻസ്പെക്ടർ). മാതാവ്: രാധാ വാസുദേവൻ. കടുപ്പശ്ശേരി, കല്ലേറ്റുംകര, മേലഡൂർ എന്നിവിടങ്ങളിൽ സ്കൂൾ വിദ്യാഭ്യാസം. ക്രൈസ്റ്റ് കോളേജ് ഇരിങ്ങാലക്കുട, സെന്റ് പോൾസ് കോളേജ് കളമശ്ശേരി, ഗവൺമെന്റ് ലോ കോളേജ് എറണാകുളം എന്നിവിടങ്ങളിൽ വിദ്യാഭ്യാസം. ഹൈക്കോടതിയിൽ അഭിഭാഷകനായിരുന്നു.

എസ് എഫ് ഐ സംസ്ഥാന പ്രസിഡന്റ്, സെക്രട്ടറി, അഖിലേന്ത്യാ ജോയിന്റ് സെക്രട്ടറി, വൈസ് പ്രസിഡന്റ്, ഡിവൈ എഫ് ഐ ജില്ലാ സെക്രട്ടറി, സി ഐ ടി യു ജില്ലാ ജോയിന്റ് സെക്രട്ടറി തുടങ്ങിയ നിലകളിൽ പ്രവർത്തിച്ചു. *ദേശാഭിമാനി* പത്രത്തിന്റെ റസിഡന്റ് എഡിറ്ററായിരുന്നു. ഇപ്പോൾ സി പി ഐ (എം) സംസ്ഥാന കമ്മിറ്റി അംഗം, രാജ്യസഭയിലെ അഷ്വറൻസ് കമ്മിറ്റി ചെയർമാനായിരുന്നു. ഇപ്പോൾ ഫൈനാൻസ് സ്റ്റാന്റിങ് കമ്മിറ്റിയിലും പെറ്റീഷൻ കമ്മിറ്റിയിലും പ്രവർത്തിക്കുന്നു. കയർ ബോർഡ് അംഗമാണ്. 2006 ലെ മികച്ച എഡിറ്റോറിയലിനുള്ള പന്തളം കേരളവർമ്മ അവാർഡ് ലഭിച്ചു. ക്യൂബ, ബ്രസീൽ, ജർമനി, ഇംഗ്ലണ്ട്, റഷ്യ, ഒമാൻ, അമേരിക്ക, സൗദി, യു എ ഇ, ദക്ഷിണാഫ്രിക്ക തുടങ്ങിയ രാജ്യങ്ങൾ സന്ദർശിച്ചു. ഇപ്പോൾ ദേശാഭിമാനിയുടെ ചീഫ് എഡിറ്റർ.

കൃതികൾ: *ആഗോളവൽക്കരണകാലത്തെ ക്യാമ്പസ്, വിവാദങ്ങളിലെ വ്യതിയാനങ്ങൾ, 1957 ഇ എം എസ് മന്ത്രിസഭ ചരിത്രവും രാഷ്ട്രീയവും* (എഡിറ്റർ), *പുരയ്ക്കുമേൽ ചാഞ്ഞ മരം* (എഡിറ്റർ).

ഭാര്യ : വാണി കേസരി
കൊച്ചി സർവകലാശാലയിലെ സ്കൂൾ ഓഫ് ലീഗൽ സ്റ്റഡീസിലെ അധ്യാപിക

മക്കൾ : ഹൃദ്യ, ഹരിത

വിലാസം : തിരുനിലത്ത് റോഡ്
കൊച്ചി യുണിവേഴ്സിറ്റി പി ഒ

email : prajeevcpm@gmail.com

ഉള്ളടക്കം

മുഖക്കുറിപ്പ് 9

ഭാഗം ഒന്ന്

വ്യാഖ്യാനത്തിലെ ചതിക്കുഴികൾ 13
ശകലീകൃത ഉത്തരാധുനിക പ്രവണത 21
അറിവിന്റെ സ്വാതന്ത്ര്യപ്രഖ്യാപനം 24
വാക്കിന്റെ രാഷ്ട്രീയം 27
ധിഷണയുടെ വിഭിന്നമുഖങ്ങൾ 31
ചരിത്രവും വ്യക്തിയും 38
നവമാധ്യമങ്ങളും ജനാധിപത്യവും 43
കവിയും കമ്യൂണിസ്റ്റും 46
ഇ എം എസും പാർലമെന്ററി ജനാധിപത്യവും 50
പി ജിയുടെ രാഷ്ട്രീയജീവിതം 62

ഭാഗം രണ്ട്

സോഷ്യലിസവും വ്യാമോഹവും 70
*മാനിഫെസ്റ്റോ*യുടെ പ്രസക്തി 74
ഭൂഗോളം വീണ്ടും തിരിയുന്നു മാർക്സിലേക്ക് 78
വിശ്വാസികളും കമ്യൂണിസ്റ്റുകാരും 82
വാൾസ്ട്രീറ്റ് ഉയർത്തിയ രാഷ്ട്രീയം 87
ദൈവത്തെ ഇല്ലാതാക്കിയ മുതലാളിത്തം 91

ഭാഗം മൂന്ന്

പൊതുബോധത്തിന്റെ നിർമാണം 97
പുതിയകാലത്തെ യുദ്ധങ്ങളും
അദൃശ്യമായ ആയുധങ്ങളും 109

ഭാഗം നാല്

അയോധ്യ: വിധിയുടെ മാനങ്ങൾ 115

വിദ്യാഭ്യാസ നയത്തിന്റെ പുനർവായന 120

അതിലാഭം കൊയ്യുന്ന പ്രൊഫഷണൽ വിദ്യാഭ്യാസം 125

പാർലമെന്റും പൗരസമൂഹവും 128

ചരിത്രത്തിലെ വഴിത്തിരിവ് 133

സംഘപരിവാരത്തിന്റെ രാഷ്ട്രീയ മുഖം 143

ലോക്സഭാ തെരഞ്ഞെടുപ്പും ഇന്ത്യൻ ഇടതുപക്ഷവും 158

അമ്മയ്ക്ക്...............

പ്രസാധകക്കുറിപ്പ്

സമകാലിക ഇന്ത്യൻ സമൂഹത്തിലെ പ്രതിലോമകരമായ രാഷ്ട്രീയ നീക്കങ്ങൾക്ക് എപ്പോഴും തടയിടുന്നത് ഇടതുപക്ഷമാണ്. അതു പ്രതിഷേധ പ്രകടനങ്ങളായും ബൗദ്ധിക സംവാദങ്ങളായും മാധ്യമ സംവാദങ്ങളായും പ്രത്യക്ഷപ്പെടാറുണ്ട്. വർഗ്ഗീയത പ്രചരിപ്പിക്കുന്ന സംഘപരിവാരത്തിന്റെ അജണ്ടകളെ, അവരുടെ പിണിയാളായി മാറുന്ന മാധ്യമങ്ങളുടെ നിലപാടുകളെ വിമർശനങ്ങളിലൂടെ പ്രതിരോധിച്ചുകൊണ്ടിരിക്കുന്ന സ. പി രാജീവിന്റെ രാഷ്ട്രീയ ലേഖനങ്ങളുടെ സമാഹാരമാണ് കാഴ്ചവട്ടം. അനുവാചകനെ രാഷ്ട്രീയ ജാഗ്രതയുള്ളവനായിത്തീർക്കുന്ന ഈ ഗ്രന്ഥം അഭിമാനപൂർവ്വം സമർപ്പിക്കുന്നു.

ചിന്ത പബ്ലിഷേഴ്സ്

മുഖക്കുറിപ്പ്

പലപ്പോഴായി എഴുതിയ ലേഖനങ്ങളുടെ സമാഹാരമാണിത്. അധികവും *ദേശാഭിമാനി* വാരികയിലെ 'കാഴ്ചവട്ട'മെന്ന കോളത്തിൽ എഴുതിയവയാണ്. വാരികയുടെ എഡിറ്ററായിരുന്ന ഐ വി ദാസ് മാഷാണ് കോളം തുടങ്ങാൻ നിർബന്ധിച്ചത്. എല്ലാ ആഴ്ചയും എഴുതണമെന്ന് അദ്ദേഹം നിർബന്ധം പിടിച്ചു. പത്രത്തിന്റെ ദൈനംദിന ചുമതലകൾ വഹിച്ചിരുന്ന കാലത്താണ് കോളമെഴുത്ത് തുടങ്ങിയത്. വർഷങ്ങളായി അത് മുടങ്ങാതെ തുടരുന്നു. കോളമെഴുത്തിന് പരിമിതിയും സാധ്യതയുമുണ്ട്. എല്ലാ ആഴ്ചയും വ്യത്യസ്ത വിഷയങ്ങൾ കണ്ടെത്തുക തന്നെ പ്രധാനം. പത്രത്തിൽ വരുന്നതിനു മുമ്പ് പരത്തിയെഴുതലായിരുന്നു ശീലം. എഡിറ്റോറിയൽ എഴുതാൻ തുടങ്ങിയതോടെ പുതിയ രീതിയായി. എത്ര ശ്രമിച്ചാലും അതിനപ്പുറത്തേക്ക് പോവുക അസാധ്യം. ഇപ്പോൾ കോളത്തിന്റെ വലിപ്പമാണ് ശീലം. അതുകൊണ്ടുതന്നെ കൈകാര്യം ചെയ്യുന്ന വിഷയത്തിന്റെ ആഴങ്ങളിലേക്കുള്ള സഞ്ചാരം അത്രയും എളുപ്പമല്ല.

സ്വത്വരാഷ്ട്രീയത്തെക്കുറിച്ച് എഴുതിയതോടെയാണ് കോളം കൂടുതൽ ശ്രദ്ധേയമായത്. സജീവമായ ചർച്ചയ്ക്ക് അത് വഴിയൊരുക്കി. രാഷ്ട്രീയവും സാഹിത്യവും മാധ്യമവും സിനിമയും മറ്റുമാണ് കൂടുതൽ കൈകാര്യം ചെയ്ത വിഷയങ്ങൾ. അവയിൽനിന്നും തെരഞ്ഞെടുക്കപ്പെട്ടവ മാത്രമാണ് ഈ സമാഹാരത്തിൽ ഉൾപ്പെടുത്തിയിട്ടുള്ളത്. അതോടൊപ്പം ദിനപ്പത്രത്തിലും *മാർക്സിസ്റ്റ് സംവാദ*ത്തിലും എഴുതിയ

ചില ലേഖനങ്ങളും ഈ സമാഹാരത്തിലുണ്ട്. മാധ്യമവിമർശനമാണ് ഏറ്റവുമധികം ചർച്ച ചെയ്ത വിഷയം. നാം ഇന്നു ജീവിക്കുന്നത് മാധ്യമ സമൂഹത്തിലാണ്. പൊതുബോധം എങ്ങനെയാണ് നിർമിക്കപ്പെടുന്നതെന്ന അന്വേഷണം പലയിടങ്ങളിലായി നടത്തിയിട്ടുണ്ട്. വാക്കും കണക്കും മാധ്യമനിർമിതിയുടെ പ്രധാന ഉപകരണമായി മാറുന്നു. ഭാവി കേരളത്തിലെ ഏറ്റവും നിശിതമായ പരിശോധനയ്ക്ക് വിധേയമാകേണ്ട മേഖലയാണ് മാധ്യമം. അച്ചടി, ദൃശ്യമാധ്യമങ്ങൾക്കൊപ്പം ഇന്ന് നവ മാധ്യമങ്ങളും പ്രധാന പങ്ക് വഹിക്കുന്നുണ്ട്. അറിവിന്റെ മേഖലയിലെ പുതിയ ചലനങ്ങളും ഈ ഗണത്തിൽ പരിശോധിക്കേണ്ടതാണ്.

എം എൻ വിജയൻ മാസ്റ്ററെ വിലയിരുത്തുന്ന ലേഖനം വാരികയിൽ പ്രസിദ്ധീകരിച്ചതാണ്. അദ്ദേഹത്തിന്റെ ധൈഷണിക ജീവിതത്തിന്റെ മൂന്നു ഘട്ടങ്ങളുടെ പരിശോധനയാണ് ഇതിലൂടെ നടത്തിയത്. സി പി ഐ (എം) നെതിരായി നടന്ന ചില പ്രചാരവേലകളുടെ പൊള്ളത്തരം തുറന്നുകാണിക്കുന്ന ലേഖനങ്ങളും ഈ സമാഹാരത്തിലുണ്ട്. ഇ എം എസും പാർലമെന്ററി ജനാധിപത്യവും എന്ന ലേഖനം ഇന്നത്തെ കേരളത്തിൽ കുറെക്കൂടി പ്രസക്തമാണെന്നു തോന്നുന്നു.

സാർവദേശീയ രംഗത്തെ പുതിയ ചലനങ്ങളെ വിലയിരുത്തുന്ന ലേഖനങ്ങളും ഇക്കൂട്ടത്തിലുണ്ട്. മുതലാളിത്തത്തിന്റെ പ്രതിസന്ധി വാൾ സ്ട്രീറ്റിലെ കലാപത്തിന്റെ ഭൂമിക ഒരുക്കുന്നതും ലോകം മാർക്സിലേക്ക് കൂടുതൽ തിരിയുന്നതും ഗൗരവമായ ചർച്ചയുടെ വിഷയങ്ങളാണ്.

മതത്തെ സംബന്ധിച്ച മാർക്സിസ്റ്റ് ധാരണ വികലമായി അവതരിപ്പിക്കപ്പെട്ട സമൂഹമാണ് കേരളം. അങ്ങനെയാണ് മതം ഇവിടെ മനുഷ്യനെ മയക്കുന്ന കറുപ്പാകുന്നത്. മയക്കൽ പരിഭാഷയുടെ സംഭാവനയാണ്. അതോടെ കറുപ്പിന്റെ നിഷേധാത്മക പ്രയോഗത്തിനായി ഊന്നൽ. ഇത് പിന്നീടുള്ള ഇടപെടലുകളെ പരിമിതപ്പെടുത്തി. കേരളം പോലുള്ള സമൂഹത്തിൽ മതത്തെ സംബന്ധിച്ച കാഴ്ചപ്പാടുകൾക്ക് ഇന്ന് കുറെക്കൂടി പ്രസക്തിയുണ്ട്. പി ജിയുടെ രാഷ്ട്രീയ ജീവിതത്തെ വിലയിരുത്തുന്ന ഒരു കുറിപ്പും ഈ സമാഹാരത്തിലുണ്ട്. തിരുവനന്തപുരത്തെ സെമിനാറിൽ അവതരിപ്പിച്ച പ്രബന്ധത്തിന്റെ ലിഖിത രൂപമാണത്.

വാരികയുടെ ചുമതല വഹിച്ചിരുന്ന കോയ മുഹമ്മദും മോഹനൻ മാസ്റ്ററും രമേഷ് ബാബുവും ഷിബു മുഹമ്മദും കോളം മുടക്കമില്ലാതെ പ്രസിദ്ധീകരിക്കുന്നതിൽ നിരന്തരം പ്രേരിപ്പിച്ചവരാണ്. എ വി അനിൽ കുമാറാണ് ലേഖനങ്ങളുടെ തെരഞ്ഞെടുപ്പ് നടത്തിയത്. പത്രത്തിൽ എഴുതിയ ലേഖനങ്ങൾ സമാഹരിച്ചത് സുരേഷ് വെള്ളിമംഗലമാണ്. അവസാ

നവട്ട മിനുക്കലുകൾ *ദേശാഭിമാനി* ഡി ടി പിയിലെ അജിത്താണ് നിർവഹിച്ചത്. ഒത്തുനോക്കിയത് എന്റെ സെക്രട്ടറി വിനോദുമാണ്. എല്ലാവർക്കും നന്ദി. കേരളീയ സാമൂഹ്യജീവിതത്തിന്റെ വിലയിരുത്തലിനും രാഷ്ട്രീയ ഇടപെടലിനും ഈ പുസ്തകം സഹായകരമാകുമെന്ന് വിശ്വസിക്കുന്നു. എന്റെ മുൻ പുസ്തകങ്ങൾക്ക് നൽകിയ പിന്തുണ ഈ സമാഹാരത്തിനും നൽകുമെന്ന് പ്രതീക്ഷിക്കുന്നു.

പി രാജീവ്

ഭാഗം ഒന്ന്

വ്യാഖ്യാനത്തിലെ ചതിക്കുഴികൾ

> മുതലാളിവർഗം ഹിംസയിലേക്ക് നീങ്ങുന്നതുകൊണ്ട് മാത്രമാണ് തൊഴിലാളി വർഗം വിപ്ലവകരമായ ബലപ്രയോഗത്തിലേക്ക് നീങ്ങേണ്ടി വരുന്നതെന്ന് എംഗൽസ് നിരീക്ഷിച്ചിട്ടുണ്ട്. (*ഇംഗ്ലണ്ടിലെ തൊഴിലാളി വർഗത്തിന്റെ സാഹചര്യം*) ഇന്ന് വിവിധ രാജ്യങ്ങളിലെ ജനങ്ങൾ സാമ്രാജ്യത്വവിരുദ്ധ പോരാട്ടങ്ങളിലേർപ്പെടുന്നത് അവർ ആന്തരികമായോ ജന്മസിദ്ധമായോ, അനന്തമായോ കലാപകാരികളായതുകൊണ്ടല്ല. ബഹുരാഷ്ട്രക്കുത്തകകളുടെയും അന്താരാഷ്ട്ര ധനസ്ഥാപനങ്ങളുടെയും മിലിട്ടറി ഇന്റസ്ട്രിയൽ കോംപ്ലക്സിന്റെയും ലാഭകേന്ദ്രീകൃത, ചൂഷണപ്രക്രിയക്ക് ലോകജനത ഇരയായിക്കൊണ്ടിരിക്കുന്ന പുത്തൻ സാഹചര്യത്തിലാണ് അവർ ഭീകരവാദത്തിന്റെ വഴികളിലേക്ക് നീങ്ങാൻ നിർബന്ധിതരാവുന്നത്.

എംഗൽസിനെവരെ കൂട്ടുപിടിച്ച് ഭീകരവാദത്തിനു സമ്മതം ചാർത്തുന്ന പൊതുബോധത്തെ നിർമിക്കാൻ ശ്രമിക്കുന്ന ഈ ഉദ്ധരണി ഡോക്ടർ പികെ പോക്കർ എഴുതിയ സ്വത്വരാഷ്ട്രീയം സന്ധിയും പ്രതിസന്ധിയും എന്ന ലേഖനത്തിലാണ്. (ഡോക്ടർ പി കെ പോക്കർ, *സ്വത്വരാഷ്ട്രീയം*, പുറം 30, പ്രോഗ്രസ് പബ്ലിക്കേഷൻസ്, 2005) സ്വത്വരാഷ്ട്രീയം എങ്ങനെ ഭീകരവാദത്തിന്റെ വളർച്ചയ്ക്കുള്ള പരിസരം ഒരുക്കിക്കൊടുക്കുന്നുവെന്നതിന് ഇതിനെക്കാളും നല്ലൊരു തെളിവ് ആവശ്യമില്ല.

അൽഖയ്ദയും ഒസാമയും വരെ അതിവേഗത്തിൽ വിപ്ലവകരമായ സാമ്രാജ്യത്വവിരുദ്ധപോരാട്ടത്തിന്റെ പ്രതീകങ്ങളായി മാറുന്നു! ഇന്ത്യയിൽ ഭൂരിപക്ഷ വർഗീയതയെ നേരിടാനെന്ന പേരിൽ എൻ ഡി എഫിനും നാളെ എംഗൽസിനെ കൂട്ടുപിടിക്കാം. ചൂഷണാധിഷ്ഠിതമായ വർഗ

വ്യവസ്ഥ അട്ടിമറിക്കുന്നതിനുള്ള വിപ്ലവത്തിന്റെ വയറ്റാട്ടിയായി മാറാവുന്ന ബലപ്രയോഗത്തെ സംബന്ധിച്ച ഈ പുതിയ വ്യാഖ്യാനം ഗൗരവമായ വിശകലനം ആവശ്യപ്പെടുന്നതാണ്. ആധിപത്യവർഗത്തിനെതിരായതുകൊണ്ട് ഭീകരവാദപ്രയോഗങ്ങളെല്ലാം പിന്തുണയ്ക്കാൻ കഴിയില്ല. അതിന് അവരെ നിർബന്ധിതമാക്കുന്ന സാഹചര്യത്തിനു സൈദ്ധാന്തിക പരിസരം ഒരുക്കുന്നത് അപകടകരമാണ്. നരോദനിസ്റ്റുകളോടുള്ള റഷ്യൻ കമ്യൂണിസ്റ്റ് പാർട്ടിയുടെ സമീപനവും സ്വന്തം സഹോദരന്റെ നിലപാടിനെ തള്ളിക്കളഞ്ഞ ലെനിനും ചരിത്രത്തിലെ പാഠങ്ങളാണ്.

യഥാർഥത്തിൽ ലോകത്ത് ശക്തിപ്പെടേണ്ട സാമ്രാജ്യത്വ വിരുദ്ധ സമരത്തെ ദുർബലപ്പെടുത്താൻ മാത്രമാണ് ഭീകരവാദപ്രവർത്തനങ്ങൾ സഹായിക്കുന്നത്. ഇറാക്കിലെ ചെറുത്തുനിൽപ്പുകൾ സംബന്ധിച്ച വിശകലനത്തിൽ സി പി ഐ (എം) കേന്ദ്രകമ്മിറ്റി ഈ നിലപാട് വ്യക്തമാക്കിയിരുന്നു. അഫ്ഗാനിസ്ഥാനിലെ താലിബാൻ നടത്തുന്ന പ്രവർത്തനങ്ങളെവരെ പരോക്ഷമായി ന്യായീകരിക്കുന്നതിൽ പോക്കറുടെ ലേഖനം ഒരു മടിയും കാണിക്കുന്നില്ല. യഥാർഥത്തിൽ *ഓറ*യിൽ വന്ന ലേഖനം മഞ്ഞുമലയുടെ ചെറിയ അറ്റം മാത്രമാണ്. രണ്ടാമതായി സാമ്രാജ്യത്വത്തെക്കുറിച്ചുള്ള അദ്ദേഹത്തിന്റെ നിഗമനവും പരിശോധിക്കപ്പെടേണ്ടതാണ്. സാമ്രാജ്യത്വത്തിന്റെ വിവിധ ഉപകരണങ്ങളായ സ്ഥാപനങ്ങളുടെ ലാഭകേന്ദ്രീകൃത, ചൂഷണപ്രക്രിയക്ക് ലോകജനത ഇരയായിക്കൊണ്ടിരിക്കുന്നത് പുതിയ സാഹചര്യമാണെന്നു വന്നാൽ എന്താണ് സാമ്രാജ്യത്വത്തിന്റെ മൗലിക സവിശേഷത? മുതലാളിത്തത്തിന്റെ മൗലിക സവിശേഷതകളിൽ ഒന്ന് ചൂഷണാധിഷ്ഠിതമാണെന്നാണ്. നവകോളനിവൽക്കരണ പ്രക്രിയക്കായി പുതിയ സ്ഥാപനങ്ങളെ ആഗോളമൂലധനം ഉപയോഗിക്കുന്നുണ്ട്. പുതിയ രൂപത്തിലുള്ള സാമ്രാജ്യത്വമാണ് ആഗോളവൽക്കരണം. എല്ലാ രൂപങ്ങളിലും അതിന്റെ ചൂഷണ സ്വഭാവവും ലാഭേച്ഛയും തുടരുന്നുണ്ട്. അതോടുള്ള പ്രതികരണം ഭീകരവാദമാണെങ്കിൽ എല്ലാക്കാലത്തും അതായിരിക്കണം ശാശ്വതപരിഹാരം!

എന്താണ് ഭീകരവാദപ്രവർത്തനം മുന്നോട്ടുവയ്ക്കുന്ന ബദൽ? ഇത്തരം നിഗമനങ്ങളിലേക്ക് എത്തുന്നതിനു സഹായിക്കുന്ന അടിസ്ഥാന നിരീക്ഷണവും ഈ പുസ്തകത്തിലെ മറ്റൊരു ലേഖനത്തിലുണ്ട്. ''ഇന്ന് ലോകത്തിലെ മുഖ്യവൈരുധ്യം സാമ്രാജ്യത്വവും അതിന്റെ ഇരകളായി തീർന്ന മനുഷ്യരുമാണ്.'' (അതേ പുസ്തകം, പുറം 61) ലോകത്ത് ഇന്നു നിലനിൽക്കുന്ന വൈരുധ്യങ്ങൾ സംബന്ധിച്ച് മാർക്സിസ്റ്റ് ധാരണയിൽനിന്നും ഏറെ അകലെ നിൽക്കുന്ന പ്രസ്താവനയാണിത്. സോവിയറ്റ് യൂണിയന്റെ തകർച്ചയ്ക്കും സോഷ്യലിസത്തിനേറ്റ തിരിച്ചടിക്കും ശേഷവും മുതലാളിത്തവും സോഷ്യലിസവും തന്നെയാണ് ഇന്നത്തെ കേന്ദ്രവൈരുധ്യം. സോഷ്യലിസത്തിനേറ്റ തിരിച്ചടി കണക്കിലെടുക്കാതെയുള്ള നിഗമനമല്ലിത്. സാമ്രാജ്യത്വവും മൂന്നാംലോകരാജ്യങ്ങളും തമ്മിലുള്ള വൈരുധ്യം കൂടുതൽ കൂടുതൽ ശക്തിപ്പെടുന്ന കാര്യം കാണാതി

രിക്കുന്നില്ല. എന്നാൽ, മുതലാളിത്തത്തിനു ബദൽ സോഷ്യലിസം മാത്രമാണെന്നതുകൊണ്ടാണ് മുഖ്യവൈരുധ്യമായി അതിനെ കാണുന്നത്.

എന്നാൽ, ഇവിടെ ശ്രദ്ധിക്കേണ്ട മറ്റൊരു പ്രധാന സംഗതി ഇരകളെ വൈരുധ്യസ്ഥാനത്തു പ്രതിഷ്ഠിക്കുന്നുവെന്നതാണ്. ലോകത്ത് ദുരിതം അനുഭവിക്കുന്ന എല്ലാ മനുഷ്യരെയും സംഘടിപ്പിക്കുകയെന്നതിൽ നിന്നും വ്യത്യസ്തമായി സർവരാജ്യ തൊഴിലാളികളെ സംഘടിപ്പിക്കണമെന്ന് മാർക്സ് ആഹ്വാനം ചെയ്യുന്നത് തൊഴിലാളി വർഗത്തിന്റെ അനിവാര്യനേതൃത്വത്തെ തിരിച്ചറിഞ്ഞുകൊണ്ടാണ്. സാമ്രാജ്യത്വവും അതിന്റെ ഇരകളായ മനുഷ്യരും തമ്മിലുള്ള വൈരുധ്യം കാണുകയും അതിനെ മുഖ്യസ്ഥാനത്തു പ്രതിഷ്ഠിക്കുകയും ചെയ്യുന്നത് വർഗരാഷ്ട്രീയ കാഴ്ചപ്പാടിന് എതിരാണ്. സാമ്രാജ്യത്വ അധിനിവേശത്തിന്റെ സാംസ്കാരിക യുക്തിയാണ് സ്വത്വരാഷ്ട്രീയം എന്ന് പറഞ്ഞുവയ്ക്കുകയും എന്നാൽ, സ്വത്വരാഷ്ട്രീയം അധീശവർഗ താൽപ്പര്യങ്ങൾക്കെതിരായ സമരമായി മാറുന്നുണ്ടെന്നും ഊന്നിപ്പറയുകയും ചെയ്യുമ്പോൾ പക്ഷം പ്രകടമാണ്. സ്വത്വരാഷ്ട്രീയത്തിന് ഇരട്ടമുഖമുണ്ടെന്നും അതിനെ പരിഗണിക്കാതെ മുന്നോട്ടുപോകാൻ കഴിയില്ലെന്നുകൂടി പരാമർശിക്കുമ്പോൾ നിലപാട് ഒന്നുകൂടി വ്യക്തമാവുകയാണ്.

ഇസ്ലാമിനെ പ്രതിസ്ഥാനത്തു പ്രതിഷ്ഠിക്കുന്ന വ്യത്യസ്ത ഘടകങ്ങളെ കാണാതെ സ്വത്വപ്രശ്നം മാത്രം ഉന്നയിക്കുന്നത് ശരിയല്ല. സോവിയറ്റ് യൂണിയന്റെ തകർച്ചയ്ക്കുശേഷമുള്ള സാർവദേശീയ സാഹചര്യം, ആഗോളവൽക്കരണത്തിലേക്ക് മാറിയ സാമ്രാജ്യത്വ രൂപം, സാമ്പത്തിക താൽപ്പര്യങ്ങൾ, 'ചരിത്രത്തിന്റെ അവസാനത്തി'ലൂടെയും നാഗരികതകളുടെ സംഘട്ടനത്തിലൂടെയും അവതരിപ്പിക്കപ്പെട്ട കാഴ്ചപ്പാടുകൾ എന്നിവ പ്രധാനമാണ്. ഇസ്ലാമിക ഭീകരവാദം എന്നത് ഒരു സാമ്രാജ്യത്വ പരികൽപ്പനയാണ്. അതു തിരിച്ചറിയേണ്ടത് അത്യാവശ്യമാണ്. അതോടൊപ്പം രാഷ്ട്രീയമതമായ ഇസ്ലാമിനേ സാമ്രാജ്യത്വത്തെ നേരിടാൻ കഴിയൂയെന്ന സ്വത്വരാഷ്ട്രീയത്തിൽ അധിഷ്ഠിതമായ ആശയത്തെയും അതിനെ അടിസ്ഥാനമാക്കി പ്രവർത്തിക്കുന്ന സംഘടനാരൂപങ്ങളെയും തുറന്നെതിർക്കുകയും വേണം.

സ്വത്വബോധത്തിൽനിന്നും സ്വത്വരാഷ്ട്രീയത്തെ സൂക്ഷ്മതയോടെ വേർതിരിക്കുന്നതിലുള്ള ജാഗ്രത കുറവായിരിക്കാം ഒരുപക്ഷേ ഇത്തരം നിഗമനങ്ങളിലേക്ക് എത്തുന്നതിനു പ്രേരിപ്പിക്കുന്നത്. സ്വത്വരാഷ്ട്രീയത്തെ എതിർക്കുന്നത് സ്വത്വത്തെ നിരാകരിക്കലല്ല. ലോകത്താകെയും ഇന്ത്യയിലും നിലനിൽക്കുന്ന വ്യത്യസ്ത സ്വത്വബോധങ്ങളെ പ്രത്യേകം കാണാതെയും സൂക്ഷ്മമായി വിലയിരുത്താതെയും വർഗപ്രസ്ഥാനങ്ങൾക്ക് മുന്നോട്ടുപോകാൻ കഴിയില്ല. എന്നാൽ അങ്ങനെ ചെയ്യുമ്പോൾ സ്വത്വരാഷ്ട്രീയത്തിനു കീഴടങ്ങലല്ല. കെ എൻ പണിക്കർ സ്വത്വരാഷ്ട്രീയത്തെ വിലയിരുത്തിയത് ഇത്തരുണത്തിൽ പ്രസക്തമാണ്.

സ്വത്വരാഷ്ട്രീയത്തിന്റെ അടിത്തറ സമുദായം എന്ന സങ്കൽപ്പനമാണ്. ഇതിൽ സമുദായം വ്യതിരിക്തതകളില്ലാത്ത ഏകതാനമായ, സർവസമത്വമുള്ള സാമൂഹ്യഘടകമാണ്. വർഗം എന്നതിനു പകരം നവ-കൊളോണിയൽ പഠനകേന്ദ്രങ്ങൾ മുന്നോട്ടുവച്ച പരികൽപ്പനയാണ്. 1970 കളിൽ പടിഞ്ഞാറൻ സർവകലാശാലകളിൽ ഈ സങ്കൽപ്പനത്തിന്റെ ചട്ടക്കൂട് ഉപയോഗിച്ചുള്ള പഠനങ്ങൾ നടന്നു. ഇന്ത്യയെക്കുറിച്ചും കേരളത്തെക്കുറിച്ചും അത്തരം ഉദ്യമങ്ങൾ പലതുമുണ്ടായിട്ടുണ്ട്. തൽഫലമായി സമൂഹത്തിന്റെ ഘടനയിൽ തൊഴിലാളി, കർഷകൻ, മുതലാളി എന്നീ സംവർഗങ്ങൾ പുറന്തള്ളപ്പെടുകയും തൽസ്ഥാനത്ത് ജാതി, മത, ലിംഗ പരികൽപ്പനകൾ അവരോധിക്കപ്പെടുകയും ചെയ്തു. ചില പണ്ഡിതന്മാർ സമുദായങ്ങൾക്ക് അവരുടേതായ നിയമം ഉണ്ടാക്കാനുള്ള അധികാരം ലഭ്യമാക്കണമെന്നും വാദിച്ചു. ഉത്തരാധുനികതയുടെ സന്തതിയായ ഈ അഭിപ്രായത്തിനു തീവ്രപുരോഗമന സ്വഭാവം സിദ്ധിക്കുകയും ചെയ്തു. മുസ്ലീങ്ങളെയും സ്ത്രീകളെയുമൊക്കെ ആന്തരികമായ വ്യതിരിക്തതയും വൈരുധ്യങ്ങളുമില്ലാതെ പരിഗണിക്കുന്നതിലെ അപാകത മറച്ചുവയ്ക്കുകയോ ചർച്ച ചെയ്യപ്പെടാതിരിക്കുകയോ ചെയ്തു. അതേസമയം സാമൂഹ്യ അവബോധ മണ്ഡലത്തെ കണക്കിലെടുക്കുമ്പോൾ അതിന്റെ ഭാഗമായി നിലനിൽക്കുന്ന സ്വത്വബോധങ്ങളെ കാണാതിരുന്നുകൂടാ. പ്രത്യേകിച്ചും അവയുടെ പ്രത്യയശാസ്ത്രപരമായ സ്വാധീനം. സമൂഹങ്ങളെ വർഗങ്ങളുടെ ആകെ തുകയായി പരിഗണിക്കുമ്പോൾ അവയിൽ അന്തർധാരയായി, പ്രത്യയശാസ്ത്രമായി നിലനിൽക്കുകയും സ്വാധീനം ചെലുത്തുകയും ചെയ്യുന്ന ഘടകങ്ങളുണ്ടെന്ന് തിരിച്ചറിയേണ്ടതുണ്ട്. അത്തരം സ്വത്വബോധത്തെ മറികടക്കാൻ സഹായിക്കുന്നതാണ് വർഗബോധം. അതിനു പകരം മറ്റൊന്ന് എന്നത് തികച്ചും തെറ്റായ ധാരണയാണ്. വർഗബോധത്തിനു ബദലായി സ്വത്വബോധത്തെ പ്രതിഷ്ഠിക്കുമ്പോൾ വൈരുധ്യാത്മക സമീപനം നഷ്ടപ്പെട്ടുപോകുന്നു. വർഗസമീപനം സ്വത്വബോധത്തെ മറികടക്കാൻ വഴിതെളിക്കുന്ന സൈദ്ധാന്തിക പരിപ്രേക്ഷ്യമാണ്.

സാമാന്യം ദീർഘമായ ഈ ഉദ്ധരണി സ്വത്വപ്രശ്നത്തെ വൈരുധ്യാത്മകമായി തിരിച്ചറിയുന്നതിന് ഏറെ സഹായകരമാണ്. ദർശനത്തിൽ പ്രത്യേകമായ പരിശീലനം ലഭിക്കുകയും ആഴത്തിൽ കാര്യങ്ങൾ തിരിച്ചറിയുന്നവർ എന്നു സ്വയം വിശേഷിപ്പിക്കുകയും ചെയ്യുന്നവർ അവതരിപ്പിക്കുന്ന വീക്ഷണത്തിന്റെ പ്രധാന ദൗർബല്യവും ഇതിൽനിന്നും മനസിലാക്കാം. സ്വത്വപ്രശ്നം അവതരിപ്പിക്കുമ്പോൾ വർഗപ്രശ്നം കാണാതെ പോകുന്നുവെന്നുള്ളതാണ്. മലബാർ കലാപത്തിന്റെ മതാത്മകമായ ഇടപെടൽ അവതരിപ്പിക്കുമ്പോൾ അതിൽ മതം വഹിച്ച പ്രതി

ലോമപരമായ പങ്കിനെ കാണാതെ പോകുകയോ നിസ്സാരവൽക്കരിക്കുകയോ ചെയ്യുന്ന രീതി സ്വത്വരാഷ്ട്രീയത്തെ കുറിച്ച് തുടക്കത്തിൽ സൂചിപ്പിച്ച ലേഖനങ്ങളിൽ പ്രകടമാണ്. ഇതു രണ്ടും ശരിയായി വിലയിരുത്തുന്നുവെന്നതാണ് കെ എൻ പണിക്കരുടെ പ്രത്യേകത.

സ്വത്വപ്രശ്നം സംബന്ധിച്ച സി പി ഐ (എം) കാഴ്ചപ്പാടിൽ രണ്ടു വ്യതിയാനങ്ങളെ കുറിച്ച് പ്രത്യേകം സൂചിപ്പിക്കുന്നുണ്ട്. വർഗപ്രശ്നം മാത്രം കാണുകയും വ്യത്യസ്ത ജനവിഭാഗങ്ങൾ അനുഭവിക്കുന്ന വിവേചനവും പ്രത്യേകപ്രശ്നങ്ങളും അവഗണിക്കുകയുമാണ് ഒരു വ്യതിയാനം. എല്ലാം സ്വത്വരാഷ്ട്രീയത്തിനു പിന്നിൽ കൊണ്ടു കെട്ടുകയാണ് രണ്ടാമത്തെ വ്യതിയാനം. തൊഴിലാളി എന്ന നിലയിലുള്ള ചൂഷണത്തിനു മാത്രമല്ല ഇന്നത്തെ ഇന്ത്യയിൽ ദളിത് തൊഴിലാളി അഭിമുഖീകരിക്കുന്നത്. അതു മാത്രം കാണുന്നത് ഒരു വ്യതിയാനമാണ്. ദളിത് എന്ന നിലയിലുള്ള സാമൂഹ്യമായ വിവേചനവും നേരിടുന്നുവെന്ന് തിരിച്ചറിയേണ്ടത് പ്രധാനമാണ്. എന്നാൽ, ഈ പ്രശ്നം കൈകാര്യം ചെയ്യേണ്ടത് ദളിത് രാഷ്ട്രീയമാണെന്ന നിലപാട് മറ്റൊരു വ്യതിയാനമാണ്. ഒരു സ്വത്വത്തിലുള്ളവരുടെ പ്രശ്നങ്ങൾ അതേ സ്വത്വത്തിലുള്ളവർക്ക് മാത്രമേ തിരിച്ചറിയാൻ കഴിയൂയെന്നുവരെ അവർ വാദിക്കും. അതിനായി കവിതയിലെ വിശപ്പിനെയും വിശപ്പിനെ അഭിമുഖീകരിക്കുന്നവന്റെ അനുഭവത്തെയും വേർതിരിച്ച് വാദിക്കും. ഈ രാഷ്ട്രീയം യോജിച്ച പോരാട്ടങ്ങളെ ദുർബലപ്പെടുത്തുക മാത്രമാണ് ചെയ്യുന്നതെന്ന് തിരിച്ചറിയാൻ ആഴത്തിലുള്ള ദാർശനികവിജ്ഞാനം ആവശ്യമില്ല.

ഈ പ്രശ്നം വൈരുധ്യാത്മകമായി ഉൾക്കൊണ്ട് പ്രയോഗ പരിപാടികൾ ആവിഷ്കരിക്കുന്നതിൽ ഇന്ത്യയിലെ കമ്യൂണിസ്റ്റ് പ്രസ്ഥാനത്തിനു പാളിച്ചകളും പോരായ്മകളും ഉണ്ടായിട്ടുണ്ടോ എന്ന പ്രശ്നം പലരും വിമർശനാത്മകമായി അന്വേഷിക്കുന്നുണ്ട്. ഇക്കാര്യം പാർട്ടി പലപ്പോഴും ചർച്ച ചെയ്തിട്ടുണ്ട്. അതിന്റെ ഭാഗമായ മാറ്റം പാർട്ടി പരിപാടി കാലോചിതമാക്കിയപ്പോഴും കഴിഞ്ഞ പാർട്ടി കോൺഗ്രസുകളുടെ രാഷ്ട്രീയ പ്രമേയത്തിലും കാണാം. എന്നാൽ, സ്വത്വരാഷ്ട്രീയ നിലപാട് ഉയർത്തുന്നവരും അതിന്റെ രണ്ടുമുഖങ്ങളെ കുറിച്ച് എഴുതുന്നവരും നിർവഹിക്കുന്ന ദൗത്യം വർഗരാഷ്ട്രീയത്തെ ദുർബലപ്പെടുത്തുകയാണ്.

*സ്വത്വരാഷ്ട്രീയ*മെന്ന പുസ്തകത്തിലെ ആദ്യലേഖനത്തിൽ ചില ഉദാത്ത മാതൃകകൾ അവതരിപ്പിക്കുന്നുണ്ട്. ആദിവാസി പ്രശ്നം സ്വത്വപ്രശ്നമെന്ന നിലയിൽ കൈകാര്യം ചെയ്ത സി കെ ജാനുവും സ്ത്രീപ്രശ്നത്തിൽ വിനയയും ദളിത് പ്രശ്നത്തിൽ പൊക്കുടനുമാണ് മാതൃകകൾ. സ്വയം ദളിതനായി കരുതുന്ന കാഞ്ച ഇളയ്യയും പി ഡി പി നേതാവായ സി കെ അബ്ദുൾ അസീസും ഒരിക്കൽ മാർക്സിസ്റ്റ്–ലെനിനിസ്റ്റുകൾ മാത്രമായാണ് കരുതിയിരുന്നത് എന്നത് വലിയ കുറവായാണ് പോക്കർ കാണുന്നത്. സ്വന്തം സമുദായത്തിലെ പ്രശ്നങ്ങളെ തിരിച്ചറിയുകയും അതിനെ വർഗ രാഷ്ട്രീയവുമായി കൂട്ടിയിണക്കുകയും ചെയ്യു

ന്നതിലൂടെ വേലുക്കുട്ടി അരയൻ വഹിച്ച പങ്കിനെ വിലയിരുത്തുന്ന ഇ എം എസിന്റെ ലേഖനം വായിക്കുന്ന ഏതൊരാൾക്കും മാർക്സിസ്റ്റ് വിലയിരുത്തലിന്റെ രീതി എളുപ്പത്തിൽ പിടികിട്ടും.

എങ്ങനെയാണ് ജാനു ഉൾപ്പെടുന്ന വ്യക്തികൾക്കും അവരുടെ ആശയങ്ങൾക്കും വലിയ പ്രചാരം ലഭിച്ചത് എന്ന ലളിതമായ ചോദ്യം സ്വയം ഉന്നയിച്ചിരുന്നെങ്കിൽ ഈ അപകടകരമായ നിഗമനത്തിൽ എത്തില്ലായിരുന്നു. കമ്യൂണിസ്റ്റ് പ്രസ്ഥാനത്തിന് എതിരായ ചോദ്യങ്ങൾ ഉന്നയിക്കുകയും വലതുപക്ഷ രാഷ്ട്രീയത്തിന്റെ തൊഴുത്തിൽ സ്വത്വപ്രശ്നത്തെ കൊണ്ടു കെട്ടുകയും ചെയ്തപ്പോഴാണ് മാധ്യമങ്ങൾ ജാനുവിനെയും ളാഹഗോപാലനെയും മറ്റും കൊണ്ടാടേണ്ടവരായി അവതരിപ്പിച്ചത്. ചെങ്ങറയ്ക്ക് അമിത പ്രാധാന്യം കൊടുത്തവർ വയനാട്ടിലെ ആദിവാസികളുടെ ഭൂസമരത്തിനെതിരായ നിലപാട് സ്വീകരിക്കുന്നതിൽ ഇത് പ്രകടമാണ്. വയനാട്ടിലെ ആദിവാസികളുടെ സമരത്തിനും ആദിവാസി ക്ഷേമസമിതിയുടെ രാഷ്ട്രീയത്തിനും സങ്കുചിതമായ തലം മാത്രമല്ല ഉള്ളതെന്ന് വലതുപക്ഷം തിരിച്ചറിയുന്നുണ്ട്. ആദിവാസി ക്ഷേമസമിതിയുടെ പ്രവർത്തനവും ദളിത്, ന്യൂനപക്ഷ വിഭാഗങ്ങളുടെ പ്രത്യേക സമ്മേളനങ്ങളും സ്വത്വബോധത്തെ വർഗബോധമാക്കി വികസിപ്പിക്കുന്നതിനുള്ള ഇടപെടലുകളാണ്. സാമൂഹ്യ വിവേചനങ്ങൾക്കെതിരായ സമരത്തിൽ ചിലപ്പോൾ ആ മേഖലയിൽ പ്രത്യേകം പ്രവർത്തിക്കുന്ന സംഘടനകളുമായി യോജിച്ച് പ്രവർത്തിച്ചെന്നുവരും. പക്ഷേ അങ്ങനെ ചെയ്യുമ്പോൾ വ്യത്യസ്ത സമീപനം കൈയൊഴിയാതിരിക്കുന്നതിനുള്ള ജാഗ്രത പ്രധാനമാണ്.

സ്വത്വരാഷ്ട്രീയം സജീവമാകുന്നത് സാമ്രാജ്യത്വത്തിന്റെ പുതിയ ഘട്ടത്തിലാണ്. ഭിന്നിപ്പിച്ച് ഭരിക്കുക എന്ന പഴയ തന്ത്രത്തിന്റെ പ്രയോഗം ഇവിടെയും കാണാം. ആഗോളമൂലധനത്തിനെതിരായി ഉയർന്നുവരേണ്ട സമരനിരയെ വംശത്തിന്റെയും മതത്തിന്റെയും ജാതിയുടെയും പേരിൽ ഭിന്നിപ്പിക്കുന്നതിനാണ് മൂലധനം ശ്രമിക്കുന്നത്. ബഹുവിധ സ്വത്വബോധത്തിന്റെ അടിസ്ഥാനത്തിൽ ശിഥലീകരിക്കപ്പെട്ട ജനവിഭാഗങ്ങളുമായി ഇടപാടുകൾ ഉണ്ടാക്കുന്നത് സൗകര്യപ്രദമായിരിക്കുമെന്ന് ആഗോളമൂലധനം കണ്ടെത്തി. അവർക്ക് വിപണിയിലേക്ക് നുഴഞ്ഞുകയറാനും നിയന്ത്രണം കൈക്കലാക്കാനും ഇത് കൂടുതൽ എളുപ്പമാക്കി. ഉപഭോഗാസക്തിയും വിപണിയുമാണ് ഈ വിഘടിത വിഭാഗങ്ങളെയെല്ലാം പോറ്റിവളർത്തിയത്. എന്നാൽ, മൂലധനത്തിന്റെ ചൂഷണത്തെയും അത് വിപണിക്കുമേൽ ആധിപത്യം സ്ഥാപിച്ചതിനെയും വെല്ലുവിളിക്കുന്നതിന് അവ ഒന്നിച്ചുനിൽക്കുന്നതിനെ അസംഖ്യം സ്വത്വബോധാടിസ്ഥാനത്തിലുള്ള ശിഥിലീകരത്വര തടയുന്നു. സംസ്കാരത്തിന്റെ വ്യത്യസ്തതകളെ സംബന്ധിച്ച് ഉദാത്തമായി സ്വത്വരാഷ്ട്രീയചിന്ത പേറുന്നവർ വിശദീകരിക്കുന്നുണ്ട്. എന്നാൽ, പ്രാദേശികമായ സവിശേഷതകളെ കമ്പോളവൽക്കരിക്കുന്ന ഗ്ലോക്കലൈസേഷൻ പ്രക്രിയക്ക് പിന്നിലെ സാമ്രാജ്യ

ത്വ അജണ്ട തിരിച്ചറിയുന്നവർക്ക് ഇത്തരം പ്രശ്നങ്ങളെ ശരിയായി മന സിലാക്കാൻ കഴിയും

സ്വത്വരാഷ്ട്രീയത്തിന്റെ മറ്റൊരു പ്രശ്നം ഒരേ സ്വത്വത്തിനകത്തു ള്ള വ്യത്യസ്തതകളെ അവഗണിക്കുന്നുവെന്നുള്ളതാണ്. ന്യൂനപക്ഷ മെന്ന നിലയിൽ മുസ്ലിം ജനവിഭാഗം അനുഭവിക്കുന്ന പ്രശ്നങ്ങൾ ഇന്ന ത്തെ ഇന്ത്യയിലും ലോകത്തിലും പ്രധാനമാണ്. അതേസമയം കുത്തക മുസ്ലിമിന്റെയും ദരിദ്ര മുസ്ലിമിന്റെയും പ്രശ്നങ്ങളെ വേർതിരിച്ച് കാണു കയും വേണം. സാമുദായിക താൽപ്പര്യം സംരക്ഷിക്കാനെന്ന പേരിൽ പ്രവർത്തിക്കുന്ന പല പാർട്ടികളും സംരക്ഷിക്കുന്നത് സമ്പന്നരുടെ താൽപ്പ ര്യമാണ്. അതിനായി അവർ ന്യൂനപക്ഷപ്രശ്നം ഉപയോഗിക്കുന്നു. കേ രളത്തിൽ മുസ്ലിംലീഗിന്റെ കാര്യത്തിലും സ്വാശ്രയ പ്രശ്നത്തിൽ കത്തോ ലിക്കാ സഭ സ്വീകരിച്ച സമീപനത്തിലും ഇതു പ്രകടമാണ്. സ്വത്വബോ ധത്തെ അപ്രസക്തമാക്കുന്ന ഇത്തരം ഘടകങ്ങൾ കണ്ടില്ലെന്നു നടി ക്കുന്നവർ ഭരണവർഗതാൽപ്പര്യങ്ങൾക്ക് ബോധപൂർവം കുടപിടിക്കുക യാണ് ചെയ്യുന്നത്.

സ്വത്വരാഷ്ട്രീയത്തിനു മാർക്സിയൻ മുഖം നൽകാൻ ശ്രമിക്കുന്ന വർ പ്രധാനമായും ആശ്രയിക്കുന്നത് അന്റോണിയോ ഗ്രാംഷിയെയാണ്. ഗ്രാംഷിയെ ശരിയായി വായിച്ചെടുക്കുന്നതിൽ ചിലപ്പോൾ പ്രത്യേകപരി ശീലനം നേടിയവർക്കും തെറ്റുപറ്റാറുണ്ട്. പുതിയ പാഠ്യപദ്ധതി കേരള ത്തിൽ നടപ്പിലാക്കിയപ്പോൾ അതിനെതിരായ സമരത്തെ പിന്തുണച്ചിരു ന്നവർ ഗ്രാംഷിയെയും കൂട്ടുപിടിക്കുകയുണ്ടായി. ഇക്കൂട്ടർ ഗ്രാംഷിയെ വായിച്ചതിലെ അപകടവും അതുവഴി ഉൽപ്പാദിപ്പിക്കപ്പെട്ട വിപരീതാർഥ വും പി ഗോവിന്ദപ്പിള്ള ചൂണ്ടിക്കാണിക്കുകയുണ്ടായി. എന്തായാലും വ്യാ ഖ്യാനം നടത്തിയ പണ്ഡിതൻ തന്റെ അക്കാദമിക യോഗ്യതകളെയും പ്രത്യേകപരിശീലന വൈദഗ്ധ്യത്തെയും കുറിച്ചും പി ജിയുടെ കുറവി നെ കുറിച്ചും പറയാതെ തന്റെ പോരായ്മ പരോക്ഷമായി സമ്മതിക്കുക യാണ് ചെയ്തത്. സ്വത്വത്തെ കുറിച്ചുള്ള വിമർശനാത്മക അന്വേഷണ ത്തിലൂടെ ഗ്രാംഷി എങ്ങനെയാണ് വർഗതാൽപ്പര്യവുമായി ബന്ധപ്പെടു ത്താത്ത സ്വത്വരാഷ്ട്രീയം അരാഷ്ട്രീയമാകുന്നതെന്ന് വ്യക്തമാക്കുക യും ചെയ്യുന്നത് കെ എൻ പണിക്കർ തന്റെ ലേഖനത്തിൽ വിശദീകരി ക്കുന്നുണ്ട്.

ആഗോളവൽക്കരണകാലത്തെ പുരോഗമന സാഹിത്യത്തെ കുറിച്ച് എഴുതുമ്പോൾ അതു സ്വത്വപ്രശ്നത്തിൽ മാത്രം കേന്ദ്രീകരിക്കുന്നതി ലെ അപകടം മനസിലാക്കേണ്ടതുണ്ട്. കർഷക ആത്മഹത്യകൾ നിത്യ സംഭവമാകുമ്പോൾ, ഗ്രാമങ്ങളിൽനിന്നും നഗരങ്ങളിലെ തെരുവുകളിലേ ക്ക് മനുഷ്യർ പലായാനം ചെയ്യേണ്ടിവരുമ്പോൾ, മഹാഭൂരിപക്ഷം ജന തയും ഇരുപതുരൂപയിൽ താഴെ ഉപഭോഗംകൊണ്ട് ദിവസം തള്ളിനീ ക്കുമ്പോൾ അതിനെക്കുറിച്ച് ഒരു വരിപോലും എഴുതാതെ സ്വത്വത്തെ കുറിച്ചുമാത്രം പ്രതിപാദിക്കുന്നത് തെറ്റായ അവതരണമാണ്. ന്യൂനപ

ക്ഷവും മറ്റു ജനവിഭാഗങ്ങളും അനുഭവിക്കുന്ന സവിശേഷ പ്രശ്നങ്ങളെ അഭിസംബോധന ചെയ്യുകതന്നെ വേണം. എന്നാൽ, അത് നിർവഹിക്കേണ്ടത് വർഗരാഷ്ട്രീയവുമായി കോർത്തിണക്കിക്കൊണ്ടാണ്.

സ്വത്വരാഷ്ട്രീയം വർഗരാഷ്ട്രീയത്തിനെതിരാണ്. സ്വത്വാടിസ്ഥാനത്തിലുള്ള ധ്രുവീകരണം വർഗഐക്യത്തെ ദുർബലപ്പെടുത്തുന്നു. എന്നാൽ, സവിശേഷ വിഭാഗങ്ങൾ അനുഭവിക്കുന്ന പ്രത്യേക പ്രശ്നങ്ങളെ അഭിസംബോധന ചെയ്യേണ്ടതും അതിന് അനുസൃതമായ രൂപങ്ങൾ കണ്ടെത്തേണ്ടതും വർഗപ്രസ്ഥാനങ്ങളുടെ ചുമതലയാണ്. ഈ ധാരണയോടെ പ്രശ്നത്തെ സമീപിക്കേണ്ട ഉത്തരവാദിത്വമാണ് കമ്യൂണിസ്റ്റുകാർക്കുള്ളത്. അതിൽനിന്നും വ്യത്യസ്തമായ ഊന്നലുകൾ നടത്താനും നിഗമനങ്ങളിൽ എത്താനും സ്വത്വരാഷ്ട്രീയത്തിന്റെ വക്താക്കളാകാനും ഏതൊരാൾക്കും അവകാശമുണ്ട്. എന്നാൽ, അത് മാർക്സിസ്റ്റ് രീതിശാസ്ത്രത്തിന്റെയും കമ്യൂണിസ്റ്റ് പ്രസ്ഥാനത്തിന്റെയും ചെലവിലാകരുതെന്നു മാത്രം.

ശകലീകൃത ഉത്തരാധുനിക പ്രവണത

ബൃഹത്തായ പ്രഖ്യാപനങ്ങളും വലിയ പ്രസ്ഥാനങ്ങളും വേണ്ടെന്നുമാണല്ലോ ഉത്തരാധുനികത മുന്നോക്കുവയ്ക്കുന്ന കാഴ്ചപ്പാട്. ചെറുതാണ് ശരിയെന്നും എല്ലാത്തിനെയും ശകലീകൃതമാക്കണമെന്നും അത് ആഹ്വാനംചെയ്യുന്നു. എല്ലാത്തിനെയും ചെറിയ ചെറിയ സ്വത്വങ്ങളുടെ കള്ളികളിൽ ഒതുക്കുന്നു. ഒരുവിഭാഗം മലയാള മാധ്യമങ്ങളുടെ നിലപാടിന് ഉത്തരാധുനികതയുടെ പിൻബലമുണ്ട്.

ചെറുത്തുനിൽപ്പിന്റെയും വിമോചനത്തിന്റെയും പ്രസ്ഥാനങ്ങളായി അവർ ഉയർത്തിക്കാട്ടുന്നത് ചെറിയ ചെറിയ കൂട്ടായ്മകളെയാണ്. അവർ എന്തു ദർശനവും രാഷ്ട്രീയവും പിന്തുടരുന്നുവെന്നതോ എങ്ങനെയാണ് അവർ മാറ്റത്തെ കാണുന്നത് എന്നതോ അവരെ ഉൽക്കണ്ഠപ്പെടുത്തുന്നില്ല. ഭൂമിയുടെയും പരിസ്ഥിതിയുടെയും രാഷ്ട്രീയത്തെ വർഗരാഷ്ട്രീയവുമായി കൂട്ടിയിണക്കുന്ന പ്രസ്ഥാനങ്ങളെ അവർ വാർത്തകളിൽ പാർശ്വവൽക്കരിക്കുന്നു. അങ്ങനെയാണ് ചെങ്ങറ സമരത്തെ ബ്രാൻഡ് ചെയ്തത്. ഭൂമിയുടെ ഉടമസ്ഥതയുടെ പിന്നിലുള്ള വർഗരാഷ്ട്രീയവും കൂടി തിരിച്ചറിയുന്ന ആദിവാസി ക്ഷേമസമിതിയുടെ സമരം മലയാളത്തിലെ മാധ്യമങ്ങൾക്ക് കയ്പേറ്റമാണ്. ചെങ്ങറ, ഭൂമിക്കുവേണ്ടിയുള്ള അവകാശികളുടെ പോരാട്ടമായി ചിത്രീകരിക്കുന്നു.

ത്യാഗനിർഭരമായ പോരാട്ടങ്ങളുടെ പിൻബലമുള്ള തൊഴിലാളി വർഗപ്രസ്ഥാനത്തിന്റെ നേതാക്കളെക്കുറിച്ച് നട്ടാൽ മുളയ്ക്കാത്ത നുണകൾ യാഥാർഥ്യമെന്ന മട്ടിൽ തുടർച്ചയായി വിളമ്പുന്ന മാധ്യമങ്ങൾ പുതിയ പോരാട്ട പ്രതീകങ്ങളെ പൊതുബോധത്തിൽ രൂപപ്പെടുത്തുന്നതിനായി ശ്രമിക്കുന്നു. ജാനുവും ളാഹ ഗോപാലനും വിപ്ലവ പോരാട്ടത്തിന്റെ പ്രതീകങ്ങളെന്ന മട്ടിലാണ് നല്ലൊരു പങ്കു മാധ്യമങ്ങളും അവതരിപ്പിക്കുന്നത്.

ചെറിയ ചെറിയ പ്രസ്ഥാനങ്ങൾ മതിയെന്നും വലുതിന്റെ കാലം കഴിഞ്ഞെന്നുമുള്ള കാഴ്ചപ്പാടിന്റെ ഈ പ്രയോഗം രൂപങ്ങൾക്ക് ഒരു ചെറുവിഭാഗം ഇടതുപക്ഷ മനസുകളെയെങ്കിലും സ്വാധീനിക്കാൻ കഴിഞ്ഞാൽ അത്രയുമായി എന്നു കരുതുന്ന മൂലധനശക്തികളുടെ താൽപ്പര്യങ്ങളുടെ പ്രയോക്താക്കളായി മലയാളമാധ്യമങ്ങളിൽ ഒരുവിഭാഗം മാറിയിരിക്കുന്നു. ഇവരെ സംബന്ധിച്ച് പരിസ്ഥിതി പ്രസ്ഥാനം സോളിഡാരിറ്റിയും അതുപോലുള്ള സംഘടനകളുമാണ്. ശരിയും ശാസ്ത്രീയവുമായ പാരിസ്ഥിതിക കാഴ്ചപ്പാട് മുന്നോട്ടുവയ്ക്കുന്ന കമ്യൂണിസ്റ്റ് പ്രസ്ഥാനങ്ങൾ നടത്തുന്ന ഇടപെടലുകളെ പ്രതിലോമകരമായി അവതരിപ്പിക്കുന്നതിനാണ് ശ്രമം. ഇരുനൂറ് ഏക്കറിലധികം കണ്ടൽക്കാട് വെട്ടിനശിപ്പിച്ചും നവിമുംബൈയിൽ എയർപ്പോർട്ടിന് അനുമതി നൽകുന്ന ജയറാം രമേശിന്റെ നടപടിയിൽ ഇവർക്ക് ഒരു തർക്കവുമില്ല. എന്നാൽ, കണ്ടൽക്കാട് സംരക്ഷിക്കുകയും അതു സംബന്ധിച്ച് പുതിയ അവബോധം രൂപപ്പെടുത്താൻ ശ്രമിക്കുകയും ചെയ്യുന്ന സംവിധാനത്തെ പരിസ്ഥിതിയെ തകർക്കുന്ന ഒന്നായി പർവതീകരിച്ച് അവതരിപ്പിക്കുകയുംചെയ്യും.

സ്ത്രീസമൂഹം അനുഭവിക്കുന്ന പ്രശ്നങ്ങൾ മുൻനിർത്തി തുടർച്ചയായി പോരാട്ടം നടത്തുന്ന അഖിലേന്ത്യാ ജനാധിപത്യ മഹിളാ അസോസിയേഷൻ ഉൾപ്പെടെയുള്ള വനിതാസംഘടനകളുടെ പ്രവർത്തനങ്ങൾക്ക് സാധാരണഗതിയിൽ നല്ലൊരു പങ്ക് മാധ്യമങ്ങളിലും അർഹിക്കുന്ന പ്രാധാന്യം ലഭിക്കാറില്ല. എന്നാൽ, ഏതെങ്കിലും സ്ത്രീകൾ നടത്തുന്ന ഒറ്റപ്പെട്ട ചെറുത്തുനിൽപ്പുകൾക്ക് ഏതെങ്കിലും തരത്തിലുള്ള ഇടതുപക്ഷവിരുദ്ധത കൂടിയുണ്ടെങ്കിൽ പിന്നെ ഉത്സവകാലമായി. സമീപകാലത്ത് മഹിളാ അസോസിയേഷനും ഡി വൈ എഫ് ഐയും എസ് എഫ് ഐയും ചേർന്ന് നടത്തിയ മദ്യത്തിനെതിരായ ജനജാഗ്രതാ ക്യാമ്പയിനോട് മാധ്യമങ്ങൾ സ്വീകരിച്ച സമീപനത്തിലും ഇത് ദൃശ്യമാണ്. മദ്യവിപത്തിനെതിരെ പ്രചാരണം നടത്തുന്ന മാധ്യമങ്ങളിൽ പലതും ചില സാമുദായിക സംഘടനകൾ നടത്തുന്ന ചെറിയ പ്രക്ഷോഭങ്ങളെവരെ പർവതീകരിച്ച് അവതരിപ്പിക്കാറുണ്ട്. എന്നാൽ, സമീപകാലത്ത് ഏറ്റവുമധികം ആളുകളെ അണിനിരത്തി മദ്യത്തിനെതിരെ നടത്തിയ പരിപാടികളെ പാർശ്വവൽക്കരിക്കുകയാണ് ഇവയിൽ നല്ലൊരു പങ്കും ചെയ്യുന്നത്.

വർഗപ്രസ്ഥാനങ്ങൾ നടത്തുന്ന സമരങ്ങളെ അവഗണിക്കുന്ന മാധ്യമങ്ങൾ സ്വത്വപ്രസ്ഥാനങ്ങൾ നടത്തുന്ന പ്രചാരസ്വഭാവത്തിലുള്ള പരിപാടികൾക്കുവരെ അതിപ്രാധാന്യം നൽകുന്നു. ക്യാമ്പസ് രാഷ്ട്രീയത്തിനും വിദ്യാർഥി സംഘടനകൾക്കും എതിരെ പ്രചണ്ഡമായ പ്രചാരവേല നടത്തിയ മാധ്യമങ്ങൾ അന്നും അരാഷ്ട്രീയപ്രസ്ഥാനങ്ങളെ ശക്തമായി പിന്തുണച്ചിരുന്നുവെന്ന കാര്യം മറക്കേണ്ട. ഇതേരീതിയിൽ മറ്റു പ്രസ്ഥാനങ്ങളെയും ദുർബലപ്പെടുത്തുന്നതിനാണ് ശ്രമിക്കുന്നത്.

എല്ലാത്തിനെയും ശകലീകൃതമാക്കുക എന്ന രീതിയിലും മലയാള

മാധ്യമങ്ങൾ മുമ്പിലാണ്. ഒരു പ്രശ്നത്തെ സമഗ്രതയിൽ സമീപിക്കുന്നതിനുള്ള സാധ്യതകളെ തകർക്കുകയാണ് ഇവർ ചെയ്യുന്നത്. അതുവഴി വിശകലനത്തിലേക്കും നിഗമനങ്ങളിലേക്കും രാഷ്ട്രീയ നിലപാടിലേക്കുമുള്ള വാതിൽ അടയ്ക്കാനാണ് ശ്രമം. ജനങ്ങളുടെ അടിസ്ഥാന ജീവിതത്തെ ബാധിക്കുന്ന പ്രധാന പ്രശ്നങ്ങൾ അച്ചടിമാധ്യമങ്ങളിൽ പ്രധാനപേജിലോ ദൃശ്യമാധ്യമങ്ങളിൽ പ്രൈംടൈമിലോ ഇടം നൽകുന്നില്ല. സമീപകാലത്ത് ഏറ്റവുമധികം ചർച്ചചെയ്ത സ്പെക്ട്രം അഴിമതി അവതരിപ്പിച്ച രീതിയിലും ഇത് കാണാൻ കഴിയും. ചങ്ങാത്തമുതലാളിത്തത്തിന്റെ ഏറ്റവും മികച്ച ഉദാഹരണമെന്ന നിലയിലോ ഉദാരവൽക്കരണനയങ്ങളുടെ സൃഷ്ടിയെന്ന നിലയിലോ ഈ പ്രശ്നത്തെ സമഗ്രമായി സമീപിക്കാൻ ശ്രമിക്കാതെ പൈങ്കിളിവൽക്കരിക്കുന്നതിനാണ് ശ്രമിച്ചത്. കേരളത്തിലെ നിയമന തട്ടിപ്പ് ഗൗരവമേറിയ പ്രശ്നവും സജീവമായി മാധ്യമങ്ങൾ കൈകാര്യം ചെയ്യേണ്ട പ്രശ്നവും തന്നെയാണ്. എന്നാൽ മലയാളത്തിലെ ചില പ്രധാന മാധ്യമങ്ങൾ ഇതിനു നൽകിയ സ്ഥലത്തിന്റെയും സമയത്തിന്റെയും പത്തിലൊന്നുപോലും സ്പെക്ട്രത്തിനു നീക്കിവച്ചില്ലെന്നത് പ്രത്യേകം ശ്രദ്ധിക്കേണ്ടതാണ്.

പ്രതീതി മാർക്സിസമാണ് മാധ്യമങ്ങൾ പ്രചരിപ്പിക്കുന്ന മറ്റൊരു കാര്യം. ശാസ്ത്രീയമായ ദർശനത്തിന്റെയും നിയതമായ പരിപാടിയുടെയും ശരിയായ സംഘടനാതത്വങ്ങളുടെയും അടിസ്ഥാനത്തിൽ പ്രവർത്തിക്കുന്ന കമ്യൂണിസ്റ്റ് പാർട്ടികളെ അപഹസിക്കുന്ന ചില മാധ്യമങ്ങൾ ഇടതുപക്ഷ തീവ്രതയുടെ മുഖംമൂടിയണിഞ്ഞ ചെറുപ്രസ്ഥാനങ്ങളെ ശരിയായ വിപ്ലവ പ്രസ്ഥാനങ്ങളെന്ന മട്ടിൽ കൊണ്ടാടുന്നു. ഇക്കൂട്ടരുടെ ഇടതുപക്ഷ മുഖംമൂടിയണിഞ്ഞ വലതുപക്ഷ ചിന്തകളെ മാർക്സിസമെന്ന പ്രതീതി സൃഷ്ടിക്കുംവിധം ഉയർത്തിക്കാണിക്കുകയും ചെയ്യും.

അറിവിന്റെ സ്വാതന്ത്ര്യപ്രഖ്യാപനം

ബാംഗ്ലൂരിൽ രൂപംകൊണ്ട ഇന്ത്യൻ സ്വതന്ത്ര സോഫ്റ്റ് വെയർ പ്രസ്ഥാനം പുതിയകാലത്തിന്റെ വെല്ലുവിളികൾ നേരിടുന്നതിനുള്ള സംഘടനാരൂപമാണ്. വിവിധ സംസ്ഥാനങ്ങളിൽ പ്രവർത്തിച്ചിരുന്ന സംഘടനകൾ ചേർന്ന് രൂപീകരിച്ച പ്രസ്ഥാനം പുതിയ സ്വാതന്ത്ര്യപ്രഖ്യാപനമാണ് നടത്തിയത്. കേരളത്തിൽ കുറച്ചു നാളുകളായി പ്രവർത്തിക്കുന്ന വിജ്ഞാന സ്വാതന്ത്ര്യത്തിനുള്ള ജനാധിപത്യവേദിയുടെ കൺവീനറായി പ്രവർത്തിച്ചിരുന്ന ജോസഫ് തോമസാണ് പുതിയ സംഘടനയുടെ പ്രസിഡണ്ട്. ആന്ധ്രയിൽനിന്നുള്ള കിരൺ സെക്രട്ടറിയും.

ആഗോളവൽക്കരണകാലം പുതിയ സമരരൂപങ്ങളെയും സംഘടനകളെയും ആവശ്യപ്പെടുന്നുണ്ട്. പഴയ രൂപങ്ങളുടെ കേവലമായ തനിയാവർത്തനങ്ങൾകൊണ്ട് മാത്രം ഇന്നിന്റെ പ്രശ്നങ്ങളെ നേരിടാൻ കഴിയില്ല. അടിസ്ഥാനസങ്കൽപ്പങ്ങൾ മുറകെപ്പിടിച്ചുകൊണ്ടുതന്നെ പുതിയ അന്വേഷണങ്ങൾ നടത്തേണ്ടതുണ്ട്. അറിവിനു പുതിയ മാനങ്ങൾ വരുന്ന കാലം കൂടിയാണ് ഇത്. അറിവ് മൂലധനമായി മാറുന്നു. അറിവിന്റെ നിയന്ത്രണമുള്ളവരുടെ കയ്യിലാണ് സമ്പത്ത് കൂടുതലായി കുമിഞ്ഞുകൂടുന്നത്. അറിവിനെ വളച്ചുകെട്ടി സമ്പത്തിനെ വളച്ചുകെട്ടുകയെന്നത് ഈ കാലത്തിലെ പ്രധാനമുദ്രാവാക്യങ്ങളിലൊന്നാണ്. അറിവ് അധിഷ്ഠിത സമ്പദ്ഘടനയാണ് ഇപ്പോഴത്തേതെന്ന് ചിലർ വിശേഷിപ്പിക്കാറുണ്ട്. അറിവിന്റെ നിന്ത്രണം കയ്യടക്കുന്നതിനായി വലിയ സമരങ്ങൾ ലോകത്തെമ്പാടും നടക്കുന്നുണ്ട്.

കമ്പ്യൂട്ടർ പ്രവർത്തിക്കാൻ തുടങ്ങുമ്പോൾ വിൻഡോസ് തെളിഞ്ഞുവരുമ്പോൾ ബിൽഗേറ്റ്സ് ചിരിക്കുന്നുണ്ട്. അതിൽനിന്നുള്ള വിഹിതം മൈക്രോസോഫ്റ്റിനു കൃത്യമായി ലഭിക്കുന്നു. അതുമാത്രമാണ് കാര്യമെ

ങ്കിൽ നമുക്ക് അവഗണിക്കാം. ഓരോ കമ്പ്യൂട്ടർ പ്രവർത്തിക്കണമെങ്കിലും അതിനായി ഓപ്പറേറ്റിങ് സോഫറ്റ്‌വെയർ ആവശ്യമാണ്. വിൻഡോസ് ഒരു ഓപ്പറേറ്റിങ് സോഫറ്റ് വെയറാണ്. നമ്മൾ ഒരു സാധനം വില കൊടുത്തു വാങ്ങിക്കഴിഞ്ഞാൽ അതു നമ്മുടെ സ്വന്തമായി എന്നതാണ് ധാരണ. വാങ്ങിയ സാധനത്തെ നമ്മുടെ ഇഷ്ടാനിഷ്ടങ്ങൾക്ക് അനുസരിച്ച് ഉപയോഗിക്കാനും മാറ്റിത്തീർക്കാനും വാങ്ങുന്നയാൾക്ക് സ്വാതന്ത്ര്യമുണ്ട്. അവകാശവുമുണ്ട്. നമ്മൾ ഒരു ഷർട്ട് വാങ്ങിയാൽ നമ്മുടെ താൽപ്പര്യങ്ങൾക്ക് അനുസരിച്ച് അതു മാറ്റിത്തീർക്കാം. മുഴുക്കൈയ്യൻ ഷർട്ട് വാങ്ങിയയാൾക്ക് അതു മുറിക്കൈ ആക്കി മാറ്റാൻ ആരുടെയും അനുവാദത്തിനു കാത്തുനിൽക്കേണ്ടതില്ല. എന്നാൽ, വിൻഡോസ് വാങ്ങുന്നയാൾക്ക് അതിനുള്ള സ്വാതന്ത്ര്യമില്ല. അറിവിന്റെ കുത്തക മൈക്രോസോഫ്റ്റിന്റെ കൈയിലാണ്.

ഇതിനെതിരായ സമരം ലോകത്ത് ആരംഭിച്ചിട്ട് വർഷങ്ങളായി. ഫിൻലാൻഡുകാരനായ ലിനസ് ടോർവാൾഡ്സ് വികസിപ്പിച്ച ലിനക്സ് വലിയ മാറ്റമാണ് ഈ രംഗത്തുണ്ടാക്കിയത്. എം ഐ ടിയിൽ പ്രവർത്തിച്ചിരുന്ന റിച്ചാർഡ് സ്റ്റാൾമാൻ ലോകത്തിലെ സ്വതന്ത്ര സോഫറ്റ്‌വെയർ പ്രസ്ഥാനത്തിന്റെ ഗുരുവായാണ് അറിയപ്പെടുന്നത്. ഫ്രീ സോഫറ്റ് വെയർ എന്നു കേൾക്കുമ്പോൾ നല്ലൊരു വിഭാഗവും സൗജന്യമായ സംഗതി എന്ന അർഥത്തിലാണ് കാണുന്നത്. ഫ്രീഡത്തിൽനിന്നാണ് ഈ ഫ്രീ വരുന്നത്. സ്വാതന്ത്ര്യമാണ് അതു പ്രതിനിധീകരിക്കുന്നത്. പകർത്തുന്നതിനും കൈമാറുന്നതിനും വികസിപ്പിക്കുന്നതിനും ഉപയോഗിക്കുന്നവർക്ക് അത് സ്വാതന്ത്ര്യം നൽകുന്നു. തങ്ങളുടെ ആവശ്യാനുസരണം ഉപയോഗിക്കാൻ ലഭിച്ച ഈ സ്വാതന്ത്ര്യത്തെ ലോകം ഇരുകൈയും നീട്ടി സ്വീകരിച്ചു. ചൈനയടക്കമുള്ള പല രാജ്യങ്ങളും സ്വതന്ത്ര സോഫ്റ്റ്‌വെയറിലേക്ക് നേരത്തെ മാറി. എന്നാൽ, കുത്തകയുടെ താൽപ്പര്യം സംരക്ഷിക്കുന്നവർ ഇതിനെതിരായി സാധ്യമായ എല്ലാ മാർഗങ്ങളും ഉപയോഗിക്കുന്നുണ്ട്.

ജനറൽ പബ്ലിക്ക് ലൈസൻസിങ്, കോപ്പി ലെഫ്റ്റ് എന്നിവയെല്ലാം ഈ സംവിധാനം രൂപംകൊണ്ടതിനുശേഷം വന്ന പദങ്ങളാണ്. പകർപ്പവകാശമാണ് കോപ്പി റൈറ്റെങ്കിൽ അതിനെ ഉപേക്ഷിക്കലാണ് കോപ്പി ലെഫറ്റ്. പൊതുവായ ആവശ്യങ്ങൾക്കായി കൈമാറുന്നതിനും പകർത്തുന്നതിനും വിലകൊടുത്ത് വാങ്ങുന്നവർക്ക് അവകാശം ഉറപ്പുനൽകുന്നു.

മുംബൈയിൽ ലോക സോഷ്യൽ ഫോറം നടന്നപ്പോൾ സ്റ്റാൾമാനുമായി ദീർഘമായി സംസാരിക്കുന്നതിന് അവസരം ലഭിച്ചിരുന്നു. അറിവിനെയും അതിന്റെ പ്രയോഗത്തെയും സംബന്ധിച്ച് ജനാധിപത്യപരമായ കാഴ്ചപ്പാടുകളാണ് അദ്ദേഹം പങ്കുവച്ചത്. കേരളത്തിലും ഇന്ത്യയിലും സ്വതന്ത്ര സോഫ്റ്റ്‌വെയർ പ്രസ്ഥാനത്തിന്റെ കാഴ്ചപ്പാടുകളുള്ള പലരും കുറെക്കാലമായി പ്രവർത്തിക്കുന്നുണ്ട്. പല മേഖലകളിലും ഇതിനെ അടിസ്ഥാനപ്പെടുത്തിയ പ്രയോഗങ്ങളും വിജയകരമായി നടക്കുന്നു.

വൈദ്യുതി ബോർഡ് ഇക്കാര്യത്തിൽ മാതൃകാപരമായ പ്രവർത്തനമാണ് നടത്തുന്നത്. ഐ ടി അറ്റ് സ്കൂൾ ലോകത്തിന്റെ ശ്രദ്ധപിടിച്ചുപറ്റിയ സംരംഭമാണ്. പ്രൊഫഷണൽ കോഴ്സുകളുടെ കൗൺസിലിങ്ങും പ്ലസ് ടുവിന്റെ കേന്ദ്രീകൃത പ്രവേശനത്തിനും ഉപയോഗിച്ചത് സ്വതന്ത്ര സോഫ്റ്റ്വെയറാണ്.

ഐ ഐ എം പ്രവേശന പരീക്ഷാനടത്തിപ്പ് വലിയ വിവാദമായിരുന്നല്ലോ. സ്വയം നടത്താൻ ധൈര്യം കാണിക്കാതെ അമേരിക്കയിലെ കുത്തക കമ്പനിയെയാണ് പരീക്ഷാ നടത്തിപ്പിന്റെ ചുമതല ഏൽപ്പിച്ചത്. വൈറസിന്റെ ആക്രമണത്തെ പ്രതിരോധിക്കാൻ കഴിയാതെ പലയിടങ്ങളിലും കുട്ടികൾക്ക് ഓൺ ലൈനിൽ കയറാൻപോലും കഴിഞ്ഞില്ല.

ഇതു സംബന്ധിച്ച് *ഹിന്ദു* പത്രത്തിൽ ആനന്ദപാർഥസാരഥി എഴുതിയ ലേഖനത്തിൽ കേരളത്തിലെ പരീക്ഷാനടത്തിപ്പിനെ പ്രത്യേകം അഭിനന്ദിക്കുന്നുണ്ട്. സ്വതന്ത്ര സോഫ്റ്റ്വെയർ ഉപയോഗിച്ചതുകൊണ്ടാണ് ഈ നേട്ടം കൈവരിച്ചത്. ഉടമസ്ഥാവകാശമുള്ള സോഫ്റ്റ്വെയറുകൾക്ക് വൈറസ്ബാധയേൽക്കാനുള്ള സാധ്യത കൂടുതലാണ്. അതുപോലെ ചെലവുകൾ താങ്ങാൻ കഴിയാത്തവിധം വർധിക്കുകയും ചെയ്യും.

പ്രായോഗിക പ്രവർത്തനങ്ങൾക്ക് നേതൃത്വം നൽകിയവർ ഒത്തുചേർന്ന് പുതിയ കൂട്ടായ്മയെക്കുറിച്ച് ചിന്തിച്ചത് വലിയ മാറ്റങ്ങൾക്ക് തുടക്കം കുറിച്ചു. നേരത്തെ പഞ്ചനക്ഷത്ര ഹോട്ടലുകളിൽ ചില അന്താരാഷ്ട്ര സെമിനാറുകൾ സംഘടിപ്പിക്കുന്നതു മാത്രം പ്രവർത്തനമായി കണ്ടിരുന്നവർക്ക് ഇതെല്ലാം ഉൾക്കൊള്ളാൻ ബുദ്ധിമുട്ടായിരുന്നു. കൊച്ചി സർവകലാശാലയിൽ നടന്ന അഖിലേന്ത്യാ ഒത്തുചേരൽ ജനകീയ മുന്നേറ്റമായി ഈ പ്രവർത്തനത്തെ മാറ്റി.

വാക്കിന്റെ രാഷ്ട്രീയം

പെട്രോളിയം ഉൽപ്പന്നങ്ങളുടെ നികുതിയിൽ മാറ്റം വരുത്തിയ ബജറ്റ് റിപ്പോർട്ട് ചെയ്ത *മനോരമ* പത്രം ശ്രദ്ധേയമായിരുന്നു. എങ്ങനെയാണ് തങ്ങളുടെ വീക്ഷണം തലക്കെട്ടിലൂടെപോലും പ്രതിഫലിപ്പിക്കാൻ കഴിയുന്നെന്ന പരീക്ഷണമായിരുന്നു അത്. തലോടൽ എന്നാണ് മുഖ്യവാർത്തയുടെ തലക്കെട്ട്. തൊട്ടടുത്ത് പെട്രോൾ വില അമ്പതു കടന്നെന്ന ശീർഷകവും. തലോടിയിട്ട് എങ്ങനെയാണ് വില അമ്പതു കടന്നതാവോ? നികുതി കൂട്ടിയെന്ന വാചകം എത്ര പരതിയാലും കണ്ടെത്താൻ പറ്റില്ല. കൂടിയെന്നാണ് പ്രയോഗം. കൂടി എന്നു വായിക്കുമ്പോൾ അതൊരു സ്വാഭാവിക പ്രക്രിയയാണെന്ന ബോധമായിരിക്കും രൂപപ്പെടുക. എന്നാൽ കൂട്ടി എന്ന പ്രയോഗത്തിൽ ഒരു പ്രതി ഒളിഞ്ഞിരിപ്പുണ്ട്.കൂട്ടി എന്ന് വായിക്കുന്നയാളിൽ സർക്കാരിനെതിരായ വികാരം രൂപം കൊള്ളും. അവർ സമരോത്സുകമാകും. എന്നാൽ കൂടി എന്ന വാക്ക് വായനക്കാരെ സമരസപ്പെടുത്തുകയാണ്.

വാക്കിന്റെ പ്രയോഗം ബോധപൂർവമാണ്. ഓരോ വാക്കിനും പ്രത്യയശാസ്ത്ര – രാഷ്ട്രീയ ഉള്ളടക്കമുണ്ട്. ചെങ്ങറയിൽ നടക്കുന്നത് ഭൂസമരമാണ്. എന്നാൽ വയനാട്ടിൽ ആദിവാസി ക്ഷേമസമിതി നടത്തുന്നത് ചില മാധ്യമങ്ങൾക്ക് കയ്യേറ്റമാണ്. രണ്ടും ഭൂമിക്കുവേണ്ടിയുള്ള സമരമാണ്. വയ്നാട്ടിലെ സമരം നടക്കുന്നത് ചിലർ കയ്യേറിയ ഭൂമിയിലാണ്. ആദിവാസികളുടെ ഭൂമിക്കുവേണ്ടിയുള്ള സമരമാണ്. എന്നാൽ, ഭൂരിപക്ഷം മാധ്യമങ്ങൾക്കും അത് ഭൂസമരമായി അവതരിപ്പിക്കാൻ താൽപ്പര്യമില്ല. പകരം അവർ തങ്ങളുടെ രാഷ്ട്രീയ താൽപ്പര്യം സംരക്ഷിക്കുന്ന വാക്ക് കണ്ടെത്തുന്നു. മൂന്നാറിൽ പട്ടയമില്ലാത്തവരുടെ ഭൂമിയെല്ലാം ക

യ്യേറിയതാണ്. എന്നാൽ, വയനാട്ടിൽ എത്തുമ്പോൾ അത് കൈവശ ഭൂമിയാകും. ഭൂസമരത്തിന്റെയും പരിസ്ഥിതിസംരക്ഷണത്തിന്റെയും അവതാരം അതിനെ പിന്തുണച്ച് കയ്യേറ്റക്കാരുടെ പത്രത്തിൽ പ്രത്യേകം ലേഖനം വരെ എഴുതും.

മൂന്നാറിലെ കുടിയേറ്റവും കയ്യേറ്റവും തീർത്തും വ്യത്യസ്തമായ സംഗതികളാണെന്ന കാര്യവും ഇക്കൂട്ടർ ബോധപൂർവം മറച്ചുവയ്ക്കും. ദിവാൻ കൽപ്പനയനുസരിച്ച് കുടിയേറി കൃഷി നടത്തിയവരെ വരെ കയ്യേറ്റക്കാരുടെ പട്ടികയിലാണ് അവതരിപ്പിക്കുക. വൻകിടക്കാരുടെ കയ്യേറ്റങ്ങൾ നിയമനടപടിയിൽനിന്നും രക്ഷപ്പെടുത്തുന്നതിനു സാധാരണക്കാരുടെ കുടിയേറ്റത്തെയും അക്കൂട്ടത്തിൽപ്പെടുത്തേണ്ടത്. ഇതു പ്രശ്നത്തെ വഴിതിരിച്ചുവിടാനുള്ള ബോധപൂർവമായ അടവാണ്.

ലാവ്‌ലിൻ കേസിൽ പിണറായി വിജയനെ സി ബി ഐ പ്രതിയാക്കുന്നതിനു മുമ്പുതന്നെ പ്രതിയെന്ന മട്ടിൽ വാക്കുകൾ പ്രയോഗിച്ച മാധ്യമങ്ങൾ യഥാർഥത്തിൽ പൊതുബോധത്തെ കൃത്രിമമായി സൃഷ്ടിക്കുകയായിരുന്നു. നാലു മുൻ വൈദ്യുതി മന്ത്രിമാരുടെ മൊഴി എടുത്ത സന്ദർഭത്തിൽ ഇത് കുറേക്കൂടി പ്രകടമായിരുന്നു. മൂന്നുപേരുടെ മൊഴിയെടുത്തെന്ന് എഴുതിയ പ്രമുഖപത്രം പിണറായിയെ മാത്രം ചോദ്യം ചെയ്തെന്നാണ് എഴുതിയത്. പിണറായി പ്രതിയാണെന്നും മറ്റുള്ളവരെല്ലാം സാക്ഷികൾ മാത്രമാണെന്നും സാധാരണവായനക്കാരിൽ എത്തിക്കുകയാണ് ഈ പ്രയോഗം വഴി ലക്ഷ്യമിട്ടത്. ഇവർ വരച്ച വരയിൽ സി ബി ഐയും സഞ്ചരിച്ചെന്നത് വേറെ കാര്യം.

അമേരിക്ക ഇറാക്കിനെ ആക്രമിച്ചപ്പോൾ മിക്കവാറും എല്ലാ പത്രങ്ങളും യുദ്ധമെന്നാണ് എഴുതിയത്. യുദ്ധം എന്ന് പ്രയോഗിക്കുമ്പോൾ അമേരിക്കയും ഇറാക്കും സൈന്യങ്ങളോട് കൂടി ഏറ്റുമുട്ടുകയാണെന്ന പ്രതീതിയാവും സൃഷ്ടിക്കുക. അതുകൊണ്ട് *ഗാർഡിയൻ* പോലുള്ള പത്രങ്ങൾ വാർ എന്നല്ല പ്രയോഗിച്ചത്. പകരം ഇൻവാഷൻ, അഗ്രഷൻ എന്നീ വാക്കുകളാണ്. മലയാളത്തിൽ *ദേശാഭിമാനി* അധിനിവേശം, കടന്നാക്രമണം എന്നീ പ്രയോഗങ്ങളാണ് ഉപയോഗിച്ചത്. ഈ രണ്ടു വാക്കുകളിലും ഒരു പ്രതി ഒളിഞ്ഞിരിപ്പുണ്ട്. യുദ്ധം എന്ന വാക്ക് ഇരയെയും വേട്ടക്കാരെയും ഒരുപോലെ കാണുന്ന സാഹചര്യം ഒരുക്കുമ്പോൾ അധിനിവേശം രണ്ടിനെയും വേർതിരിക്കുകയാണ്.

എസ് എഫ് ഐ ഭാരവാഹിയായിരിക്കുമ്പോൾ എഴുതിയ ലേഖനങ്ങൾ സമാഹരിച്ച് പുസ്തകമാക്കിയപ്പോൾ *ആഗോളവൽക്കരണകാലത്തെ ക്യാമ്പസ്* എന്നാണ് പേരിട്ടത്. ഗബ്രിയേൽ ഗാർസ്യ മാർക്കേസിന്റെ *കോളറക്കാലത്തെ പ്രണയം* എന്നതിൽനിന്നായിരുന്നു ആ പേരിലേക്ക് എത്തിയത്– *Love in the times of colora* എന്നതിന്റെ ചുവടുപിടിച്ച് *Campus in the times of globalization* എന്നും കവറിൽ അച്ചടിച്ചു.

അതിനുശേഷം സമാനമായ പല തലക്കെട്ടുകളും വരികയുണ്ടായി. എന്നാൽ, ആഗോളവൽക്കരണമാണോ ആഗോളീകരണമാണോ ശരിയെന്ന തർക്കം ഈ കാലത്ത് ഉയർന്നുവന്നു. വ്യാകരണത്തിൽ കടുംപിടുത്തമുള്ള പത്രം ആഗോളീകരണമാണ് ശരിയെന്ന ശാഠ്യം പിടിച്ചു. ഇവിടെ വ്യാകരണങ്ങൾക്ക് അപ്പുറത്താണ് വാക്കിന്റെ രാഷ്ട്രീയം. ആഗോളീകരണമെന്നു കേൾക്കുമ്പോഴും വായിക്കുമ്പോഴും അതൊരു സ്വാഭാവിക പ്രക്രിയയായേ കാണുകയുള്ളൂ. എന്നാൽ, ആഗോളവൽക്കരണമെന്ന പദം കേൾക്കുമ്പോൾ തന്നെ അത് അടിച്ചേൽപ്പിക്കുന്നതെന്ന ധാരണയുണ്ടാകും. ആ പ്രക്രിയയുടെ ശരിയായ രാഷ്ട്രീയം തിരിച്ചറിയുന്നതിന് ഈ വാക്ക് സഹായിക്കും.

ചിലപ്പോൾ ഒരേ അർഥം തോന്നുന്ന മട്ടിൽ ഉപയോഗിക്കുന്ന വാക്കുകൾ തീർത്തും വ്യത്യസ്തമായ അർഥതലങ്ങളായിരിക്കും സൃഷ്ടിക്കുന്നത്. സമീപകാലത്ത് ഏറ്റവും കൂടുതൽ പ്രയോഗിക്കുന്ന വാക്കാണ് വളർച്ച (Growth). എന്നാൽ വളർച്ച ജനത്തിന് എന്തു ലഭിക്കുമെന്നല്ല വ്യക്തമാക്കുന്നത്. എന്തുണ്ടാക്കുന്നെന്നാണ്. വികസനം (Development) എന്ന വാക്ക് മനുഷ്യന് എന്തു ലഭിക്കുന്നെന്ന അർഥമാണ് കൈമാറുന്നത്. അതുകൊണ്ടാണ് രണ്ടക്ക വളർച്ചാനിരക്കിന്റെ അഭിമാനസന്ദർഭത്തിലും 77 ശതമാനത്തിന്റെ പ്രതിദിന ഉപഭോഗം ഇരുപതു രൂപയിൽ താഴെയാകുന്നത്.

സമ്പത്തിന്റെ കേന്ദ്രീകരണവും പാപ്പരീകരണവും മറച്ചുവയ്ക്കാനാണ് ഈ വാക്കുകളുടെ സമർഥമായ പ്രയോഗത്തിലൂടെ ശ്രമിക്കുന്നത്. വിലക്കയറ്റത്തെ സംബന്ധിച്ച് പാർലമെന്റിൽ നടന്ന പ്രത്യേക ചർച്ചയിൽ മഹാഭൂരിപക്ഷം ജനങ്ങളുടെയും ജീവിത പ്രശ്നങ്ങൾ അവതരിപ്പിക്കപ്പെട്ടു. പ്രസിഡണ്ടിന്റെ നയപ്രഖ്യാപന പ്രസംഗത്തിനുള്ള നന്ദി പ്രമേയം ചർച്ച ചെയ്യുന്നതിനു പകരം വിലക്കയറ്റം ചർച്ച ചെയ്യാൻ നിർബന്ധിതമായത് വിഷയത്തിന്റെ ഗൗരവം വ്യക്തമാക്കി. പാർലമെന്റിന്റെ ഇരു സഭകളിലും ചർച്ച നടന്നതിന്റെ തൊട്ടുപിറ്റേ ദിവസമാണ് ബജറ്റ് അവതരിപ്പിച്ചത്. എന്നാൽ, ഈ ചർച്ചകളിൽ പ്രകടമായ വികാരമൊന്നും പ്രണബ് മുഖർജി പരിഗണിച്ചില്ല. വിലക്കയറ്റംകൊണ്ടു പൊറുതിമുട്ടിയ ജനത്തിനുമേൽ പുതിയ ഭാരം അടിച്ചേൽപ്പിക്കുന്നതിൽ ആഹ്ലാദം പ്രകടിപ്പിക്കുകയായിരുന്നു ധനമന്ത്രി.

വാക്കുപോലെ തന്നെ കണക്കിനുമുണ്ട് രാഷ്ട്രീയം. ശതമാനവും അനുപാതവും മറ്റും സംഭവത്തിന്റെ രൂക്ഷത മറച്ചുവയ്ക്കാൻ സമർഥമായി ഉപയോഗിക്കുകയാണ്. ആദായ നികുതി ഘടനയിൽ വരുത്തിയ മാറ്റം വഴി 26,000 കോടി രൂപയാണ് സർക്കാരിനു നഷ്ടമായത്. ഇക്കാര്യം തുറന്നുസമ്മതിച്ച ധനമന്ത്രി സാധാരണക്കാരുടെ മേൽ ഭാരം അടിച്ചേൽപ്പിക്കുകയായിരുന്നു. പണപ്പെരുപ്പം എന്നതിനോടൊപ്പം ഭക്ഷ്യപണപ്പെരുപ്പം എന്ന പുതിയ വാക്ക് സമീപകാലത്ത് ഇടംതേടിയ പദമാണ്. അസാ

ധാരണമായ രീതിയിൽ ഭക്ഷ്യവസ്തുക്കളെ അടിസ്ഥാനമാക്കിയ പണപ്പെരുപ്പ നിരക്കിലുണ്ടായ മാറ്റമാണ് ഇതിൽ പ്രതിഫലിക്കുന്നത്. വിലക്കയറ്റം എന്ന പരിഭാഷകൊണ്ട് പകരം വയ്ക്കാൻ കഴിയാത്ത വാക്കാണിത്. ലോകത്തെ മഹാഭൂരിപക്ഷം രാജ്യങ്ങളിലും ഉപഭോക്തൃ വിലസൂചികയെ അടിസ്ഥാനമാക്കിയാണ് പണപ്പെരുപ്പം കണക്കാക്കുന്നത്. എന്നാൽ, ഇന്ത്യയിൽ ഇത് മൊത്തവിലസൂചികയെ ആധാരമാക്കിയാണ്. വൻകിട മൊത്തവ്യാപാരസ്ഥാപനങ്ങൾ തമ്മിൽ നടത്തുന്ന കച്ചവടത്തിന്റെ കണക്കുകൾ സാധാരണക്കാർ നൽകേണ്ട വിലയുമായി ഒരു പൊരുത്തവുമുണ്ടാവില്ല.

ധിഷണയുടെ വിഭിന്നമുഖങ്ങൾ

അസാധാരണത്വം നിറഞ്ഞ മരണമായിരുന്നു എം എൻ വിജയന്റേത്. മുറിഞ്ഞുപോയ വാക്കിന്റെ ശൂന്യതയിൽ മരണം കയറിവരുമെന്നത് പെട്ടെന്ന് ഉൾക്കൊള്ളാൻ കഴിയാത്ത അനുഭവമായിരുന്നു. മലയാളിയുടെ പൊതുബോധത്തിൽ രണ്ടരപതിറ്റാണ്ടിലധികമായി വിവിധതലങ്ങളിൽ സ്വാധീനം ചെലുത്തിയ വ്യക്തിയായിരുന്നു അദ്ദേഹം. ലാളിത്യം നിറഞ്ഞ ജീവിതരീതിയും വിനയം നിറഞ്ഞ പെരുമാറ്റവും അദ്ദേഹത്തെ മറ്റുള്ളവരിൽനിന്നു വേർതിരിച്ചുനിർത്തി. അധികാരത്തോടും അംഗീകാരങ്ങളോടും പ്രകടമായ നിസ്സംഗത പുലർത്തിയതും ആ വ്യക്തിത്വത്തിന്റെ സവിശേഷതയായിരുന്നു. ഋഷിതുല്യമായ ഭാവമാണല്ലോയെന്ന് അദ്ദേഹത്തോട് സംസാരിക്കുമ്പോൾ തോന്നിപ്പോകും. നിരവധി വേദികൾ മാഷുമായി ഒന്നിച്ചു പങ്കിടാൻ അവസരം ലഭിച്ചിരുന്നു. ഓർമയിൽ മധുരം നിറഞ്ഞുനിൽക്കുന്ന പൊട്ടുകളായി അവ അവശേഷിക്കുന്നു. ഭ്രമിപ്പിക്കുകയും കുഴയ്ക്കുകയും ചിന്തിപ്പിക്കുകയും ചെയ്യുന്ന സവിശേഷമായ പ്രഭാഷണത്തിനുശേഷം വേദിയിൽ സംസാരിക്കുകയെന്നതും കേൾവിക്കാരെ പിടിച്ചിരുത്തുകയെന്നതും ബുദ്ധിമുട്ടേറിയ ദൗത്യമായിരുന്നു. ഒന്നിച്ചുള്ള യാത്രകളിൽ ആഴത്തിലുള്ള ചർച്ചകൾക്ക് അവസരങ്ങൾ കുറവായിരുന്നു. പലപ്പോഴും ഉന്നയിക്കുന്ന വാദങ്ങളെ സ്നേഹം നിറഞ്ഞ പുഞ്ചിരികൊണ്ട് നേരിടും. മറുചോദ്യങ്ങൾ അപ്രസക്തമാക്കുംവിധം അസാധാരണമായ വശ്യതയുണ്ടായിരുന്നു മാഷിന്റെ പുഞ്ചിരിക്ക്. മരണത്തെ തൊട്ടുമുമ്പിൽ കണ്ടപ്പോഴും അതുണ്ടായി.

കേരളത്തിൽ പ്രഭാഷണത്തിനായി മാഷ് ചെന്നെത്താ ഇടങ്ങൾ കുറവായിരിക്കും. വലിയ ഓഡിറ്റോറിയങ്ങളിലെ നിറഞ്ഞ സദസിലും തെരുവിലെ പൊതുയോഗത്തിലും ഒരേപോലെ ആൾക്കൂട്ടത്തോട് സംവദിച്ചു

കൊണ്ടിരുന്നു. യോഗം തുടങ്ങാൻ വൈകുന്നതൊന്നും അദ്ദേഹത്തെ അസ്വസ്ഥമാക്കിയിരുന്നില്ല. എങ്കിലും കൃത്യനിഷ്ഠ പാലിച്ചിരുന്നു. ഒരിക്കൽ എന്റെ നാട്ടിൽ ഒരു യോഗത്തിനു നേരത്തെ എത്തിയ മാഷ് തുടങ്ങാൻ വൈകുമെന്നറിഞ്ഞപ്പോൾ വീട്ടിലേക്ക് വരികയും കുറഞ്ഞ നേരം കൊണ്ട് എല്ലാവരുടെയും സ്നേഹം പിടിച്ചുപറ്റുകയും ചെയ്തു. പരിചയപ്പെടുന്നവരുടെ മനസിൽ തന്റേതായ ഇടം നേടാൻ അദ്ദേഹത്തിനു കഴിഞ്ഞിരുന്നു. എന്നാൽ എവിടെയായിരുന്നു നമ്മുടെ സമൂഹത്തിൽ അദ്ദേഹത്തിന്റെ ശരിയായ ഇടം? സാഹിത്യവിമർശത്തിൽ മൗലികമായ കാൽപ്പാടുകൾ പതിപ്പിക്കാൻ അദ്ദേഹത്തിനു കഴിഞ്ഞു. പ്രഭാഷകൻ എന്ന നിലയിലും സാമൂഹ്യ, രാഷ്ട്രീയ ചിന്തകൻ എന്ന നിലയിലും സവിശേഷമായ സ്ഥാനം വിജയൻ മാഷിനുണ്ടായിരുന്നു.

2001ലെ നിയമസഭാതിരഞ്ഞെടുപ്പിൽ ഞാൻ മത്സരിക്കുമ്പോൾ പല തിരഞ്ഞെടുപ്പ് യോഗങ്ങളിലും മാഷ് പങ്കെടുത്തിരുന്നു. അന്നു സാംസ്കാരികനായകരുടെ പേരിൽ പുറത്തിറക്കിയ പ്രസ്താവനയിലെ മാഷുടെ വാക്കുകൾ ഇപ്പോഴും ഓർക്കുന്നുണ്ട്. വിയോജിക്കുമ്പോഴും ആദരവോടെ വിയോജിക്കുന്നവൻ' എന്ന വാക്കുകൾ മരണത്തിലേക്ക് നടന്നുപോയ മാഷിനെ അനുസ്മരിക്കുമ്പോഴും എനിക്ക് ദിശാബോധം പകർന്നു നൽകുന്നുണ്ട്. 1930 മുതൽ 2007 വരെയുള്ള മനുഷ്യജീവിതത്തിന്റെ കേവലമായ ഒരു പേരുമാത്രമല്ല മലയാളിക്കും ചരിത്രത്തിനും പ്രൊഫസർ എം എൻ വിജയൻ. അദ്ദേഹത്തിൻെറ വശ്യമായ പുഞ്ചിരിയുടെയും ലളിതമായ ജീവിതരീതിയുടെയും തനിക്കു ശരിയെന്നു തോന്നുന്ന നിലപാടിൽ ഉറച്ചുനിൽക്കുമ്പോൾ കാണിക്കുന്ന പോർവീര്യത്തിന്റെയും തിളങ്ങുന്ന ചിത്രമല്ല ചരിത്രം വിലയിരുത്തലിന് അടിസ്ഥാനമാകുന്നത്.

സാഹിത്യത്തെയും സാഹിത്യകാരന്മാരെയും വിലയിരുത്തുമ്പോൾ സ്വീകരിക്കുന്ന മാർക്സിസ്റ്റ് സമീപനം ഇവിടെയും പ്രസക്തമാണ്. മാർക്സ് ബൽസാക്കിനെ വിലയിരുത്തിയത് അദ്ദേഹത്തിന്റെ വ്യക്തി ജീവിതത്തിന്റെ അടിസ്ഥാനത്തിലല്ല. കൃതികളുടെ അടിസ്ഥാനത്തിലാണ്. ടോൾസ്റ്റോയിയെ 'റഷ്യൻ വിപ്ലവത്തിന്റെ കണ്ണാടി' യെന്ന് ലെനിൻ വിശേഷിപ്പിച്ചത് അദ്ദേഹത്തിന്റെ കൃതികൾ അന്നത്തെ സമൂഹത്തിന്റെ ജീവനുള്ള അവസ്ഥകളെ സത്യസന്ധമായി പ്രതിഫലിപ്പിച്ചുവെന്നതിന്റെ അടിസ്ഥാനത്തിലാണ്. യാഥാസ്ഥിതികനായ അദ്ദേഹത്തിന്റെ വ്യക്തി ജീവിതത്തിന്റെ അടിസ്ഥാനത്തിലായിരുന്നില്ല വിലയിരുത്തൽ. ബോധപൂർവമല്ലാതെയും സാഹിത്യത്തിൽ പുരോഗമനത്തിന്റെ കത്തുന്ന അടയാളങ്ങൾ കണ്ടെത്താൻ കഴിയുമെന്ന പാഠം പെരുമ്പാവൂർ രേഖയിലൂടെ വിജയൻമാസ്റ്റർ അധ്യക്ഷനായ പുരോഗമനകലാസാഹിത്യസംഘവും അംഗീകരിച്ചിരുന്നു. നിരൂപകനായ മാഷെ നമ്മൾ വിലയിരുത്തുന്നതിൽ അദ്ദേഹത്തിൻെറ കൃതികൾ പ്രധാന പങ്കുവഹിക്കും. സാംസ്കാരികവും രാഷ്ട്രീയവുമായി മാഷ് നടത്തിയ ഇടപെടലുകൾ വിലയിരുത്തുന്നത് സവിശേഷ സന്ദർഭങ്ങളിൽ സ്വീകരിച്ച നിലപാടുകളുടെ അടി

സ്ഥാനത്തിലാണ്. ഏതൊരു വ്യക്തിയെ സംബന്ധിച്ച വിലയിരുത്തലും ശാസ്ത്രീയമാകുന്നത് ഈ രീതിശാസ്ത്രം പിന്തുടരുമ്പോഴാണ്.

എം എൻ വിജയൻ എന്ന വ്യക്തിയെ വിശാലാർഥത്തിലുള്ള വിഭജനത്തിൽ മൂന്നു ഘട്ടങ്ങളായെങ്കിലും വിലയിരുത്തേണ്ടിവരും. വിദ്യാർഥി ജീവിതകാലത്തും മറ്റും പുരോഗമനചിന്ത മനസിൽ സൂക്ഷിച്ചിരുന്നുവെന്ന് സമീപകാല രചനകളിൽ കാണാമെങ്കിലും അങ്ങനെയൊരു സന്ദർഭം ആരും സാക്ഷ്യപ്പെടുത്തുന്നില്ല. സുകുമാർ അഴീക്കോടും എം കെ സാനുവും അനുസ്മരിച്ചപ്പോൾ അയവിറക്കിയ പഴയകാല ബന്ധങ്ങളുടെ ഓർമകളിലും പുരോഗമന ചിന്തയുള്ള ചെറുപ്പക്കാരനെ കാണാൻ കഴിയില്ല. സാഹിത്യവിമർശനത്തിൽ തന്റേതായ ഇടം കണ്ടെത്താൻ ഒരു പരിധിവരെ അധ്യാപകനായിരുന്ന വിജയൻമാസ്റ്റർക്ക് കഴിഞ്ഞിരുന്നു. എന്നാൽ ഈ വിമർശമൊന്നും മാർക്സിയൻ സൗന്ദര്യശാസ്ത്രത്തിന്റെ ഉപകരണങ്ങൾ ഉപയോഗിച്ചാണെന്ന് ആരും ഇതുവരെ അവകാശപ്പെട്ടിട്ടില്ല. ഫ്രോയിഡിന്റെ മനോവിശ്ലേഷണ സിദ്ധാന്തം മലയാളത്തിലേക്ക് കൊണ്ടുവന്നുവെന്നതാണ് അദ്ദേഹത്തിന്റെ സവിശേഷത. കേസരി ബാലകൃഷ്ണപിള്ള ആരംഭിച്ച ഈ വിമർശനരീതി ശക്തിപ്പെടുത്തി മുന്നോട്ടുകൊണ്ടുപോയെന്നു പറയുന്നതായിരിക്കും ശരി. എന്നാൽ ഫ്രോയിഡിനുശേഷം മനഃശാസ്ത്രത്തിലുണ്ടായ വൻകുതിച്ചുചാട്ടങ്ങളോട് അദ്ദേഹം അകലം പാലിച്ചു. ആധുനിക മനഃശാസ്ത്രജ്ഞന്മാർ ഫ്രോയിഡിന്റെ ചിന്തയുടെ അടിത്തറ തകർത്തതൊന്നും അദ്ദേഹം അറിഞ്ഞ മട്ട് നടിച്ചില്ല. ഇന്ത്യാ ചരിത്രത്തിലെ പ്രധാനപ്പെട്ട രണ്ടു ഘട്ടങ്ങൾ ഈ കാലയളവിലുണ്ടായെന്നതും പ്രസക്തം. ആദ്യം വിദ്യാർഥിയായിരുന്ന വിജയൻ കണ്ട സ്വാതന്ത്ര്യസമരവും പിന്നീട് അധ്യാപകനായ വിജയൻ മാസ്റ്റർ തിരിച്ചറിഞ്ഞു കണ്ട അടിയന്തരാവസ്ഥയും. ഈ രണ്ടു ഘട്ടങ്ങളിലും തന്റെ ചിന്തയുടെ മണ്ഡലത്തെ അന്നത്തെ കത്തുന്ന അന്തരീക്ഷങ്ങൾ സ്വാധീനിച്ചതായി കാണാൻ കഴിയില്ല.

ചിതയിലെ വെളിച്ചം എന്ന കൃതിയിൽ പുരോഗമന കലാസാഹിത്യസംഘത്തിന്റെ മരണം പ്രവചിച്ചത് ഈ കാലയളവിലെ വിജയൻ മാസ്റ്ററാണ്. കേസരിയെയും ചങ്ങമ്പുഴയെയും ഒക്കെ മനസിലാക്കാൻ കഴിയാതെ ശാശ്വത മൂല്യത്തിൽ തലകുത്തി വീണുപോയവരാണ് പുരോഗമന കലാസാഹിത്യസംഘമെന്നും ഈ ഘട്ടത്തിൽ അഭിപ്രായപ്പെടുകയുണ്ടായി. എന്നാൽ സാഹിത്യത്തെ ഗൗരവമായി സമീപിക്കുന്ന ഒരു ചെറുവിഭാഗത്തിന്റെ ശ്രദ്ധയിൽ മാത്രം ഗൗരവമായ ഇടം തേടാനേ ഈ ഘട്ടത്തിൽ കഴിഞ്ഞിരുന്നുള്ളു.

അദ്ദേഹത്തിന്റെ ധൈഷണിക ജീവിതത്തിന്റെ രണ്ടാംഘട്ടം താൻ മരണം പ്രവചിച്ച പുരോഗമന സാഹിത്യവുമായി ബന്ധപ്പെട്ടുള്ളതായിരുന്നു. എൺപതുകളോടെ ചെറു സാഹിത്യ സദസുകളിൽനിന്ന് ജനക്കൂട്ടങ്ങളിലേക്ക് അദ്ദേഹം ഉയർന്നു/ ഇറങ്ങി വന്നു. സാഹിത്യവും രാഷ്ട്രീയവും മനഃശാസ്ത്രവുമൊക്കെ ഇഴുകിച്ചേർന്ന പ്രഭാഷണങ്ങൾ ജനതയെ

വിസ്മയിപ്പിച്ചു. കേവലയുക്തിയുടെ യാന്ത്രിക വ്യാഖ്യാനങ്ങളെവരെ കാൽപ്പനികഭാവത്തോടെ അവതരിപ്പിക്കാൻ കഴിഞ്ഞ വൈഭവം സദസുകളെ ആകർഷിച്ചു. പുരോഗമനകലാസാഹിത്യസംഘത്തിന്റെ അധ്യക്ഷസ്ഥാനത്തേക്ക് ഉയർന്ന അദ്ദേഹം ഇടതുപക്ഷത്തിന്റെ ധൈഷണിക മുഖമായി മാറി. സി പി ഐ എമ്മിനുനേരെ എതിരാളികൾ ആയുധങ്ങൾ മൂർച്ചകൂട്ടിയ സന്ദർഭത്തിൽ സ്വാഭാവിക യുക്തിയുടെ ചോദ്യങ്ങൾ ഉയർത്തിപ്പോലും മാഷ് പ്രതിരോധത്തിന്റെ മഹാദുർഗങ്ങൾ തീർത്തു. പറശ്ശിനിക്കടവ് പാമ്പുപാർക്ക് സംഭവത്തിൽ മനുഷ്യന്റെ പ്രാധാന്യം ഉയർത്തിപ്പിടിച്ച് നടത്തിയ വ്യാഖ്യാനം എതിരാളികളുടെ വായടച്ചു. ഇപ്പോൾ അദ്ദേഹത്തെ കൊണ്ടാടുന്ന മാധ്യമങ്ങൾ പരിഹാസത്തിന്റെ കൂരമ്പുകളാണ് അന്നയച്ചത്. കെ ടി ജയകൃഷ്ണന്റെ വധം നടന്ന സന്ദർഭത്തിലും സമാനമായ ഇടപെടൽ നടത്താൻ അദ്ദേഹം തയാറായി. കണ്ണൂരിൽ സി പി ഐ എമ്മിനുനേരെ നടക്കുന്ന ആക്രമണങ്ങളുടെ യഥാർഥമുഖവും തന്റേതായ രീതിയിൽ അദ്ദേഹം വ്യാഖ്യാനിച്ചു. ആശയ രാഷ്ട്രീയ പോരാട്ടത്തിൽ ഉറച്ചുനിൽക്കാൻ ഈ ഇടപെടലുകൾ ഇടതുപക്ഷത്തെ കുറച്ചൊന്നുമല്ല സഹായിച്ചത്.

എന്നാൽ ഈ ഘട്ടത്തിലും മാഷ് സ്വീകരിച്ച രീതിശാസ്ത്രം മാർക്സിസമല്ലെന്ന കാര്യം പ്രത്യേകം കാണേണ്ടതുണ്ട്. എന്നാൽ അദ്ദേഹത്തിന്റെ പ്രഭാഷണങ്ങൾ എതിരാളികളുടെ വാദമുഖങ്ങളെ പിച്ചിച്ചീന്തുന്ന സന്ദർഭത്തിൽ ഇത്തരം വിശകലനങ്ങൾക്ക് ആരും മുതിരുകയില്ലല്ലോ. വാക്കുകളുടെ കുലംകുത്തിപ്പാച്ചിലായിരുന്നു മാഷുടെ പ്രഭാഷണങ്ങൾ. പതിഞ്ഞ ശബ്ദത്തിൽ ശക്തമായ തുടക്കത്തോടെ ശ്രോതാവിനെ തന്നിലേക്ക് വലിച്ചടുപ്പിക്കാൻ കഴിഞ്ഞിരുന്നു. പലതും മനസിലാകാതിരുന്നവരും തങ്ങൾക്കുവേണ്ടിയാണ് ഈ മനുഷ്യൻ വാക്കുകളുടെ വിസ്മയം തീർക്കുന്നതെന്ന് തിരിച്ചറിഞ്ഞിരുന്നു. വ്യക്തി പ്രസ്ഥാനത്തിനു കീഴ്പ്പെടണമെന്ന കാഴ്ചപ്പാട് അഭിമുഖങ്ങളിൽ മാഷ് എടുത്തുപറഞ്ഞു. 'സംഘടനയിൽ ചേരുന്നതിനുമുമ്പുള്ള വ്യക്തിത്വം വെറും ധാരണയാണ്. ഒരു ഗ്രൂപ്പിന്റെ വ്യക്തിത്വം ഒരു കുടുംബത്തിന്റെ വ്യക്തിത്വം, ഇതെല്ലാം ചേർന്നാണ് വ്യക്തിയുടെ വ്യക്തിത്വം രൂപപ്പെടുന്നത്. സംഘടനയിൽ ചേരുന്നതിനു മുമ്പുള്ളതിനെ വ്യക്തിത്വമെന്നും അതിനു ശേഷമുള്ളതിനെ വ്യക്തിനാശമെന്നും പറയുന്ന ഒരു തെറ്റായ രീതി നമുക്കുണ്ട്. അഡ്ജസ്റ്റ്മെന്റുകളാണ് വാസ്തവത്തിൽ സംഘടനയും ചെയ്യുന്നത്.' പുരോഗമന പ്രസ്ഥാനത്തിനു സാഹിത്യമണ്ഡലത്തിൽ നിർവഹിക്കാനുള്ള പങ്കും അദ്ദേഹം എടുത്തുപറഞ്ഞു. ചിന്തിക്കുന്ന ചെറുപ്പക്കാരിൽ ഒരു വിഭാഗത്തെ തന്നിലേക്കും അതുവഴി പുരോഗമന പ്രസ്ഥാനത്തിലേക്കും ആകർഷിക്കാൻ അദ്ദേഹത്തിന്റെ പ്രഭാഷണങ്ങൾക്ക് കഴിഞ്ഞിരുന്നു. എന്നാൽ ഈ ഘട്ടത്തിലും കമ്യൂണിസ്റ്റ് പാർട്ടി അംഗമാകാൻ തയാറായിരുന്നില്ല.

ഇടതുപക്ഷപ്രസ്ഥാനവുമായി ഇടഞ്ഞുനിന്നതാണ് മൂന്നാമത്തെ

ഘട്ടം. പുരോഗമന സാഹിത്യത്തിന്റെ മരണം ആദ്യം പ്രവചിക്കുകയും പിന്നീട് അതിന്റെ നേതൃത്വത്തിൽ പ്രവർത്തിക്കുകയും ചെയ്തയാൾ പുരോഗമന കലാസാഹിത്യസംഘം മുങ്ങുന്ന കപ്പലാണെന്ന് പരസ്യമായി പ്രഖ്യാപിച്ചു. മുങ്ങുന്ന കപ്പലിൽനിന്നും സാധാരണഗതിയിൽ ക്യാപ്റ്റൻ അവസാനമാണ് രക്ഷപ്പെടുന്നതെങ്കിൽ ഈ ക്യാപ്റ്റൻ പ്രഖ്യാപനം നടത്തി ആദ്യം തന്നെ ചാടി പുറത്തിറങ്ങി. അദ്ദേഹത്തിന്റെ ആദ്യത്തെയും അവസാനത്തെയും പ്രവചനങ്ങളെ അതിജീവിച്ച് സംഘം മുന്നോട്ടു പോയിക്കൊണ്ടിരിക്കുന്നുവെന്നത് വേറെ കാര്യം. മാഷുടെ പു ക സ വിരുദ്ധ നിലപാട് വികസിച്ച് കടുത്ത പാർട്ടി ശത്രുതയിലേക്ക് വളർന്നു. വിജയൻ മാസ്റ്ററുടെ ആദ്യകാല പുരോഗമന വിരുദ്ധനിലപാടുകൾ പിന്നീട് അദ്ദേഹം പുരോഗമനപ്രസ്ഥാനത്തിനു നൽകിയ സംഭാവനകൾ കാണാതിരിക്കുന്നതിനു തടസമല്ലെന്നതുപോലെ പു ക സയുടെയും *ദേശാഭിമാനി* വാരികയുടെയും നേതൃത്വത്തിലിരുന്ന് അദ്ദേഹം നൽകിയ നിസ്തുലമായ സംഭാവനകൾ പിന്നീട് അദ്ദേഹം ചെയ്ത പുരോഗമന വിരുദ്ധപ്രവർത്തനങ്ങളെ തള്ളിപ്പറയുന്നതിനും തടസമായിക്കൂട.

അദ്ദേഹം നൽകിയ സംഭാവനകളെ വിലമതിച്ചാണ് പാർട്ടിവിരുദ്ധവാർത്തകൾ നിർമിച്ചുവിടുന്ന പ്രസിദ്ധീകരണത്തിന്റെ പത്രാധിപത്യം വഹിച്ചുകൊണ്ടുതന്നെ *ദേശാഭിമാനി* വാരികയുടെ പത്രാധിപരായി തുടരാൻ പാർട്ടി മാഷെ അനുവദിച്ചത്. കടുത്ത പാർട്ടിവിരുദ്ധനിലപാടുകൾ തുടർച്ചയായി സ്വീകരിച്ച ഘട്ടത്തിൽ പാർട്ടിയെ സംരക്ഷിക്കുകയെന്ന ഉത്തരവാദിത്വം നിർവഹിക്കുന്നതിന്റെ ഭാഗമായി മാത്രമാണ് അദ്ദേഹത്തിനെതിരെ പരസ്യവിമർശനത്തിനു പാർട്ടി നേതൃത്വം തുനിഞ്ഞത്. എം എ ബേബി ഒരു അഭിമുഖത്തിൽ ചൂണ്ടിക്കാട്ടിയതുപോലെ വിജയൻമാഷ് പാർട്ടിക്ക് അനഭിമതനാവുകയല്ല ചെയ്തത്. പാർട്ടി വിജയൻമാഷിന് അനഭിമതമാവുകയാണ് ചെയ്തത്. എന്നാൽ ഈ ഘട്ടത്തിലും അദ്ദേഹത്തെ പ്രസ്ഥാനത്തിനു നഷ്ടമാകാതിരിക്കാൻ ആകുംവിധമുള്ള ഇടപെടലുകളെല്ലാം പാർട്ടിനേതൃത്വം നടത്തുകയും ചെയ്തു. എന്നാൽ തെറ്റായ ചിന്തകളിൽ കുരുങ്ങിക്കിടന്ന അദ്ദേഹം മോചിതനാകാൻ കഴിയാത്തിവിധം അതിൽ ആണ്ടുപോയിരുന്നു.

പാർട്ടിയുമായി ബന്ധം വിച്ഛേദിക്കപ്പെട്ടശേഷം കുറച്ചുകാലം അദ്ദേഹം തന്റെ ആക്രമണം തുടർന്നുകൊണ്ടേയിരുന്നു. 'പാർട്ടിയുണ്ടാകും. ജനമുണ്ടാകില്ലെന്നു പ്രവചിച്ച മാഷിനു വൻ ജനപിന്തുണയോടെ പാർട്ടി അധികാരത്തിൽവരുന്നതിനു സാക്ഷ്യം വഹിക്കേണ്ടിവന്നു. വിജയൻമാഷുടെ പഴയവാക്കുകൾ അദ്ദേഹം തുടർച്ചയായി തിരുത്തിക്കൊണ്ടിരുന്നു. 'ജനങ്ങളുടെ ഇച്ഛയെ പ്ലാനിങ്ങിന്റെ ഭാഗമായി മാറ്റിത്തീർക്കുക എന്നതാണ് ജനകീയാസൂത്രണത്തിന്റെ ലക്ഷ്യം... ഏതാനും ആളുകൾ മുകളിൽനിന്നു വിതരണം ചെയ്യുന്ന ഒന്നല്ല വികസനം. നാം ആഗ്രഹിക്കുന്ന ഒരു ജീവിതം ഉണ്ടാക്കിയെടുക്കാനുള്ള ശ്രമമാണ് വികസനം.

അതിനു ജനകീയപങ്കാളിത്തം വേണം.... അമ്മി വയ്ക്കേണ്ടത് എവിടെയാണ് ഉലക്ക വയ്ക്കേണ്ടത് എവിടെയാണ് എന്ന് പറയേണ്ടത് ആർക്കിടെക്ടല്ല, വീട്ടമ്മയാണ് എന്നു പറഞ്ഞ മാഷ് ജനകീയാസൂത്രണത്തിനും ജനപങ്കാളിത്തത്തിനുമെതിരെ, പലപ്പോഴും വ്യക്തിതലങ്ങളിലേക്ക് തരംതാഴുംവിധം ആക്രമണം നടത്തി. ഇന്റർനെറ്റിൽ ഗൂഗിളിന്റെ എർത്തിൽ കയറിയാൽ ഏതു ഗ്രാമത്തിന്റെയും ഭൂപടം മൗസിലെ ഒരു ക്ലിക്കിൽ ലഭ്യമാകുന്ന കാലത്ത് ഭൂപടമോഷണത്തിൻെറ ആരോപണം ഉയർത്തുന്നവരെപ്പോലും മാഷ് പിന്തുണയ്ക്കാൻ തുടങ്ങി. ലോകത്തു നടക്കുന്ന മാറ്റങ്ങൾ കണ്ടില്ലെന്നു നടിച്ച അദ്ദേഹത്തിന്റെ പഴയവാക്കുകൾ വിപരീതാർഥങ്ങൾ ഉൽപ്പാദിപ്പിച്ചു.

> നമ്മളിങ്ങനെ സമരം ചെയ്തുകൊണ്ടിരിക്കുമ്പോൾ നമ്മുടെ വിചാരം ലോകത്ത് വേറെയൊന്നുമുണ്ടാവില്ലെന്നാണ്. പത്തുകൊല്ലം സമരം ചെയ്യുമ്പോൾ ആ പത്തുകൊല്ലവും ലോകം മാറിക്കൊണ്ടിരിക്കും. ഇതു നമ്മൾ പ്രതീക്ഷിക്കാത്തതാണ്. വർഗശത്രുവും ഞാനും മാത്രമേ ലോകത്തുള്ളൂ എന്നു വിചാരിച്ച് യുദ്ധം ചെയ്യുമ്പോൾ നിരാശ വരും. അതു പലതരത്തിലാണ് ആളുകളെ ബാധിക്കുന്നത്. ചിലർ ചാവും. ചിലർ സന്ന്യാസിയാകും. ചിലർ വലതുപക്ഷത്തേക്ക് പോകും. ചിലർക്ക് ഭ്രാന്തുപിടിക്കും. കാരണം പോയിന്റഡ് ആയിപ്പോകുന്ന ഒരു പ്രസ്ഥാനത്തിനു ജയിക്കാൻ കഴിയില്ലെന്ന തോന്നലാണ്.

ഈ തോന്നൽ മാഷെ വലതുപക്ഷത്താണ് എത്തിച്ചത്.

തന്റേതായ ആശയങ്ങൾ വച്ചുപുലർത്താനും പ്രചരിപ്പിക്കാനുമുള്ള അദ്ദേഹത്തിന്റെ അവകാശം കമ്യൂണിസ്റ്റ് പാർട്ടി അംഗീകരിക്കുകയും ചെയ്തു. അതേസമയം അദ്ദേഹം പ്രകടിപ്പിച്ച അഭിപ്രായങ്ങളുടെ മാർക്സിസ്റ്റ് വിരുദ്ധത തുറന്നുകാണിക്കേണ്ട ഉത്തരവാദിത്വം പാർട്ടി നിർവഹിക്കുകയുംചെയ്തു. പ്രസ്ഥാനത്തിനു നൽകിയ സംഭാവനകൾക്കാണോ അതിനുശേഷം നടത്തിയ വിരുദ്ധപ്രവർത്തനങ്ങൾക്കാണോ ചരിത്രത്തിന്റെ തുലാസിൽ കൂടുതൽ തൂക്കമെന്നത് കാലം വിലയിരുത്തേണ്ടതാണ്. തനിക്കു ശരിയെന്നു തോന്നുന്ന അഭിപ്രായത്തിനുവേണ്ടി അവസാനശ്വാസംവരെയും നിലയുറപ്പിച്ചുവെന്നത് അദ്ദേഹത്തിന്റെ വ്യക്തിത്വത്തിന്റെ പ്രത്യേകതകളാണ്. തനിക്കുശരിയെന്നു തോന്നുന്ന ആശയങ്ങൾക്കൊപ്പം നിലയുറപ്പിച്ചവർക്കൊപ്പം ശാരീരികാവശതകളെ വകവയ്ക്കാതെ പത്രസമ്മേളനം നടത്താൻ തുനിഞ്ഞതും വിശ്വസിക്കുന്നവരുടെ നിർബന്ധങ്ങൾ നിരസിക്കാൻ വയ്യാത്ത സ്വഭാവത്തിന്റെ ഭാഗമാണ്. വലതുപക്ഷത്തുനിന്ന് ഇടതുപക്ഷത്തേക്ക് വന്ന ഗാന്ധിയൻ കുടിയായ തായാട്ടിന് ഒരിക്കലും പരിഗണന നൽകാത്ത മുഖ്യധാരാമാധ്യമങ്ങൾക്ക് വിജയൻ മാസ്റ്റർ പ്രിയങ്കരനായത് അദ്ദേഹം വലതുപക്ഷത്തേക്ക് ചാഞ്ഞപ്പോൾ മാത്രമാണ്.

കുറെക്കാലം കേരളീയ പൊതുമണ്ഡലത്തെ സജീവമാക്കിയ വ്യക്തിയെയാണ് വിജയൻ മാസ്റ്ററുടെ നിര്യാണത്തിലൂടെ നഷ്ടമായത്. ശക്തമായ വിയോജിപ്പുകൾ ഉണ്ടായപ്പോഴും അദ്ദേഹത്തെ പലരും ആദരിച്ചിരുന്നത് വ്യക്തിത്വത്തിന്റെ സവിശേഷതകളാലാണ്. അങ്ങനെയുള്ള ജീവിതങ്ങൾ നമ്മുടെ പൊതുമണ്ഡലത്തിന്റെ ഗൗരവമായ വികാസത്തിന് ആവശ്യമായ മുന്നുപാധിയാണ്. ജൈവബുദ്ധിജീവിയെന്നുവരെ വിശേഷിപ്പിക്കപ്പെട്ട വിജയൻമാസ്റ്ററുടെ വിവിധ ഘട്ടങ്ങളിലെ വ്യത്യസ്ത നിലപാടുകളെ സ്വാധീനിച്ച പൊതുഘടകമെന്നത് വികാരമാണെന്ന് പ്രാഥമികമായ വിലയിരുത്തലിനുപോലും കണ്ടെത്താൻ കഴിയും. അതിവികാരത്തിനു വിധേയമായ ഘട്ടം മുതൽ നിഷേധാത്മക വിമർശമാണ് അദ്ദേഹം നടത്തിയതെന്നതും സ്മരണീയം. യോജിപ്പിന്റെയും വിയോജിപ്പിന്റെയും തലങ്ങൾ തേടുന്നത് ആ വ്യക്തിയെ ശരിയായി ഉൾക്കൊള്ളാൻ ആവശ്യമാണ്. അതാണ് വിജയൻമാഷ് അടയാളപ്പെടുത്തിയതും. "എതിർപ്പില്ലെങ്കിൽ നിങ്ങളും നിർവചിക്കപ്പെടുന്നില്ല. നിങ്ങളുടെ ശത്രുവും നിർവചിക്കപ്പെടുന്നില്ല. അതായത് ഒരു വെളുത്ത കടലാസിൽ കറുത്ത വര വരയ്ക്കുമ്പോഴെ ഒരു ഡ്രോയിങ് ഉണ്ടാവുന്നുള്ളു. കറുത്ത കടലാസിൽ വെളുത്തവരയെന്ന പോലെ. You are defined by your negative."

ചരിത്രവും വ്യക്തിയും

താജ്മഹൽ നിർമിച്ചതാരാണ്? എന്ന ആരായൽ ചരിത്രനിർമാണത്തെക്കുറിച്ചുള്ള വ്യത്യസ്തരീതികളെ സംബന്ധിച്ച മൗലിക പ്രശ്നം അവതരിപ്പിക്കുന്ന ലളിതചോദ്യമാണ്. 'ഷാജഹാൻ' എന്ന ഉത്തരം പാഠപുസ്തകങ്ങൾ നൽകുമ്പോൾ കല്ലുചുമന്നതാരാണെന്ന ചോദ്യം അവരെ കുഴക്കിക്കൊണ്ട് ഉയർത്തിയത് ശാസ്ത്രീയചിന്തയുടെ വക്താക്കളാണ്. മണ്ണും കല്ലും ചുമന്നവർ ചരിത്രത്തിൻെറ പിന്നാമ്പുറങ്ങളിലേക്ക് വലിച്ചെറിയപ്പെടുകയും ചരിത്രത്തെ വ്യക്തിയിലേക്ക് ചുരുക്കുകയും ചെയ്യുന്ന ചിന്തയ്ക്കെതിരായ സമരത്തിൽനിന്നാണ് ചരിത്രപരമായ ഭൗതികവാദം വികസിച്ചുവന്നത്. ചരിത്രനിർമാണത്തിൽ വ്യക്തി വഹിക്കുന്ന പങ്ക് ആഴത്തിലുള്ള വിശകലനത്തിനു വിധേയമാക്കേണ്ട സന്ദർഭമാണിത്. ചക്രവർത്തിമാരാണ് ചരിത്രനിർമാതാക്കൾ എന്ന പഴയപാഠത്തെ അനുസ്മരിപ്പിക്കുന്ന പുതിയ വാദങ്ങൾ മാധ്യമങ്ങളും മറ്റും നിരന്തരം നിരത്തിക്കൊണ്ടിരിക്കുമ്പോൾ പ്രത്യേകിച്ചും. മാർക്സിസത്തിന്റെ കറകളഞ്ഞ വക്താക്കളാണെന്നും വെള്ളംചേർക്കാത്ത വിപ്ലവകാരികളാണെന്നും സ്വയം പ്രഖ്യാപിച്ചുകൊണ്ടിരിക്കുന്നവരാണ് വ്യക്തിവാദത്തിന്റെ പതാകവാഹകരായി നിൽക്കുന്നതെന്നത് പരിഹാസ്യമാണ്. കേരളത്തിൽ 2006 ൽ എൽ ഡി എഫ് നേടിയ വിജയം ചരിത്രവിജയമാണെന്ന കാര്യത്തിൽ ആർക്കും തർക്കമില്ല. ഈ വിജയം വി എസ് എന്ന വ്യക്തിയുടെ വിജയമാണെന്നും പാർട്ടി അത് തട്ടിയെടുക്കുകയാണെന്നും ഇക്കൂട്ടർ വാദിക്കുന്നു. തീവ്ര വ്യക്തിവാദ വക്താക്കൾ പാർട്ടിയെ പിണറായി വിജയനെന്ന വ്യക്തിയിലേക്ക് ചുരുക്കിക്കെട്ടുകയും ചെയ്യുന്നു. ഈ വിജയം വി എസിനു മാത്രമാണെന്നു പ്രചരിപ്പിക്കുന്നവർ മറച്ചുവയ്ക്കപ്പെട്ട അജണ്ടയുടെ പ്രയോഗമാണ് നടത്തുന്നത്.

മാർക്സിസ്റ്റ് ധാരണയനുസരിച്ച് ഏതൊരു സംഭവത്തിലും രണ്ടു ഘടകങ്ങളുണ്ടായിരിക്കും. വസ്തുനിഷ്ഠഘടകവും ആത്മനിഷ്ഠ ഘടകവും. ഇടതുപക്ഷത്തിന്റെ വിജയത്തിലും ഇവ പ്രസക്തമാണ്. വസ്തുനിഷ്ഠഘടകം കേരളത്തിൽമാത്രം ഒതുങ്ങുന്ന ഒന്നല്ല. സാർവദേശീയമായ സാഹചര്യവും അതിൽപ്പെടും. സാമ്രാജ്യത്വത്തിന്റെ മാറുന്ന സ്വഭാവവും ആഗോളവൽക്കരണത്തിനെതിരെ ഉയർന്നുവരുന്ന സമരങ്ങളും അവയുടെ രാഷ്ട്രീയവിജയവും തുടങ്ങി ഇറാനെതിരായ നീക്കം വരെ ഇതിൽപ്പെടും. കേരളത്തിലെ ജനങ്ങളിൽ ഈ ഘടകങ്ങൾ ഏറിയും കുറഞ്ഞും സ്വാധീനം ചെലുത്തിയിട്ടുണ്ട്. രാജ്യത്തിനകത്തെ സ്ഥിതിഗതികളും പ്രധാനമായിരുന്നു. ഇന്ത്യൻ രാഷ്ട്രീയത്തിൽ നിർണായക സന്ദർഭങ്ങളിൽ ഇടതുപക്ഷം നടത്തുന്ന ഇടപെടലുകൾ പ്രധാനമാണ്. കേരളത്തിലെ കാര്യങ്ങൾ എടുത്തുപറയേണ്ടതില്ല. യു ഡി എഫ് സർക്കാരിന്റെ നയങ്ങൾ മഹാഭൂരിപക്ഷം ജനങ്ങളെയും സർക്കാരിനെതിരാക്കി. ഈ വസ്തുനിഷ്ഠ സാഹചര്യങ്ങൾ ഓരോ വ്യക്തിയിലും വിവിധ രീതിയിലുള്ള അനുഭവങ്ങൾ സൃഷ്ടിക്കുന്നുണ്ട്. ഇവയാണ്, അനുഭവങ്ങളാണ് അവന്റെ രാഷ്ട്രീയനിലപാടിനെ നിർണയിക്കുകയും സ്വാധീനിക്കുകയും ചെയ്യുന്നത്. ഉരുക്കുപോലെ ഉറച്ചതാണെന്നു കരുതുന്ന പലതും സാഹചര്യങ്ങൾ മൂർത്തമാകുമ്പോൾ മഞ്ഞുപോലെ ഉരുകിയൊലിക്കുന്നത് അങ്ങനെയാണ്. ഇന്നലെകളുടെ നിലപാടിന്റെ ഉറയൂരിയെറിഞ്ഞ് പുതിയ നിലപാടുകളിലേക്ക് ജനം എത്തുന്നതു കാണുമ്പോൾ അത്ഭുതപ്പെടുന്നത് ഈ ധാരണയില്ലാത്തതുകൊണ്ടാണ്.

വസ്തുനിഷ്ഠഘടകം പോലെ പ്രധാനമാണ് ആത്മനിഷ്ഠഘടകവും. നിലവിലുള്ള സാഹചര്യത്തിൽ ഗുണപരമായി ഇടപെടാൻ കഴിയുന്ന പ്രചാരണ പ്രക്ഷോഭങ്ങളെ കൃത്യമായി നയിക്കുന്ന സംഘടന പ്രധാനമാണ്. അഞ്ചുവർഷം സി പി ഐ (എം) ഉം മറ്റ് ഇടതുപക്ഷജനാധിപത്യ പാർട്ടികളും വർഗബഹുജനസംഘടനകളും നടത്തിയ പ്രക്ഷോഭങ്ങൾ തിരഞ്ഞെടുപ്പുവിജയത്തിൽ ചെറുതല്ലാത്ത പങ്കുവഹിച്ചിട്ടുണ്ട്. സംസ്ഥാനത്തിന്റെ ചരിത്രത്തിൽ അപൂർവമായ സമരാനുഭവമായിരുന്നു സി പി ഐ (എം) ന്റെ നേതൃത്വത്തിൽ തുടർച്ചയായി പത്തുദിവസം ഭരണസിരാകേന്ദ്രങ്ങൾ സ്തംഭിപ്പിച്ചത്. യു ഡി എഫ് ഭരണത്തിന്റെ ആഘാതം നേരിട്ടനുഭവിച്ച ജനങ്ങൾ ഓരോദിവസവും സമരകേന്ദ്രത്തിലേക്ക് ഒഴുകിയെത്തുകയായിരുന്നു. വിദ്യാർഥിപ്രസ്ഥാനങ്ങൾ നയിച്ച സമരങ്ങൾ പ്രത്യേകം വിശദീകരിക്കേണ്ടതില്ല. പെൺകുട്ടികൾ ഉൾപ്പെടെ ഏറ്റുവാങ്ങിയ കൊടിയമർദനവും ചിതറിയ ചോരത്തുള്ളികളും ഒരു ജനതയുടെ രാഷ്ട്രീയനിലപാടുകളെ സ്വാധീനിക്കുന്നതിൽ ഒരു പങ്കും വഹിച്ചില്ലെന്നും വ്യക്തിയും മാധ്യമങ്ങളുമാണ് ഈ വിജയത്തിന് അവകാശികളെന്നും വാദിക്കുന്നത് ഭോഷ്കാണ്. ഈ പരമ്പരയിൽ ഒടുവിലത്തേതായിരുന്നു സി പി ഐ (എം) സംസ്ഥാന സെക്രട്ടറി പിണറായി വിജയൻ നയിച്ച കേരളമാർച്ച്. സമീപകാലത്ത് ഇത്രമാത്രം ജനങ്ങളെ

ആകർഷിച്ച മറ്റൊരു പ്രചാരണരൂപം കേരളത്തിൽ ഉണ്ടായിട്ടുണ്ടാവില്ല. സ്വീകരണകേന്ദ്രത്തിൽ തടിച്ചുകൂടിയ പതിനായിരങ്ങൾ പിണറായിയെ കാണാൻമാത്രം തടിച്ചുകൂടിയതാണെന്ന് ഈ വ്യക്തിവാദക്കാരൊന്നും പറയാത്തതെന്താണാവോ? പാർട്ടി സംസ്ഥാന സെക്രട്ടറി മാർച്ച് നയിച്ചത് അതിൻെറ വിജയത്തിൽ പങ്കുവഹിച്ചെന്ന യാഥാർഥ്യം മറച്ചുവയ്ക്കാൻ കഴിയില്ല. എന്നാൽ അതുമാത്രമാണ് കേരളമാർച്ചിൻെറ വിജയത്തിനു കാരണമെന്ന് ആരെങ്കിലും വാദിച്ചാൽ അതും തെറ്റാണ്.

എൽ ഡി എഫിലെ മറ്റുപാർട്ടികൾ നടത്തിയ ജാഥകളും രാഷ്ട്രീയാന്തരീക്ഷത്തെ രൂപപ്പെടുത്തുന്നതിൽ സംഭാവനകൾ അർപ്പിച്ചിട്ടുണ്ട്. പാർലമെൻററി സംവിധാനത്തിൽ നിയമസഭയ്ക്കകത്തുള്ള സമരവും പ്രധാനപ്പെട്ടതാണ്. സഭയ്ക്കകത്തും പുറത്തും ജനകീയപ്രശ്നങ്ങൾ ഉയർത്തി പ്രതിപക്ഷനേതാവ് വി എസ് നടത്തിയ ഇടപെടലുകൾ എൽ ഡി എഫ് വിജയത്തിൽ പ്രധാന പങ്കുവഹിച്ചിട്ടുണ്ട്. അത് നിയമസഭാതിരഞ്ഞെടുപ്പിൽ മാത്രമല്ല പ്രതിഫലിച്ചത്, ഇതിനുമുമ്പു നടന്ന എല്ലാ തിരഞ്ഞെടുപ്പിലുമുണ്ട്. ഈ വസ്തുനിഷ്ഠ, ആത്മനിഷ്ഠ ഘടകങ്ങളുടെ ഉൽപ്പന്നമാണ് എറണാകുളം ഉപതിരഞ്ഞെടുപ്പ് മുതൽ ഇങ്ങോട്ടുള്ള എല്ലാ തിരഞ്ഞെടുപ്പുവിജയങ്ങളും. അതോടൊപ്പം ഇടതുമുന്നണി ജനങ്ങളുടെ മുമ്പാകെവച്ച പ്രകടനപത്രികയും തെരഞ്ഞെടുപ്പുവിജയത്തെ ഏറെ സ്വാധീനിച്ചിട്ടുണ്ട്.

ഈ യാഥാർഥ്യം അറിയാത്തവരല്ല വ്യാജ പ്രചാരവേലയ്ക്കു ചുക്കാൻ പിടിക്കുന്നത്. ഇവർ വി എസിനെ മഹത്വവൽക്കരിക്കാൻ ശ്രമിക്കുന്നത് അദ്ദേഹത്തോടുള്ള പ്രത്യേകമായ താൽപ്പര്യം കൊണ്ടല്ല. സി പി ഐ (എം)ൽ നിന്നും അദ്ദേഹത്തെ അടർത്തിയെടുത്ത് അവതരിപ്പിച്ചതിൻെറ പുറകിൽ കൃത്യമായ അജണ്ടയുണ്ട്. എന്തുകൊണ്ടാണ് എല്ലാ മാധ്യമങ്ങളും ഒരുപോലെ നിലപാട് സ്വീകരിക്കുന്നത്? ഈ ചോദ്യം പ്രസക്തമാണ്. സമ്മതനിർമാണമാണ് വർഗസമൂഹത്തിൽ മാധ്യമങ്ങൾ നിർവഹിക്കുന്ന പ്രധാനദൗത്യങ്ങളിലൊന്ന്. സി പി ഐ (എം) നും ഇടതുപക്ഷത്തിനും പ്രസക്തി നഷ്ടപ്പെട്ടിരിക്കുന്നുവെന്നും അതിൽ അപൂർവം ചിലർ മാത്രമാണ് കമ്യൂണിസ്റ്റ് മൂല്യങ്ങൾ കാത്തുസൂക്ഷിക്കുന്നതെന്നും പ്രചരിപ്പിക്കുന്നത് കമ്യൂണിസത്തിനെതിരായ നിഴൽയുദ്ധമാണ്.

സി പി ഐ (എം) ഒരു ബഹുജനവിപ്ലവപ്പാർട്ടിയാണ്. വിപ്ലവസ്വഭാവമുള്ള സംഘടനയോടുകൂടിയ ബഹുജനപ്പാർട്ടി കെട്ടിപ്പടുക്കുക അത്ര എളുപ്പവുമല്ല. എന്നാൽ, ഈ സവിശേഷതയുള്ള ഒരു പാർട്ടിക്കു മാത്രമേ വിപ്ലവചുമതലകൾ നിർവഹിക്കാൻ കഴിയു. ബഹുജനവിപ്ലവപ്പാർട്ടിയെ ബഹുജനപ്പാർട്ടി മാത്രമാക്കി മാറ്റാനുള്ള ജനപ്രിയ തന്ത്രങ്ങൾ ഭരണവർഗം എക്കാലത്തും പ്രയോഗിക്കാറുണ്ട്. പാർട്ടിയിൽനിന്നും വ്യക്തിയെ അടർത്തിയെടുക്കുകയും വ്യക്തിയാണ് ശരിയെന്നും പാർട്ടി തെറ്റാണെന്നു പ്രചരിപ്പിക്കുകയും ചെയ്യുന്നത് ഇതിൻെറ ഭാഗമാണ്. പാർട്ടിസംഘടനയല്ല തീരുമാനങ്ങൾ എടുക്കുന്നതെന്നും ജനങ്ങളാണ് അതുചെയ്യുന്നതെന്നും

ഇവർ പറയുകയും ചെയ്യും. പാർട്ടിയെ ആൾക്കൂട്ടമാക്കി മാറ്റുക, ഇതാണ് ഭരണവർഗം അതിൻെറ ഉപകരണമായ മാധ്യമങ്ങളെ ഉപയോഗിച്ച് നടത്തിവരുന്ന ശ്രമം. അങ്ങനെയൊരു ആൾക്കൂട്ടത്തിൻെറ പാർട്ടിയെ പിന്നെ പേടിക്കേണ്ടതില്ല. ഇന്നലെ മോശക്കാരായി ചിത്രീകരിച്ച നേതാക്കളെ ഇന്ന് വിശുദ്ധരാക്കുകയും ഇന്നലെ വിശുദ്ധരാക്കിയവരെ ഇന്ന് മോശക്കാരാക്കുകയും ചെയ്യും. പാർട്ടി നേതൃത്വത്തിനെതിരായ പ്രചാരവേലയിൽ ജനങ്ങളിൽ വിശ്വാസ്യത സൃഷ്ടിക്കാൻ ആരെയാണ് ഉപയോഗിക്കേണ്ടതെന്ന് മാനിപ്പുലേറ്റർമാർ ഗവേഷണം നടത്തി കണ്ടെത്തുകയും ഒരേപോലെ ഇതു പ്രചരിപ്പിക്കുകയും ചെയ്യും. ഗീബൽസും പിന്നെ ബ്രിട്ടൻെറ പ്രചാരണവിഭാഗവും വിജയകരമായി നടത്തിയ ഈ പദ്ധതിയിൽ നിന്നാണ് സമ്മതനിർമാണം എന്ന പദം പോലും മാധ്യമദൗത്യത്തിനു ലഭിക്കുന്നത്.

ഈ തന്ത്രത്തിൻെറ മറ്റൊരു ഭാഗമാണ് ജനം തങ്ങളാണെന്നും പാർട്ടിനേതൃത്വവും പാർട്ടിയും ജനങ്ങൾക്കു പുറത്തുള്ള ഏതോ ഒരു ദ്വീപാണെന്നുമുള്ള പ്രചാരണരീതി. ജനങ്ങൾക്കിടയിൽ നിരന്തരം പ്രവർത്തിക്കുന്ന ലക്ഷക്കണക്കിന് അംഗങ്ങളും അനുഭാവികളുമുള്ള പാർട്ടി ജനത്തിൽനിന്നും അകന്നുനിൽക്കുന്ന ഒന്നാണെന്നും ചില ചാരുകസേര ബുദ്ധിജീവികളും മുൻ കമ്യൂണിസ്റ്റുകളുമാണ് ജനമെന്നുമാണ് ഇവരുടെ വാദം.

വ്യക്തികൾ ചരിത്രത്തെ സൃഷ്ടിക്കുന്നില്ലെന്ന തിരിച്ചറിവ് വ്യക്തി ചരിത്രഗതിയെ സ്വാധീനിക്കുന്നുണ്ടെന്ന ശരിയായ ധാരണയ്ക്ക് എതിരല്ല. ഓരോ വ്യക്തിയും തൻേറതായ സംഭാവന ചരിത്രനിർമാണത്തിനു നൽകുന്നുണ്ട്. ചിലരുടെ സംഭാവനകൾ വളരെ പ്രധാനപ്പെട്ടതായിരിക്കും. ജ്യോതിബസു ബംഗാളിൽ നിർവഹിച്ച പങ്ക് ചരിത്രപരമാണ്. എന്നാൽ ബംഗാളിലെ ഇടതുപക്ഷവിജയം അദ്ദേഹത്തിൻേറത് മാത്രമാണെന്നും ബസുവിനു ശേഷം പ്രളയമാണെന്നുമാണ് മുഖ്യധാരാമാധ്യമങ്ങൾ പ്രചരിപ്പിച്ചത്. അതേ മാധ്യമങ്ങൾ പുതിയ വിശേഷണങ്ങൾ ബുദ്ധദേവിനു ചാർത്തിക്കൊടുക്കുകയും ജ്യോതിബസുവിൽനിന്നും ബുദ്ധദേവ് എങ്ങനെയാണ് മെച്ചപ്പെട്ടിരിക്കുന്നതെന്ന് പഠിപ്പിക്കുകയും ചെയ്തു. മാധ്യമങ്ങളുടെ കണ്ണിൽ ബുദ്ധദേവ് പരിഷ്കരണത്തിൻെറ വക്താവും വി എസ് പാരമ്പര്യവാദത്തിൻെറ വക്താവുമാണ്. അപ്പോൾ എങ്ങനെയാണ് മുഖ്യധാരാമാധ്യമങ്ങൾക്ക് ഇവർ രണ്ടുപേരും സ്വീകാര്യരാകുന്നത്? ഈ രണ്ടുപേരെയും പാർട്ടിയിൽനിന്ന് അടർത്തിയെടുത്ത് മഹത്വവൽക്കരിച്ച് അവതരിപ്പിക്കുന്നതിൽ ഇവർ മത്സരിക്കുന്നത് നേരത്തെ സൂചിപ്പിച്ച തന്ത്രത്തിൻെറ ഭാഗമാണ്. ബംഗാളിൽ ബുദ്ധയ്ക്കു പാർട്ടി എതിരാണെന്നും കേരളത്തിൽ വി എസിന് പാർട്ടി എതിരാണെന്നും നിരന്തരം ഉദ്ഘോഷിക്കുന്നു. കേവലമായ വായനയിൽ സാധാരണക്കാരനായ വായനക്കാരൻ അത്ഭുതപ്പെട്ടുപോകും. എന്നാൽ മാധ്യമങ്ങളുടെ വർഗതാൽപ്പര്യവും അവരുടെ

മറച്ചുവയ്ക്കപ്പെട്ട തന്ത്രവും തിരിച്ചറിയുമ്പോൾ ഇതിലൊരു അസ്വാഭാവികതയും തോന്നില്ല.

വി എസിനെയും ബുദ്ധദേവിനെയും വല്ലാതെ സ്നേഹിച്ച് ആശ്ലേഷിക്കുന്നത് അവരുടെ നിലപാടുകളോടും രാഷ്ട്രീയത്തോടുമുള്ള താൽപ്പര്യത്തിൻെറ ഭാഗമല്ല. യഥാർഥത്തിൽ ഇവർ ഉയർത്തിപ്പിടിക്കുന്ന രാഷ്ട്രീയത്തിൻെറ ആത്യന്തികമായ വിജയത്തെ തകർക്കാനുള്ള ശ്രമത്തിന്റെ ഭാഗമാണ്. വി എസ് ഇന്ത്യയിലെ തൊഴിലാളിവർഗപ്രസ്ഥാനത്തിന്റെ വളർച്ചയ്ക്കു നൽകിയ സംഭാവനകൾ നിസ്തുലമാണ്. എന്നാൽ, മാധ്യമങ്ങൾ അവതരിപ്പിക്കുന്നതുപോലെ അത് പിന്നിട്ട അഞ്ചുവർഷത്തിന്റെ ചരിത്രം മാത്രമല്ല. എത്രയോ ദശകങ്ങളുടെ തീവ്രമായ അനുഭവങ്ങളുടെ ആകത്തുകയാണത്. ആ ചരിത്രത്തെയും ചുരുക്കിക്കാണിക്കുന്നതും പാർലമെന്ററി ജീവിതത്തിൽ പരിമിതപ്പെടുത്തുന്നതും ചില ലക്ഷ്യങ്ങളുടെ ഭാഗം തന്നെയാണ്.

നവമാധ്യമങ്ങളും ജനാധിപത്യവും

***വി**ക്കിലീക്ക്സ്* എഡിറ്റർ ഇൻ ചീഫ് ജൂലിയാൻ അസാഞ്ചെയുമായി *ഹിന്ദു*പത്രത്തിന്റെ എഡിറ്റർ ഇൻ ചീഫ് എൻ റാം നടത്തിയ ദീർഘ അഭിമുഖം രണ്ടു ദിവസങ്ങളായി ആ പത്രം പ്രസിദ്ധീകരിച്ചിരുന്നു. നോർഫോക്കിൽ ബ്രിട്ടീഷ് പത്രപ്രവർത്തകൻ വൗഗൻ സ്മിത്തിന്റെ വസതിയിൽവെച്ചാണ് അസാഞ്ചെയെ റാം കാണുന്നത്. *വിക്കിലീക്ക്സി*നെ സംബന്ധിച്ചും അവരുടെ കാഴ്ചപ്പാടുകളെയും പ്രവർത്തനരീതികളെയും ദർശനത്തെയും മുൻനിർത്തിയും ആധികാരികമായി അസാഞ്ചെ അഭിമുഖത്തിൽ വിശദീകരിക്കുന്നുണ്ട്. കേന്ദ്രസർക്കാരിനും പ്രധാനമന്ത്രി മൻമോഹൻസിങ്ങിനും എതിരെ അതിരൂക്ഷമായ വിമർശനമാണ് അതിൽ.

ആമുഖം ആവശ്യമില്ലാതെ ലോകമാകെ അറിയുന്ന മാധ്യമമായി *വിക്കിലീക്ക്സ്* മാറിയിരിക്കുന്നു. ലോകത്തിലെ ഏറ്റവും ആധുനികവും കിടയറ്റതുമായ രഹസ്യാന്വേഷണസംവിധാനമുണ്ടെന്ന് അഹങ്കരിക്കുന്ന അമേരിക്കയെ അത് അക്ഷരാർഥത്തിൽ ഞെട്ടിച്ചുകളഞ്ഞു. അമേരിക്കയുടെ ഇരട്ടത്താപ്പും അഹങ്കാരവും വെളിവാക്കിയ കേബിളുകൾ വിവിധ രാജ്യങ്ങളിലെ അവരുടെ നിക്ഷിപ്ത താൽപ്പര്യവും പുറത്തുകൊണ്ടുവന്നു. സമകാലിക ലോകചരിത്രത്തിന്റെ നേർപ്പടമാണ് ഈ കേബിളുകളിൽ തെളിഞ്ഞുകണ്ടത്. അധിനിവേശത്തിന്റെ മറച്ചുവയ്ക്കപ്പെട്ട സാമ്പത്തികവും രാഷ്ട്രീയവും മറ്റുമുള്ള താൽപ്പര്യങ്ങൾ കേബിളുകൾ പുറത്തുകൊണ്ടുവന്നു. അത് പല രാജ്യങ്ങളിലും അസ്വസ്ഥത സൃഷ്ടിച്ചു. *വിക്കിലീക്ക്സി*ന്റെ വെളിപ്പെടുത്തലുകൾക്കൊപ്പം മറ്റു മാധ്യമങ്ങളുടെ കൈകോർക്കലുകളും കൂടിയായപ്പോൾ അന്തരീക്ഷമാകെ തകിടം മറിഞ്ഞു.

നവമാധ്യമങ്ങൾ ഈ കാലത്തെ പുനർനിർവചിക്കുന്നതിൽ തങ്ങളു

ടേതായ പങ്ക് നിർവഹിക്കുന്നുണ്ട്. മാധ്യമങ്ങളെ സംബന്ധിച്ച പഴയകാല നിർവചനങ്ങൾ എല്ലാം ഇന്ന് അപ്രസക്തമാവുകയോ പുതുക്കലുകൾ ആവശ്യപ്പെടുകയോ ചെയ്യുന്നുണ്ട്. അസാഞ്ചെ അഭിമുഖത്തിൽ ചൂണ്ടിക്കാണിക്കുന്നതുപോലെ അഭിപ്രായ സ്വാതന്ത്ര്യം പരിമിതപ്പെട്ടിരിക്കുന്നു. പ്രത്യേകിച്ചും ശീതയുദ്ധത്തിനുശേഷമുള്ള കാലത്തെ ആക്രമണോത്സുക സാമ്രാജ്യത്വം എല്ലാതരത്തിലുമുള്ള ഏകാധിപത്യത്തിന്റെ രൂപങ്ങളാണ് പിന്തുടരുന്നത്. മാധ്യമമാകട്ടെ കോർപ്പറേറ്റ്വൽക്കരിക്കപ്പെട്ടു. പൊതുബോധനിർമിതിയിൽ മാധ്യമം വഹിക്കുന്ന പങ്ക് തിരിച്ചറിഞ്ഞ ആഗോളവൽക്കരണശക്തികൾ സമർഥമായി ഈ ഉപകരണത്തെ ഉപയോഗിക്കാൻ തുടങ്ങുകയും ചെയ്തു. ഈ കാലത്താണ് നവമാധ്യമങ്ങൾ പുതിയ സാധ്യതകൾ തുറന്നിട്ടത്.

എല്ലാ അറിവുകളെയും വിവരങ്ങളാക്കിമാറ്റുന്ന കാലത്തെ സാങ്കേതികവിദ്യ ഇതിനുള്ള പരിസരമൊരുക്കി. ആദ്യം വിനിമയത്തിന്റെ ഉപകരണം മാത്രമായിരുന്ന മൊബൈൽ ഏറ്റവും ശക്തമായ മാധ്യമമായി പരിവർത്തനം ചെയ്യപ്പെട്ടു. എസ് എം എസുകൾ മാത്രമല്ല മെയിലുകളും പ്രവഹിക്കാൻ തുടങ്ങി. ഇറാക്കിലെ അമേരിക്കൻ കടന്നാക്രമണനാളുകളിൽ മിക്കവാറും മാധ്യമങ്ങൾ അവരുടെ താൽപ്പര്യങ്ങൾ മാത്രമാണ് വാർത്തകളായി നൽകിയത്. മെത്തയിൽ കിടത്തിയ പത്രപ്രവർത്തനമെന്ന പുതിയ പദം അതോടെയാണ് പ്രചാരത്തിലായത്. ഈ കാലത്താണ് ബ്ലോഗുകൾ പുതിയ സാധ്യതകൾ തുറന്നിട്ടത്. നേരിൽ കാണുന്നവന്റെ വെള്ളം ചേർക്കാത്ത സാക്ഷ്യപ്പെടുത്തലുകൾ ഒന്നാന്തരം റിപ്പോർട്ടുകളായി മാറി. മൊബൈൽ ഫോണിലെ ക്യാമറകൾ കളിക്കോപ്പല്ലെന്നും ഈ ഘട്ടം തെളിയിച്ചു. അമേരിക്കൻ പട്ടാളത്തിന്റെ ക്രൂരതകൾ പുറത്തുകൊണ്ടുവരുന്നതിൽ അത് വഹിച്ച പങ്ക് ചെറുതല്ല. ഗ്വാണ്ടനാമ ദ്വീപിലെ അമേരിക്കൻ ക്രൂരതയുടെ ഞെട്ടിപ്പിക്കുന്ന ചിത്രങ്ങളാണ് മൊബൈൽ ഒപ്പിയെടുത്ത് നെറ്റ് വഴി ലോകത്തിന്റെ എല്ലാഭാഗങ്ങളിലേക്കും എത്തിച്ചത്.

എന്നാൽ, *വിക്കലീക്ക്സ്* ഇതിനെയെല്ലാം കടത്തിവെട്ടി. അവർ പുറത്തുനൽകിയ വിവരങ്ങൾ ഈജിപ്തിലെയും ടുണീഷ്യയിലെയും ആളിക്കത്തലുകൾക്ക് എണ്ണ പകർന്നു. അതതു രാജ്യങ്ങളിൽ നടപ്പിലാക്കിയ നയങ്ങൾ സൃഷ്ടിച്ച അസംതൃപ്തിയുടെ സാഹചര്യം ഇതിനുള്ള സഹായകരമായ പരിസരം ഒരുക്കിയെന്നത് കാണാതിരുന്നുകൂടാ. *വിക്കിലീക്ക്സിന്റെ* കേബിളുകൾ മാധ്യമങ്ങളിൽ ഒരുവിഭാഗവും ഉപയോഗിക്കാൻ തുടങ്ങി. കേബിൾ റിപ്പോർട്ടിങ്ങും കേബിൾ ജേർണലിസവും തമ്മിലുള്ള വ്യത്യാസം അസാഞ്ചെ ശരിയായി വിശദീകരിക്കുന്നുണ്ട്. ചോർത്തിയെടുക്കപ്പെട്ട കേബിളിന്റെ അപ്പടിയുള്ള പ്രസിദ്ധീകരണമല്ല പത്രപ്രവർത്തനം. അതിൽനിന്നും ശരിയായി കാര്യങ്ങൾ ഒപ്പിയെടുക്കുകയും സമാനമായ ഉള്ളടക്കമുള്ള മറ്റു കേബിളുകളിലെ വിവരങ്ങളുമായി ചേർത്തുവച്ച് സമഗ്രതയെ കണ്ടെത്തുകയും ചരിത്രത്തിലൂടെ സഞ്ചരിച്ച് അതിനെ കൂടുതൽ സമ്പന്നമാക്കുകയും ചെയ്യുമ്പോഴാണ് അത് പത്രപ്രവർത്തനത്തിലേക്ക്

ഉയരുന്നത്. *ഹിന്ദു* പത്രം ഈ ദൗത്യം നന്നായി നിർവഹിച്ചിരുന്നു. ന്യൂഡൽഹിയിലെ അമേരിക്കൻ എംബസിയിൽനിന്നും വാഷിങ്ടണിലേക്ക് അയച്ച 5100 സന്ദേശങ്ങളാണ് *വിക്കിലീക്ക്സ്* ചേർത്തിയെടുത്തത്. *ഹിന്ദു* അത് മാർച്ച് 15 മുതൽ 21 വരെയുള്ള ദിവസങ്ങളിൽ തുടർച്ചയായി പ്രസിദ്ധീകരിക്കുകയും ചെയ്തു. ഒന്നാംപേജിൽ തുടർച്ചയായി നൽകിയ വിവരങ്ങളും അതിനെ സമ്പന്നമാക്കിയ ഉൾപ്പേജ് വിവരങ്ങളും ഇന്ത്യയെ ഞെട്ടിച്ചു. അമേരിക്ക എങ്ങനെയാണ് നമ്മുടെ നയങ്ങളെ സ്വാധീനിക്കുന്നത്, മന്ത്രിമാരുടെ നിയമനങ്ങളിലും വകുപ്പ് വിഭജനങ്ങളിലും എങ്ങനെയാണ് ഇടപെടുന്നത്, പണം ജനാധിപത്യത്തെ എങ്ങനെ വിലയ്ക്കെടുക്കാൻ ശ്രമിക്കുന്നു, എല്ലായിടങ്ങളിലും വ്യാപകമായ അഴിമതി എന്നിങ്ങനെയുള്ള നിരവധി വിവരങ്ങളാണ് ഈ പ്രസിദ്ധീകരണങ്ങളിലുടെ പുറത്തുവന്നത്.

പാർലമെന്റിൽ ഈ വിഷയം ആദ്യമായി ഉന്നയിക്കാൻ കഴിഞ്ഞത് എനിക്ക് വലിയ ഒരു അനുഭവമായി. *ഹിന്ദു* വാർത്ത ആദ്യമായി പ്രസിദ്ധീകരിച്ച ദിവസം തന്നെ രാജ്യസഭയുടെ ശൂന്യവേളയിൽ വിഷയം അവതരിപ്പിക്കാൻ ചെയർമാൻ അവസരം നൽകി. യു പി എ സർക്കാരിലെ അമേരിക്കൻ താൽപ്പര്യം സംരക്ഷിക്കുന്ന മന്ത്രിമാരുടെ കാര്യവും മുംബൈ ആക്രമണകേസിൽ അമേരിക്ക സ്വീകരിക്കുന്ന സമീപനവും ഉൾപ്പെടെയുള്ള കാര്യങ്ങളാണ് സഭയിൽ അവതരിപ്പിച്ചത്. ഇതേ തുടർന്ന് സഭയിലാകെ ബഹളമായി. ആദ്യദിവസം ബി ജെ പി വേണ്ടത്ര ഇടപ്പെട്ടില്ല. സർക്കാർ സഭയിൽ മറുപടി പറയണമെന്ന ആവശ്യത്തിനു പൊതുവെ പിന്തുണ ലഭിച്ചു. പിറ്റേ ദിവസമാണ് ബി ജെ പി വിഷയം ഏറ്റെടുത്തത്. അന്നാണ് ലോകസഭ വിഷയം ആദ്യമായി പ്രശ്നം ചർച്ച ചെയ്തത്. തുടർച്ചയായ ഇടപെടലുകളെ തുടർന്ന് പ്രധാനമന്ത്രി വിഷയത്തിൽ നിലപാട് വ്യക്തമാക്കാൻ നിർബന്ധിതമായി.

എന്നാൽ, അസാഞ്ചെ അഭിമുഖത്തിൽ വ്യക്തമാക്കുന്നതുപോലെ പ്രധാനമന്ത്രി അഴിമതിക്ക് കുടപിടിക്കുകയാണ് ചെയ്തത്. ഇതുവരെ അമേരിക്കപോലും ചെയ്യാത്ത രീതിയിൽ *വിക്കിലീക്ക്സിന്റെ* ആധികാരികതവരെ ചോദ്യംചെയ്തു. ഇത് ലോക രാഷ്ട്രങ്ങളുടെ മുമ്പിൽ രാജ്യത്തെ നാണംകെടുത്തി. ഹസാരെയുടെ നിരാഹാരത്തിനും അഴിമതിക്കെതിരായ വികാരം സൃഷ്ടിക്കുന്നതിലും *വിക്കിലീക്ക്സ്* വഹിച്ച പങ്ക് നിസ്തുലമാണ്. എന്നാൽ, പല വെളിപ്പെടുത്തലുകളും നേരത്തെ ഇടതുപക്ഷം ഉന്നയിച്ച കാര്യങ്ങളാണെന്നത് മറക്കരുത്. അമേരിക്കയുടെയും കേന്ദ്രസർക്കാരിന്റെയും മുഖം തുറന്നുകാണിക്കുന്നതിനു പുതിയ രേഖകൾ പ്രധാന തെളിവായി മാറിയെന്നുമാത്രം. രാജ്യത്ത് ജനാധിപത്യം ശക്തിപ്പെടുത്തുന്നതിനുള്ള പോരാട്ടങ്ങൾക്കും സാമ്രാജ്യത്വവിരുദ്ധ സമരങ്ങൾക്കും കരുത്ത് പകരുന്നതിന് നവമാധ്യമങ്ങളുടെ കണ്ടെത്തലുകളെ ശരിയായ രീതിയിൽ ഉപയോഗിക്കുന്നതിനു കഴിയേണ്ടതുണ്ട്.

കവിയും കമ്യൂണിസ്റ്റും

കെ സി ഉമേഷ് ബാബുവിനെതിരെ നടപടി എടുത്തത് ആവിഷ്കാര സ്വാതന്ത്ര്യത്തിനുനേരെയുള്ള വെല്ലുവിളിയാണെന്ന് ചിലർ പ്രചരിപ്പിച്ചു. സി പി ഐ (എം) സോഷ്യൽ ഡെമോക്രാറ്റിക് പാർട്ടിയായെന്ന് പരസ്യമായി പ്രഖ്യാപിക്കുകയാണെന്ന് അപ്പുക്കുട്ടൻ വള്ളിക്കുന്നിനെപ്പോലുള്ളവർ വിലയിരുത്തി. അതിന് അദ്ദേഹം പതിവുപോലെ ഇ എം എസിനെ ഉദ്ധരിച്ചിട്ടുമുണ്ട്. 1977 ഡിസംബർ 14–20 തീയതി വച്ചിറങ്ങിയ *ദേശാഭിമാനി* വാരികയിലെ ഇ എംഎസിന്റെ ഡയറിയിൽനിന്നാണ് ചില വരികൾ ഉദ്ധരിച്ചത്. 'കമ്യൂണിസ്റ്റുകാർ' എന്ന കവിതയെ സംബന്ധിച്ച് ഇ എം എസ് എഴുതിയത് 1997ലാണ്. അപ്പുക്കുട്ടന്റെ ഓർമപ്പിശകോ *മാതൃഭൂമി*യുടെ അച്ചടിപ്പിശകോ ആയിരിക്കാം. 2007ലെ ഒരു കവിതയെ സംബന്ധിച്ച വിവാദത്തിൽ കവിയെ പിന്തുണയ്ക്കുന്നതിന് ഒരു ദശകം മുമ്പെഴുതിയ വരികൾ ഉദ്ധരിക്കുന്നത് ഏതു വിശകലനശാസ്ത്രമനുസരിച്ചാണെന്ന് വ്യക്തമാക്കുന്നത് നന്നായിരിക്കും. കേവലമായ ഇത്തരം വിശകലനരീതിക്കെതിരെയാണ് ഇ എം എസ് എക്കാലത്തും നിലപാട് സ്വീകരിച്ചിരുന്നത്. അന്നത്തെ വിശകലനം അന്നെഴുതിയ കവിതയെ സംബന്ധിച്ചാണ്. ഇന്നത്തെ സമീപനം ഇന്നത്തെ കവിതയെക്കുറിച്ചാണ്. ഇന്നത്തെ വിലയിരുത്തലിനെ ഇന്നലത്തെ സൃഷ്ടി സ്വാധീനിക്കുന്നില്ല. ഇന്നലത്തെ സൃഷ്ടിയിൽനിന്ന് ഇന്നിലേക്ക് എത്തുമ്പോൾ സാഹിത്യകാരനു വന്ന മാറ്റം വിലയിരുത്തുന്നതിൽ തെറ്റില്ല. എന്നാൽ, ഒരുകാലത്ത് പുരോഗമനാശയമുള്ള കവിത എഴുതിയെന്നത് പിന്തിരിപ്പൻ കവിതകൾ എഴുതുമ്പോൾ നിശിതമായ വിമർശനത്തിൽനിന്ന് രക്ഷപ്പെടുന്നതിനുള്ള ആനുകൂല്യമല്ല.

*ദേശാഭിമാനി*യിൽ പ്രവർത്തിച്ചിരുന്ന സമയത്തെ അപ്പുക്കുട്ടന്റെ സംഭാവനകളെ ഇ എം എസും പാർട്ടിയും വിലമതിച്ചിരുന്നല്ലോ. പിന്നീട് അ

ദ്ദേഹം സേവ് സി പി ഐ (എം) ഫോറവുമായി ബന്ധപ്പെട്ട് നടത്തിയ പാർട്ടിവിരുദ്ധപ്രവർത്തനങ്ങളെത്തുടർന്ന് സി പി ഐ (എം) ൽനിന്ന് പുറത്താക്കപ്പെട്ടു. പാർട്ടിവിരുദ്ധ പ്രചാരവേലയെ ശക്തമായി വിമർശിക്കുമ്പോൾ പഴയ വരികൾ എവിടെനിന്നെങ്കിലും എടുത്ത് ഉദ്ധരിച്ചാൽ ആരെങ്കിലും വിലമതിക്കുമോ. ഇ എം എസ് ജീവിച്ചിരുന്നെങ്കിൽ എത്ര നിശിതമായ വിമർശനമായിരിക്കും ഇത്തരക്കാർക്കെതിരെ നടത്തുകയെന്ന് വിശദീകരിക്കേണ്ടതുണ്ടോ? ഒരുകാലത്ത് പുരോഗമനചിന്തയുടെ വക്താക്കളായിരുന്ന സാഹിത്യകാരന്മാർ പിന്നീട് പാർട്ടിയെ തള്ളിപ്പറഞ്ഞപ്പോൾ അതിനെതിരെയും ഇ എം എസ് നിലപാട് സ്വീകരിച്ചിരുന്നു. തിരിച്ചുള്ള അനുഭവങ്ങളുമുണ്ടല്ലോ. വലതുപക്ഷ ആശയത്തിന്റെ പ്രചാരകരായിരുന്നവർ പുരോഗമന രാഷ്ട്രീയ ആശയങ്ങൾ അവതരിപ്പിച്ചപ്പോൾ അവയെ അംഗീകരിക്കുന്നതിൽ അവരുടെ പഴയകാല നിലപാടുകൾ ഇ എം എസിനും പാർട്ടിക്കും തടസമായിരുന്നില്ല. തായാട്ട് മുതലുള്ള നിരവധി അനുഭവങ്ങൾ മലയാളിയുടെ മുമ്പിലുണ്ട്.

ഉമേഷ് ബാബു കവിതയെഴുതുന്നതിനെ ആരെങ്കിലും വിലക്കിയിട്ടുണ്ടോ? അദ്ദേഹത്തിന്റെ ആവിഷ്കാര സ്വാതന്ത്ര്യത്തിന് ആരെങ്കിലും കൂച്ചുവിലങ്ങിട്ടിട്ടുണ്ടോ? അപ്പുക്കുട്ടൻ ഉന്നയിക്കുന്ന ഒരു പ്രശ്നം കവിത എഴുതിയതിന്റെ പേരിൽ ഒരാളെ സി പി ഐ (എം) ൽ നിന്ന് പുറത്താക്കാമോ എന്നതാണ്. കമ്യൂണിസ്റ്റ് പാർട്ടി നിയതമായ സംഘടനാതത്വങ്ങളുടെ അടിസ്ഥാനത്തിലാണ് പ്രവർത്തിക്കുന്നത്. വിപ്ലവച്ചുമതലകൾ നിർവഹിക്കേണ്ട പാർട്ടിയുടെ ഘടനയും അച്ചടക്കവും അതിന് അനുസരിച്ചായിരിക്കും. പാർട്ടിഅച്ചടക്കം ചില ബുദ്ധിജീവികൾക്ക് തടസമായി അനുഭവപ്പെട്ടിരുന്നു. ഒരിക്കൽ ഇ എം എസിനോട്, പാർട്ടി അച്ചടക്കം അങ്ങയുടെ പ്രവർത്തനങ്ങൾക്ക് യഥാർഥത്തിൽ തടസമായിരുന്നില്ലേ എന്ന് ചോദിക്കുകയുണ്ടായി. താൻ വിശ്വസിക്കുന്ന ദർശനത്തിന്റെ പ്രയോഗത്തിന് അച്ചടക്കമുള്ള പാർട്ടി അനിവാര്യമാണെന്നും താൻ പാർട്ടിയെ തെരഞ്ഞെടുക്കുകയാണ് ചെയ്തതെന്നുമാണ് ഇ എം എസ് നൽകിയ മറുപടി. വ്യക്തിപരമായ വികാരപ്രകടനങ്ങളേക്കാൾ എത്രയോ ഉയർന്നതാണ് വിപ്ലവച്ചുമതലകൾ എന്നു തിരിച്ചറിയുന്നവർക്കേ ഇതിന്റെ അർഥം മനസിലാകുകയുള്ളു. ഉമേഷ് ബാബുവിനെ പിന്തുണച്ച് അപ്പുക്കുട്ടൻ എഴുതിയ ലേഖനത്തിൽ ഉമേഷ് സമീപകാലത്ത് എഴുതിയ പല കവിതകളിലെ നിരവധി വരികൾ എടുത്ത് ഉദ്ധരിക്കുന്നുണ്ട്. ആ കവിതകൾ പാർട്ടിയോടുള്ള ചോദ്യങ്ങളായിരുന്നെന്നും അതൊന്നും സി പി ഐ (എം) പാർട്ടിവിരുദ്ധമായി കണ്ടില്ലല്ലോ എന്നും അപ്പുക്കുട്ടൻ ചോദിക്കുന്നു. പാർട്ടിവിരുദ്ധ സ്വഭാവമുള്ള കവിതകൾ കുറച്ചുകാലമായി ഉമേഷ്ബാബു എഴുതുകയായിരുന്നെന്ന് സ്ഥാപിക്കാൻ ഈ ലേഖനം സഹായകരമായിട്ടുണ്ടെന്ന് പറയാതെ വയ്യ.

പാർട്ടി അംഗം പാർട്ടിയെ സംബന്ധിച്ച സംശയങ്ങൾ ചോദിക്കുന്നത് കവിതയെഴുതി പ്രസിദ്ധീകരിച്ചിട്ടാണോ? ദീർഘകാലം പാർട്ടി അംഗമാ

യിരുന്ന അപ്പുക്കുട്ടന് അത് അറിയാതെപോകുമോ? *ജനശക്തി* വാരികയുടെ ഉൾപ്പേജിൽ ഒരിടത്ത് ഉമേഷ്ബാബുവിന്റെ പേരിൽ വന്ന മുപ്പതു വരികളാണ് പാർട്ടിയെ ഭയപ്പെടുത്തിയതെന്ന് മാധ്യമങ്ങൾ വിശദീകരിക്കുന്നു' എന്നും അപ്പുക്കുട്ടൻ എഴുതുന്നു. പാർട്ടിവിരുദ്ധ പ്രസിദ്ധീകരണമാണെന്ന് സി പി ഐ (എം) സംസ്ഥാന കമ്മിറ്റി വിലയിരുത്തി പാർട്ടി ഘടകങ്ങളിലാകെ റിപ്പോർട്ട് ചെയ്ത ഒരു പ്രസിദ്ധീകരണത്തിൽ പാർട്ടി അംഗങ്ങൾ എഴുതാൻ പാടില്ലെന്ന ലളിതമായ സംഘടനാതത്വം അപ്പുക്കുട്ടനും കാലക്രമത്തിൽ മറന്നുപോയോ? പാർട്ടി അംഗമല്ലാത്ത അപ്പുക്കുട്ടനുള്ള 'സ്വാതന്ത്ര്യം' പാർട്ടി അംഗത്തിനില്ലെന്നു ചുരുക്കം. തുടർച്ചയായി കവിതകളിലൂടെ പാർട്ടിക്കുനേരെ ചോദ്യങ്ങൾ ഉന്നയിച്ചിട്ടും പുറത്താക്കാതെ ഇപ്പോൾ നടപടി സ്വീകരിച്ചത് എന്തുകൊണ്ടെന്ന അപ്പുക്കുട്ടന്റെ സംശയത്തിന് ഇനി വിശദീകരണം വേണ്ടല്ലോ. 'ഉൾപ്പേജിൽ ഒരിടത്ത്' എന്ന പ്രയോഗത്തിലൂടെ ലളിതവൽക്കരണശ്രമവും അദ്ദേഹം നടത്തുന്നുണ്ട്. പാർട്ടിവിരുദ്ധ പ്രസിദ്ധീകരണത്തിൽ ഉൾപ്പേജിലാണോ മുൻപേജിലാണോ കവിത വന്നത് എന്ന കാര്യം ഇത്തരം പ്രശ്നങ്ങൾ കൈകാര്യംചെയ്യുന്നതിൽ ഒരു ഘടകമേയല്ലല്ലോ. ഒരു പ്രസിദ്ധീകരണത്തിൽ അച്ചടിക്കുന്ന കാര്യങ്ങൾ ഏതു പേജിൽ വരുന്നെന്ന കാര്യത്തിൽ സൃഷ്ടികർത്താവിന് ഒരു പങ്കുമില്ലെന്ന കാര്യവും മറന്നുതുടങ്ങിയോ? 'ഉമേഷ് ബാബുവിന്റെ പേരിൽ വന്ന മുപ്പതുവരി കവിത' എന്നെഴുതുമ്പോൾ എന്തു സന്ദേശമാണാവോ പരോക്ഷമായി കൈമാറാൻ ശ്രമിക്കുന്നത്. ഉമേഷിന്റെ പേരിൽ മറ്റാരെങ്കിലും കവിത എഴുതിയെന്നാണോ? ഗൗരവമായ ഒരു സംഘടനാവിഷയം അങ്ങേയറ്റം ലളിതവൽക്കരിക്കാനും ആശയക്കുഴപ്പം സൃഷ്ടിക്കാനുമാണ് ശ്രമിച്ചത്.

സാഹിത്യകാരനെ നമ്മൾ വിലയിരുത്തുന്നത് സൃഷ്ടിയെ അടിസ്ഥാനമാക്കിയാണ്. മാർക്സ് ബൽസാക്കിനെയും ലെനിൻ ടോൾസ്റ്റോയിയെയും വിലയിരുത്തിയ രീതിയെയാണ് മാർക്സിസ്റ്റുകാർ മാതൃകയാക്കിയിരുന്നത്. വ്യക്തിജീവിതത്തിൽ വലതുപക്ഷരീതികൾ പിന്തുടരുന്നവരുടെ കൃതികൾ പുരോഗമനപരമായ ആശയം ഉൾക്കൊള്ളുന്നെങ്കിൽ അവയെ ആ നിലയിൽത്തന്നെയായിരിക്കും കമ്യൂണിസ്റ്റുകാർ സമീപിക്കുക. പുരോഗമന ഉള്ളടക്കം മാത്രമുള്ളതുകൊണ്ട് ഒരു കൃതി പുരോഗമന സാഹിത്യകൃതിയാകണമെന്നുമില്ല. സാഹിത്യകൃതിയുടെ നിലവാരവും പ്രധാനപ്പെട്ടതാണെന്ന് ഇ എം എസ് ചൂണ്ടിക്കാട്ടിയിരുന്നു. ഉമേഷ് ബാബുവിൻെറ വിവാദകവിതയുടെ നിലവാരം വിമർശകർ വിലയിരുത്തട്ടെ. പക്ഷേ ആ കവിത പ്രതിനിധാനംചെയ്യുന്ന ആശയം പിന്തിരിപ്പനാണെന്ന കാര്യത്തിൽ തർക്കമില്ല. കമ്യൂണിസ്റ്റ് പ്രസ്ഥാനത്തെ ദുർബലപ്പെടുത്താനുള്ള ശ്രമത്തിന്റെ ഭാഗമായിരുന്നു അത്. അങ്ങനെയൊരാൾക്ക് പുരോഗമനസാഹിത്യത്തിന്റെ മേലങ്കി അണിയിച്ചുകൊടുക്കേണ്ടതുണ്ടോയെന്ന് സാഹിത്യസംഘം തീരുമാനിക്കട്ടെ. കമ്യൂണിസ്റ്റ് പ്രസ്ഥാനത്തിനു വൈകാരികമായി സ്വാധീനമുള്ള കേരളത്തിൽ വലതുപക്ഷശ്രമ

ങ്ങൾക്കും ഇടതുപക്ഷ മുഖമാണുള്ളതെന്ന കാര്യം പ്രത്യേകം പറയേണ്ടതില്ല. ഇതു തിരിച്ചറിഞ്ഞ് നടപടി സ്വീകരിക്കുന്നത് ഭയമാണത്രേ. വിപ്ലവപ്പാർട്ടി മാർക്സിസ്റ്റ്-ലെനിനിസ്റ്റ് സംഘടനാതത്വങ്ങൾ അനുസരിച്ച് പ്രവർത്തിക്കുന്നത് പാർട്ടിയുടെ പക്വതയുടെയും ധൈര്യത്തിന്റെയും പ്രതിഫലനമാണ്. ഇതാണോ ഒരു സോഷ്യൽ ഡെമോക്രാറ്റിക് പാർട്ടിയുടെ സംഘടനാലക്ഷണമായി അപ്പുക്കുട്ടൻ ധരിച്ചിട്ടുള്ളത്. കമ്യൂണിസ്റ്റ് പാർട്ടിയെ തകർക്കാനുള്ള ശ്രമങ്ങളെ ആവിഷ്കാരസ്വാതന്ത്ര്യത്തിന്റെ പേരുപറഞ്ഞ് പിന്തുണച്ചതിന് ലോക കമ്യൂണിസ്റ്റ് പ്രസ്ഥാനത്തിന്റെ ചരിത്രത്തിൽ നിരവധി അനുഭവങ്ങളുണ്ടെന്ന കാര്യവും ഓർക്കുന്നത് നന്ന്.

ഇ എം എസും പാർലമെന്ററി ജനാധിപത്യവും

മാർക്സിസം–ലെനിനിസത്തിന്റെ അടിസ്ഥാനത്തിൽ ഇന്ത്യൻ സാഹചര്യങ്ങൾ മൂർത്തമായി വിശകലനം ചെയ്ത് ശരിയായ അടവുകൾ ആവിഷ്കരിക്കുന്നതിൽ കമ്യൂണിസ്റ്റ് പ്രസ്ഥാനത്തെ മുമ്പിൽനിന്നും നയിച്ചവരിൽ പ്രധാനിയായിരുന്നു ഇ എം എസ്. വിവിധ മേഖലകളിൽ പരന്നുകിടക്കുന്നതും മൗലികവുമായ സംഭാവനകളിൽ ഏതാണ് പ്രധാനം എന്ന് കണ്ടെത്തുക ദുഷ്കരം. ലോകത്ത് മറ്റൊരു കമ്യൂണിസ്റ്റിനും അവകാശപ്പെടാൻ കഴിയാത്ത രീതിയിൽ പാർലമെന്ററി ജനാധിപത്യമെന്ന അടവ് നൂതനമായ രീതിയിൽ പ്രയോഗിക്കുന്നതിന് അദ്ദേഹം നേതൃത്വം നൽകി.

കമ്യൂണിസ്റ്റുകാർ പാർലമെന്റിനെ എങ്ങനെയാണ് ഉപയോഗിക്കേണ്ടതെന്ന കാര്യത്തിൽ ലോകത്തെമ്പാടും രണ്ടു തരത്തിലുള്ള അഭിപ്രായങ്ങൾ ഉണ്ടായിരുന്നു. ഒരുതരത്തിലും പാർലമെന്റ് സംവിധാനത്തെ തൊടുകപോലും ചെയ്യരുതെന്നും അങ്ങനെ ചെയ്യുന്നത് വിപ്ലവവിരുദ്ധമാണെന്നതാണ് ഒരു ധാരണ. പാർലമെന്റ് സംവിധാനത്തിലൂടെ വിപ്ലവകടമകൾ പൂർത്തികരിച്ചുകളയാമെന്നതാണ് മറ്റൊരു ധാരണ. ആദ്യത്തേത് ഇടതുപക്ഷ തീവ്രവാദത്തിന്റേതാണ്. രണ്ടാമത്തേത് റിവിഷനിസത്തിന്റേതും. ഈ രണ്ടു ധാരണകളിൽനിന്നും വ്യത്യസ്തമായാണ് മാർക്സിസം പ്രശ്നത്തെ കാണുന്നതെന്ന് ഇ എം എസ് തുടർച്ചയായി പഠിപ്പിച്ചുകൊണ്ടിരുന്നു. *ചിന്ത വാരിക*യിലെ ചോദ്യോത്തര പംക്തിയിൽ ഏറ്റവും കൂടുതൽ മറുപടി നൽകിയ പ്രശ്നങ്ങളിൽ ഒന്ന് പാർലമെന്ററി സംവിധാനത്തെ സംബന്ധിച്ചാണെന്ന് അദ്ദേഹം സൂചിപ്പിച്ചിട്ടുണ്ട്. സമാഹൃത കൃതിയുടെ 43, 44 സഞ്ചികകളുടെ പ്രധാന ഉള്ളടക്കം ഇതാണ്.

വികാരത്തിന്റെ അടിസ്ഥാനത്തിൽ മാത്രം രാഷ്ട്രീയത്തെ സമീപിക്കുന്ന പലരും പാർലമെന്ററി സംവിധാനത്തിനെതിരായി അങ്ങേയറ്റം

തീക്ഷ്ണതയോടെ സംസാരിക്കുന്നതാണ് വിപ്ലവകരമെന്നു കരുതുന്നവരാണ്. ഈ രോഗം തനിക്കുമുണ്ടായിരുന്നെന്ന് ഇം എം എസ് ആത്മകഥയിൽ തുറന്നു പറയുന്നുണ്ട്. പാർലമെന്ററി പരിപാടിയും വിപ്ലവപ്പാർട്ടിയും എന്ന അധ്യായം ഇതാണ് പങ്കുവയ്ക്കുന്നത്. പാർലമെന്ററി പ്രവർത്തനത്തിന്റെ പരിപാടി മിതവാദപരമാണ്, ഇതിൽനിന്നും മാറിനിൽക്കലാണ് വിപ്ലവകാരികളുടെ കടമയെന്നാണ് മറ്റു പലരെയും പോലെ താനും കരുതിയിരുന്നതെന്ന് ഇ എം എസ് പറയുന്നു. 1934 ൽ പാട്ന സമ്മേളനത്തിൽ പാർലമെന്ററി പരിപാടി അംഗീകരിക്കണമെന്ന പ്രമേയത്തിന്റെ ചർച്ചയുടെ സന്ദർഭത്തിൽ അതിന് എതിരായിരുന്നു ഇ എം എസിന്റെ നിലപാട്. കമ്യൂണിസ്റ്റുകാരും ഈ നിലപാട് ശക്തമായി ഉയർത്തിപ്പിടിക്കുമെന്നാണ് അദ്ദേഹം അന്നു കരുതിയത്.

> ഇതിലുമധികം എന്നെ വിസ്മയിപ്പിച്ചത് വിപ്ലവകാരികളായി കണക്കാക്കപ്പെടുന്ന സോഷ്യലിസ്റ്റുകാരും കമ്യൂണിസ്റ്റുകാരും പാർലമെന്ററി പരിപാടിയുടെ നേരെ സ്വീകരിച്ച സമീപനമായിരുന്നു. അവർ എന്തായാലും തിരഞ്ഞെടുപ്പും പാർലമെന്റും ബഹിഷ്കരിക്കുമെന്ന് വാദിക്കുമെന്നാണ് ഞാൻ കരുതിയത്. പക്ഷേ അതല്ല നടന്നത്. അവരുടെ പ്രസംഗങ്ങൾ സ്വകാര്യസംഭാഷണങ്ങൾ, ലഘുലേഖകൾ, മറ്റു പ്രസിദ്ധീകരങ്ങൾ എന്നിവയിലെല്ലാം ബഹുജനങ്ങളുടെ ഇടയിൽ പ്രചാരണവും പ്രക്ഷോഭവും സംഘടിപ്പിക്കുന്നതിനു തിരഞ്ഞെടുപ്പിനെ പ്രയോജനപ്പെടുത്തുക എന്ന ആശയമാണ് ഉണ്ടായിരുന്നത്. ഇതിന്റെ അർഥം ആദ്യം എനിക്ക് മനസിലായില്ല. തിരഞ്ഞെടുപ്പിൽ പങ്കെടുക്കുന്നത് മിതവാദപരം, ബഹിഷ്കരിക്കുന്നത് വിപ്ലവപരം എന്ന ധാരണയോടെയാണ് ഞാൻ പ്രശ്നത്തെ വീക്ഷിച്ചിരുന്നത്. (*ഇ എം എസ് ആത്മകഥ* പേജ് 229)

അതുപോലെ പിന്നീട് മന്ത്രിസഭയിൽ ചേരുന്ന പ്രശ്നത്തിലും ഈ ആശയക്കുഴപ്പം പ്രതിഫലിച്ചിരുന്നെന്ന് അദ്ദേഹം വ്യക്തമാക്കുന്നുണ്ട്. പാർലമെന്ററി പരിപാടിയുടെ കാര്യത്തില്ലെന്നപോലെ മന്ത്രിപദ സ്വീകരണത്തിലും കമ്യൂണിസ്റ്റുകാരുടെ സമീപനം തന്നെപ്പോലുള്ള ഇടതുപക്ഷ കോൺഗ്രസുകാർ ധരിച്ചിരുന്നതുപോലെയായിരുന്നില്ലെന്നും അദ്ദേഹം അനുസ്മരിച്ചു. പിന്നീട് അടിസ്ഥാനഗ്രന്ഥങ്ങളുടെ വായനയും സുന്ദരയ്യയെപ്പോലുള്ളവരുമായി നടത്തിയ ആശയസംവാദങ്ങളുമായിരുന്നു ശരിയായ നിലപാടിലേക്ക് എത്തുന്നതിനു സഹായിച്ചതെന്ന കാര്യവും ഇ എം എസ് തുറന്നു പറയുന്നുണ്ട്.

മാർക്സിസത്തിന്റെ തുടക്കം മുതൽ പാർലമെന്ററി സംവിധാനത്തിൽ ഇടപ്പെടുന്നതു സംബന്ധിച്ച ധാരണ തെളിഞ്ഞുവന്നിരുന്നെന്ന കാര്യം ഇ എം എസ് പലപ്പോഴും എടുത്തുകാട്ടുന്നുണ്ട്. പല ചോദ്യങ്ങൾക്കും മറുപടി നൽകുമ്പോൾ ഇറ്റലിയിലെ കമ്യൂണിസ്റ്റ് പാർട്ടിക്ക് എംഗൽസ്

നൽകിയ മറുപടി ഇ എം എസ് ഉദ്ധരിക്കുന്നുണ്ട്. തിരഞ്ഞെടുപ്പിൽ മത്സരിക്കണമോ എന്ന പ്രശ്നത്തിലായിരുന്നില്ല അവിടത്തെ പാർട്ടിക്ക് സംശയമുണ്ടായിരുന്നത്. തിരഞ്ഞെടുപ്പിനുശേഷം മുന്നണി മന്ത്രിസഭയിൽ പങ്കുചേരണമോ എന്നതിലായിരുന്നു. അവിടത്തെ സർക്കാരിനെതിരെ ജനകീയസമരം ശക്തമായി തുടർന്നപ്പോൾ അധികാരത്തിൽനിന്നും താഴെ ഇറങ്ങുന്നതിന് അവർ നിർബന്ധിതമായി. തുടർന്ന് തിരഞ്ഞെടുപ്പ് നടക്കുന്ന സന്ദർഭത്തിലാണ് അവർ എംഗൽസിന്റെ അഭിപ്രായം തേടുന്നത്. പ്രശ്നത്തിന് ഉത്തരം നൽകാൻ തനിക്ക് കഴിയില്ലെന്ന കാര്യം സൂചിപ്പിച്ചശേഷം പൊതുതത്വം വിശദീകരിക്കുകയാണ് അദ്ദേഹം. ഇറ്റലിയിലെ രാഷ്ട്രീയ സ്ഥിതികൾ സംബന്ധിച്ച് മൂർത്തമായി വിലയിരുത്തുന്നതിന് അവിടത്തെ പാർട്ടിക്കും സഖാക്കൾക്കും മാത്രമേ കഴിയുകയുള്ളെന്നും അതുകൊണ്ട് തീരുമാനമെടുക്കേണ്ടത് അവരാണെന്നുമായിരുന്നു ആ നിലപാടിന്റെ അടിസ്ഥാനം. മന്ത്രിസഭയിൽ ചേരണമെങ്കിൽ നയങ്ങളെ സ്വാധീനിക്കാൻ കഴിയണമെന്നതായിരുന്നു എംഗൽസ് വിശദീകരിച്ച പൊതുതത്വം. എന്നാൽ, അതിനുവേണ്ടി പാർട്ടിയുടെ സ്വതന്ത്രസ്ഥാനം പണയപ്പെടുത്താനും പാടില്ല. നയങ്ങളെ സ്വാധീനിക്കാൻ കഴിയുന്നില്ലെങ്കിൽ സർക്കാർ സ്വീകരിക്കുന്ന ജനവിരുദ്ധനടപടികളുടെ ഉത്തരവാദിത്വം ജനങ്ങൾ പാർട്ടിയിൽ അടിച്ചേൽപ്പിക്കുകയും ചെയ്യും. ഈ കാഴ്ചപ്പാടാണ് ലോകത്തെമ്പാടുമുള്ള കമ്യൂണിസ്റ്റ് പാർട്ടികൾ പിന്നീട് പിന്തുടർന്നത്.

ഇടതുപക്ഷ കമ്യൂണിസം ഒരു ബാലാരിഷ്ടത എന്ന കൃതിയിലാണ് ലെനിൻ കമ്യൂണിസ്റ്റുകാർ എന്തിനു പാർലമെന്റിൽ പങ്കെടുക്കണമെന്ന പ്രശ്നം ശാസ്ത്രീയമായി കൈകാര്യം ചെയ്യുന്നത്. പാർലമെന്റ് സംവിധാനത്തെ ഇല്ലാതാക്കാൻ കഴിയാത്തിടത്തോളംകാലം അതിൽ പങ്കെടുക്കുക തന്നെ ചെയ്യണമെന്ന് ലെനിൻ അനുശാസിക്കുന്നു. അതിലൂടെ ജനങ്ങളുമായി കൂടുതൽ സംവദിക്കാൻ അവസരം ലഭിക്കും. പാർലമെന്റിനെ സമരവേദിയാക്കി മാറ്റാൻ കഴിയുന്നു. കമ്യൂണിസ്റ്റുകാർ ഇങ്ങനെ ചെയ്യുന്നില്ലെങ്കിൽ ഭരണവർഗം ആ വേദി പൂർണമായി കൈയടക്കുകയാണ് ചെയ്യുക. ഇങ്ങനെ ചെയ്യുന്നില്ലെങ്കിൽ നിങ്ങൾ വായാടികളായി തീരുമെന്നുവരെ ലെനിൻ പറഞ്ഞു. പാർലമെന്ററി വ്യാമോഹത്തിൽനിന്നും തികച്ചും വിമുക്തമായി വിപ്ലവമാർഗത്തിലൂടെ അധികാരത്തിൽ എത്താൻ ശ്രമിക്കുന്ന തൊഴിലാളി വർഗത്തിന് ആ കടമ നിറവേറ്റാൻ കഴിയണമെങ്കിൽ അതിന്റെ മുൻനിരയിൽ നിൽക്കുന്ന വിപ്ലവത്തൊഴിലാളി പാർട്ടിക്ക് മാത്രമല്ല പിൻനിരയിലുള്ള തൊഴിലാളി ജനസാമാന്യത്തിനും ഉയർന്ന വർഗബോധമുണ്ടാകണമെന്ന കാര്യം ലെനിൻ ഓർമിപ്പിക്കുന്നുണ്ട്. അതിന് പാർലമെന്ററി പ്രവർത്തനത്തിലൂടെയുള്ള പ്രായോഗികാനുഭവം പ്രധാനപ്പെട്ടതാണ്.

പാർലമെന്റിനകത്തു പ്രവർത്തിക്കുമ്പോൾ അതിന്റെ പരിമിതി സംബന്ധിച്ച് വ്യക്തമായ ധാരണയുണ്ടാകണമെന്ന കാര്യവും അദ്ദേഹം പ്രത്യേകം സൂചിപ്പിച്ചു. പാർലമെന്റിനെ മഹത്വവൽക്കരിക്കാൻ ശ്രമിച്ച

കൗത്സ്കിക്ക് ചുട്ടമറുപടി നൽകുമ്പോൾ ഇതാണ് ലെനിൻ ചെയ്തത്. ബൂർഷ്വാ പാർലമെന്ററിസത്തിന്റെ ചരിത്രപരമായ പരിമിതികളും പരമ്പരാഗത സ്വഭാവവും മറന്നുപോകരുത്. ഏറ്റവും ജനാധിപത്യപരമായ ബൂർഷ്വാ ഭരണകൂടത്തിൽപ്പോലും അടിച്ചമർത്തപ്പെട്ട ജനങ്ങൾ ഓരോ ഘട്ടത്തിലും ബൂർഷ്വാജനാധിപത്യത്തിലെ വൈരുധ്യങ്ങൾ നേരിടേണ്ടി വന്നിട്ടുണ്ട്. മുതലാളിത്തം വിളംബരം ചെയ്യുന്ന ഔപചാരിക സമത്വവും തൊഴിലാളികളെ കൂലിയടിമകളാക്കി നിർത്തുന്ന യഥാർഥ പരിമിതികളും നിയന്ത്രണങ്ങളും തമ്മിലുള്ളതാണ് ഈ വൈരുധ്യമെന്നും ലെനിൻ എടുത്തുപറഞ്ഞു. ഈ രണ്ടു കാഴ്ചപ്പാടാണ് എപ്പോഴും ഇ എം എസ് തന്റെ വിശദീകരണങ്ങൾക്ക് അടിത്തറയാക്കുന്നത്.

ഇന്ത്യയിലെ കമ്യൂണിസ്റ്റ് പാർട്ടി പാർലമെന്റ് സംവിധാനത്തെ ഉപയോഗിക്കാൻ തുടങ്ങിയ ഘട്ടത്തിൽ അതിന്റെ സൈദ്ധാന്തിക പരിസരം ഒരുക്കുക മാത്രമല്ല ഇ എം എസ് ചെയ്തത്. അതിന്റെ പ്രയോഗഭൂമികയിൽനിന്ന് നേരിട്ട് നേതൃത്വം നൽകുകയുംചെയ്തു. 1952 മുതലുള്ള തിരഞ്ഞെടുപ്പ് അനുഭവം ഇന്ത്യയിലെ കമ്യൂണിസ്റ്റ് പാർട്ടിക്കുണ്ട്. ഈ അടവ് സ്വീകരിച്ചില്ലായിരുന്നെങ്കിൽ പാർട്ടി ഇനിയും ശക്തിപ്പെടുമായിരുന്നെന്ന് പറയുന്ന നിഷ്കളങ്കർക്ക് 52 നുമുമ്പും ശേഷവുമുള്ള ചരിത്രം പരിശോധിച്ചാണ് പലപ്പോഴും ഇ എം എസ് മറുപടി നൽകിയത്. തിരഞ്ഞെടുപ്പിൽ മത്സരിക്കാതിരുന്ന കാലത്ത് രാജ്യത്ത് പാർട്ടിയാകെ ശക്തിപ്പെട്ടില്ലായിരുന്നെന്ന കാര്യം വസ്തുനിഷ്ഠമായി അദ്ദേഹം ഓർമിപ്പിക്കുന്നു. എന്നാൽ, പാർലമെന്ററി സംവിധാനത്തിലൂടെ വിപ്ലവകടമകൾ പൂർത്തീകരിക്കാൻ കഴിയില്ലെന്ന കാര്യവും ഇ എം എസ് എപ്പോഴും പഠിപ്പിക്കാൻ ശ്രമിച്ചിരുന്നു.

പാർലമെന്ററി വ്യാമോഹം എന്ന പദം മിക്കവാറും പൊതുചർച്ചകളിൽ ഇടം തേടാറുണ്ട്. ആർക്കെങ്കിലും സ്ഥാനാർഥിയാകണമെന്ന മോഹം വന്നാൽ അതിനെ സൂചിപ്പിക്കാനാണ് പലരും ഈ വാക്ക് പ്രയോഗിക്കാറുള്ളത്. എന്നാൽ, പാർലമെന്ററി സംവിധാനത്തിലൂടെ അധികാരം പിടിച്ചെടുക്കാമെന്ന് കരുതുന്നതാണ് ശരിയായ പദപ്രയോഗം. ഈ പ്രവണതയ്ക്കെതിരായി ശക്തമായ ആശയപ്രചാരവേല നടത്തുകയും എന്നാൽ പാർലമെന്റിനെ സമരവേദിയായി ഉപയോഗിക്കുകയും ചെയ്യുകയുമായിരുന്നു ഇ എം എസിന്റെ രീതി. പുറത്തെ സമരങ്ങൾ പാർലമെന്റിനകത്തു നടക്കുന്ന സമരങ്ങളെ കീഴ്പ്പെടുത്തുകയെന്ന ശാസ്ത്രീയരീതി പിന്തുടരുന്നതിനു സഖാക്കളെ സജ്ജരാക്കുന്നതിനു തുടർച്ചയായി ഇ എം എസ് എഴുതിക്കൊണ്ടിരുന്നു. പാർലമെന്ററിസംവിധാനം തന്നെ കാലഹരണപ്പെട്ടതല്ലേ എന്ന ചോദ്യത്തിന് ഇ എം എസ് കൃത്യമായ മറുപടി നൽകി. യൂറോപ്യൻ രാജ്യങ്ങളെപ്പോലെ ഇന്ത്യയിൽ മുതലാളിത്തവും അതിന്റെ നടത്തിപ്പു സ്ഥാപനങ്ങളും വികസിച്ചിട്ടില്ല. അവിടെപ്പോലും പാർലമെന്ററി സംവിധാനം കാലഹരണപ്പെട്ടെന്ന് പറയാനാവില്ല. ഇതിനായി ലെനിന്റെ വാക്കുകളാണ് അദ്ദേഹം ഉദ്ധരിക്കുന്നത്.

> നമുക്ക് കാലഹരണപ്പെട്ടത് തൊഴിലാളി വർഗത്തിനും ബഹുജനങ്ങൾക്കും കാലഹരണപ്പെട്ടതാണെന്ന് നാം കരുതരുത്. സാമ്പത്തികം, രാഷ്ട്രീയം, താത്വികം എന്നീ മേഖലകളിൽ ഭരണവർഗങ്ങൾക്കെതിരെ ഒരേ സമയം നടത്തുന്ന സമരങ്ങളാണ് രാഷ്ട്രീയ പ്രവർത്തനത്തിന്റെ കേന്ദ്രം. അതിൽ രാഷ്ട്രീയ മേഖലയിലെ സമരത്തിൽ പ്രധാനമാണ് തിരഞ്ഞെടുപ്പ്

എന്ന് ഇ എം എസ് നിരീക്ഷിച്ചു. (സഞ്ചിക 44, പേജ് 167). ഈ സമരത്തിൽ വിജയിക്കുക എന്നതു മാത്രമല്ല ലക്ഷ്യം. ശരിയായ രാഷ്ട്രീയ സമീപനം എത്രമാത്രം ജനങ്ങളിലേക്ക് എത്തിക്കാൻ കഴിയുന്നു എന്നതാണ്. ജനങ്ങൾ ഏറ്റവും കൂടുതൽ താൽപ്പര്യത്തോടെ രാഷ്ട്രീയ പ്രക്രിയയിൽ പങ്കെടുക്കുന്ന സന്ദർഭമാണ് തിരഞ്ഞെടുപ്പ്. അതിൽനിന്നും മാറിനിൽക്കുക വഴി ഇടപെടുന്നതിനുള്ള സാധ്യത നിരാകരിക്കുകയാണ്. 55ലെ തിരഞ്ഞെടുപ്പിൽ കമ്യൂണിസ്റ്റ് പാർട്ടിക്കുണ്ടായ തിരിച്ചടി സംബന്ധിച്ച് പിന്നീട് വന്ന ചോദ്യത്തിന് മറുപടി നൽകുമ്പോൾ ഇ എം എസ് ഇക്കാര്യം വ്യക്തമാക്കുന്നുണ്ട്.

> 1955 ൽ ആന്ധ്രയിൽ വന്ന തിരിച്ചടി ഭാവിയിൽ കേരളത്തിലോ ബംഗാളിലോ ഉണ്ടായിക്കൂടെന്നില്ല. എന്തുകൊണ്ടെന്നാൽ വർഗസമരത്തിൽ ജയാപജയങ്ങൾ അസാധാരണമല്ല. പരാജയത്തെ വിജയമാക്കി മാറ്റാൻ പ്രയോജനപ്പെടുന്ന അടവുകൾ വർഗസമരത്തിൽ പങ്കാളികളായ രണ്ടു ചേരിയും അനവരതം എടുത്തുകൊണ്ടിരിക്കും. ഇതിൽ പറ്റുന്ന തെറ്റുകൾ പരാജയത്തിലേക്കും ശരികൾ വിജയത്തിലേക്കും നയിക്കും (സഞ്ചിക 43, പേജ് 43).

തിരഞ്ഞെടുപ്പിനെ വർഗസമരത്തിന്റെ ഭാഗമായാണ് ഇ എം എസ് വിലയിരുത്തുന്നത്. പാർലമെന്റിനെ സമരഉപകരണമായി കണ്ട് അതിൽ പങ്കെടുക്കുന്നത് പുതിയ പ്രയോഗമല്ല. എന്നാൽ, അതിന്റെ ഭാഗമായി സർക്കാർ രൂപീകരിക്കുന്നത് മുൻ അനുഭവങ്ങളില്ലാത്തതായിരുന്നു. ചില രാജ്യങ്ങളിൽ സർക്കാരിൽ കമ്യൂണിസ്റ്റുകാർ പങ്കാളിത്തം വഹിച്ചിട്ടുണ്ട്. ബ്രിട്ടീഷ് ഗയാനയിൽ 1953 ൽ ബാലറ്റിലൂടെ കമ്യൂണിസ്റ്റ് പാർട്ടി അധികാരത്തിൽവരികയും കുറച്ചുകാലം ഭരിക്കുകയും ചെയ്തു. എന്നാൽ, മുതലാളിത്ത ഭരണകൂടഘടനയുള്ള രാജ്യത്ത് അതിനെ അട്ടിമറിക്കുന്നതിനുള്ള സമരത്തിനു നേതൃത്വം നൽകുകയും അതോടൊപ്പം അതേ ഭരണകൂടഘടനയുടെ അവിഭാജ്യഭാഗമായ സർക്കാരിനു നേതൃത്വം നൽകുകയും ചെയ്യുന്നത് കേരളത്തിലാണ്. ഈ സങ്കീർണമായ വൈരുധ്യാത്മക പ്രയോഗത്തിനു നേതൃതം നൽകുന്നതിലൂടെ പാർലമെന്ററി സംവിധാനത്തെ പുതിയ സമരരൂപമാക്കി മാറ്റുകയാണ് ചെയ്തത്. സർക്കാർ ഭരണകൂടത്തിന്റെ ഭാഗമാണ്. ഭരണകൂടം ഭരണവർഗത്തിന്റെ അടിച്ചമർത്തൽ ഉപകരണമാണ്. വിപ്ലവാനന്തരം ഈ ഉപകരണത്തെ എങ്ങനെയാണ് ഉപയോഗിക്കേണ്ടത്

എന്നതു സംബന്ധിച്ച് മാർക്സിസത്തിനു വ്യക്തമായ കാഴ്ചപ്പാടുണ്ട്. എന്നാൽ, വർഗശത്രുവിന്റെ ഉപകരണത്തെ അവരുടെ ഭരണഘടനയ്ക്ക് അകത്തുനിന്നും പ്രവർത്തിച്ച് നേതൃത്വം നൽകുമ്പോൾ അതിനെയും പാർലമെന്ററി സമരത്തിന്റെ ആയുധമായി ഉപയോഗിക്കാൻ കഴിയുമോ എന്ന പ്രശ്നം ലോകത്തൊരിടത്തും ആരും അതിനുമുമ്പ് കൈകാര്യം ചെയ്തിരുന്നില്ല.

ഭരണകൂടനയങ്ങൾക്കെതിരെ പ്രചാരം നടത്തുകയും അതിനെതിരായ സമരങ്ങൾക്ക് ജനങ്ങളെ തയാറാക്കുകയും മാത്രമാണോ ഈ സർക്കാരുകളുടെ ചുമതല. അതോ ഭരണകൂടനയങ്ങൾ വെള്ളം ചേർക്കാതെ നടപ്പിലാക്കുക മാത്രമാണോ? ഈ രണ്ടു ചുമതലകളും ശരിയായ അളവിൽ സമന്വയിപ്പിക്കുന്ന വൈരുധ്യാത്മക പ്രയോഗത്തിനു സാധ്യതയുണ്ടോ? കേരളത്തിൽ അധികാരം ലഭിച്ചതുപോലെ പടിപടിയായി മറ്റു സംസ്ഥാനങ്ങളിലും പിന്നെ അതേ രീതിയിൽ കേന്ദ്രത്തിലും അധികാരം പിടിച്ചെടുക്കാൻ കഴിയുമായിരിക്കും എന്ന വ്യാമോഹത്തെയും അഭിമുഖീകരിക്കേണ്ടിവന്നു.

യഥാർഥത്തിൽ 1957 ൽ സർക്കാരിനു നേതൃത്വം നൽകുമ്പോൾ ഏതെങ്കിലും രേഖകളുടെ പിൻബലം ഇ എം എസിനുണ്ടായിരുന്നില്ല. കമ്യൂണിസ്റ്റ് പാർട്ടിയുടെ നയപ്രഖ്യാപനത്തിലോ മറ്റു രേഖകളിലോ ഇങ്ങനെയൊരു സാധ്യതയെ എങ്ങനെ കൈകാര്യം ചെയ്യണമെന്നതു സംബന്ധിച്ച് വിശദമായി ഒന്നും പറഞ്ഞുവെച്ചിരുന്നില്ല. മറ്റു രീതിശാസ്ത്രങ്ങളിൽനിന്നും വ്യത്യസ്തമായി മാർക്സിസത്തിനുള്ള സവിശേഷത അത് പ്രയോഗത്തിന്റെ ശാസ്ത്രമാണെന്നതാണ്. പ്രയോഗത്തിലൂടെ ലഭിക്കുന്ന അനുഭവം സിദ്ധാന്തത്തെ കൂടുതൽ സമ്പുഷ്ടമാക്കും. പാരീസ് കമ്യൂണിന്റെ തകർച്ചയാണ് ഭരണകൂടത്തെ പിടിച്ചെടുത്ത് അതുപോലെ ഉപയോഗിക്കാൻ കഴിയില്ലെന്ന തിരിച്ചറിവിലേക്ക് എത്തിച്ചത്. അതുപോലെ മാർക്സിസം സാഹചര്യങ്ങൾക്കനുസരിച്ചാണ് പ്രയോഗിക്കുന്നത്. ഓരോ രാജ്യത്തിന്റെയും സവിശേഷ സാഹചര്യത്തിന് അനുസരിച്ചാണ് അടവുകൾക്ക് രൂപം നൽകുന്നത്. 57 ലെ അനുഭവവും അതിനുശേഷം രാഷ്ട്രീയ സാഹചര്യങ്ങളിലുണ്ടായ മാറ്റങ്ങളും വസ്തുനിഷ്ഠമായി പഠിച്ചാണ് 1964 ൽ പാർട്ടി പരിപാടി അംഗീകരിക്കുമ്പോൾ 112-ാം ഖണ്ഡിക രൂപംകൊള്ളുന്നത്. യഥാർഥത്തിൽ ഇ എം എസ് തന്നെയാണ് അതിന്റെ കരട് തയാറാക്കുന്നത്. പാർലമെന്ററി സമരത്തിന്റെ ഭാഗമായി സാധ്യമാകുന്ന സന്ദർഭങ്ങളിൽ സർക്കാർ രൂപീകരിക്കാനും പാർട്ടി തയാറാകണമെന്ന് ആധികാരികമായി പറയുന്നത് അതിലാണ്.

*ചിന്ത*യിലെ പല ചോദ്യങ്ങൾക്കും മറുപടി നൽകുമ്പോൾ ഈ ഖണ്ഡിക അദ്ദേഹം വിശദീകരിക്കുന്നുണ്ട്. ഇത്തരം സർക്കാരിൽ പ്രവർത്തിക്കുമ്പോൾ രണ്ടു കാര്യം പ്രധാനമാണെന്ന് പറഞ്ഞു:

> പല പരിമിതികൾക്കും വിധേയമായി പ്രവർത്തിക്കേണ്ടവയാണ് ഈ രണ്ടു സർക്കാരുകളും. ജനങ്ങളുടെ ആഗ്രഹം മുഴുവൻ സാ

> ധിപ്പിക്കാൻ കഴിയുമെന്ന് വ്യാമോഹമുണ്ടാകരുത്. രണ്ടാമതായി വിപ്ലവാടിസ്ഥാനത്തിൽ സംഘടിതമായ വർഗബഹുജനപ്രസ്ഥാനങ്ങളും പാർട്ടിയുമുണ്ടെങ്കിൽ ഇവയുടെ പിൻബലത്തോടെ ചില കാര്യങ്ങൾ നടത്താനും കഴിയും. ഈ ഗവൺമെന്റുകൾക്ക് ഒന്നും ചെയ്യാൻ കഴിയുകയില്ലെന്ന നിരാശാബോധം പരത്തരുതെന്ന് അർഥം. (പേജ് 216 സഞ്ചിക 44)

ഈ കാഴ്ചപ്പാടിന്റെ അടിസ്ഥാനത്തിൽ പ്രവർത്തിക്കുമ്പോൾ രണ്ടു കാര്യങ്ങൾ ശ്രദ്ധിക്കേണ്ടതുണ്ട്. ഒന്നാമതായി പാർട്ടി നേതൃത്വം നൽകുന്ന സർക്കാരുകൾ ജനങ്ങൾക്ക് താൽക്കാലിക ആശ്വാസം നൽകാൻ ശ്രമിക്കണം. (*പാർട്ടി പരിപാടി* പുതുക്കിയപ്പോൾ ഇതോടൊപ്പം ബദൽ നയങ്ങൾ ആവിഷ്കരിക്കുകയും നടപ്പിലാക്കുകയും വേണമെന്നാക്കി.) രണ്ടാമതായി ഇങ്ങനെയുള്ള സർക്കാരുകളുടെ പ്രവർത്തനം വഴി അടിസ്ഥാനപ്രശ്നങ്ങൾക്ക് പരിഹാരം കാണാൻ കഴിയില്ലെന്നും അതിനായി ഈ സാമൂഹ്യവ്യവസ്ഥയെ മാറ്റിത്തീർക്കേണ്ടതുണ്ടെന്ന കാര്യം നിരന്തരം ജനങ്ങളെ പഠിപ്പിക്കുകയുംവേണം. മറ്റു പാർട്ടികൾ നയിക്കുന്ന സർക്കാരുകളിൽനിന്നും തീർത്തും വ്യത്യസ്തമായ ദൗത്യമാണ് പാർട്ടി നയിക്കുന്ന സർക്കാരുകളുടേത്.

> സാധാരണ ബൂർഷ്വാ പാർട്ടികളും മിതവാദി സോഷ്യലിസ്റ്റ് പാർട്ടികളും ബൂർഷ്വാ പാർലമെന്ററി വ്യവസ്ഥകൾക്ക് കീഴിൽ വരുന്ന ഗവൺമെന്റുകൾക്ക് പാർട്ടിയെയും വർഗബഹുജനപ്രസ്ഥാനങ്ങളെയും കീഴ്പ്പെടുത്തേണ്ടിവരുന്നു. മാർക്സിസം-ലെനിനിസത്തെ ആസ്പദമാക്കി പ്രവർത്തിക്കുന്ന സി പി ഐ (എം) പോലുള്ള പാർട്ടികളാകട്ടെ ബൂർഷ്വാ പാർലമെന്ററി സ്ഥാപനങ്ങൾക്കകത്തെ പ്രവർത്തനത്തെ (ഗവൺമെന്റ് രൂപീകരണമടക്കം) പാർട്ടിക്കും ബഹുജനപ്രസ്ഥാനത്തിനും കീഴ്പ്പെടുത്തുന്നു. മറ്റൊരു വിധത്തിൽ പറഞ്ഞാൽ ബൂർഷ്വാ പാർലമെന്ററി വ്യവസ്ഥയ്ക്ക് അകത്തുനിന്നുകൊണ്ടുതന്നെ, തൊഴിലാളി-കർഷകാദി ബഹുജനങ്ങളുടെ പാർലമെന്ററി വ്യവസ്ഥയ്ക്ക് വേണ്ടി മാർക്സിസ്റ്റ്-ലെനിനിസ്റ്റുകൾ പോരാടുന്നു. (*സമ്പൂർണ കൃതികൾ*, സഞ്ചിക 44, പേജ് 216).

ഇറ്റലിയിലെ തൊഴിലാളി വർഗ പാർട്ടിക്ക് എംഗൽസ് നൽകിയ ഉപദേശം തങ്ങൾക്ക് എപ്പോഴും വഴികാട്ടിയായിരുന്നെന്ന കാര്യം പല ചോദ്യങ്ങൾക്കും മറുപടി നൽകുമ്പോൾ ഇ എം എസ് അനുസ്മരിക്കുന്നുണ്ട്. സർക്കാരിന്റെ നയങ്ങളെ സ്വാധീനിക്കാൻ കഴിയുന്ന സന്ദർഭങ്ങളിൽ മാത്രമേ പാർട്ടി അതിൽ പങ്കാളിത്തം വഹിക്കുകയുള്ളൂ. 1967 ൽ ബീഹാറിലും യു പിയും പഞ്ചാബിലും സർക്കാരുകളിൽ പങ്കാളിത്തം വഹിക്കാനുള്ള ക്ഷണം സി പി ഐ (എം) നിരസിച്ചു. എന്നാൽ അതേ സമയം സി പി ഐ ഈ സർക്കാരുകളിൽ പങ്കാളിത്തം വഹിക്കുകയും

ചെയ്തു. എന്നാൽ, കേരളത്തിലും ബംഗാളിലും മുന്നണി സർക്കാരുകളിൽ പങ്കാളിത്തം വഹിക്കുകയും ചെയ്തു. ബംഗാളിൽ ഉപമുഖ്യമന്ത്രിയാകുന്നതിനും പാർട്ടി തയാറായി.

മുതലാളിത്ത ഘടനയ്ക്ക് കീഴിൽ സർക്കാരിനെ നയിക്കുമ്പോൾ പരിപാടിയുടെ പിൻബലമില്ലായിരുന്നെങ്കിലും ഇ എം എസിനും പാർട്ടിക്കുംവ്യക്തമായ കാഴ്ചപ്പാടുണ്ടായിരുന്നു. തിരഞ്ഞെടുപ്പ് പ്രകടനപത്രികയ്ക്ക് രൂപം നൽകുമ്പോൾ ഓരോ പരിപാടിയും രാജ്യത്തെ ഭരണഘടനയ്ക്ക് വിധേയമായിരിക്കണമെന്ന കാര്യം പ്രത്യേകം ശ്രദ്ധിച്ചിരുന്നെന്ന് ഇ എംഎസ് എടുത്തുപറയുന്നുണ്ട്.

> ഓരോ പരിപാടിയും പത്രികയിൽ ഉൾപ്പെടുത്തുമ്പോൾ അത് ഇന്നത്തെ ഭരണഘടനയുടെ ചട്ടക്കൂടിൽ ഒതുങ്ങുന്നതാണെന്ന പൂർണബോധം ഞങ്ങൾക്കുണ്ടായിരുന്നു. പത്രികയുടെ ഓരോ ഇനത്തിന്റെയും പ്രായോഗികത പരിശോധിക്കാൻ സാധ്യമായ എല്ലാ ചിന്തയും ശ്രദ്ധയും ഞങ്ങൾ നൽകി. അവ ഓരോന്നും ഭണഘടനയുടെ പരിധിയിൽനിന്നുകൊണ്ടുതന്നെ നടപ്പിലാക്കാൻ കഴിയുമെന്ന അഭിപ്രായത്തിൽ ഞങ്ങൾ എത്തി. എന്നാൽ, പദ്ധതികളുടെ നടത്തിപ്പിലോ അതു സംബന്ധിച്ച് കേന്ദ്രഗവൺമെന്റുമായ കൂടിയാലോചനയിലോ ഞങ്ങൾ രൂപംനൽകിയ ഏതെങ്കിലും ഇനം ഭരണഘടനയുടെ വ്യവസ്ഥകളുമായി യോജിക്കുന്നില്ലെന്ന് കണ്ടെത്തിയാൽ ഭരണഘടനയുടെ ചട്ടക്കൂടിൽ നിന്നുകൊണ്ട് അതു നടപ്പിലാക്കുന്നതിനു കേന്ദ്രവുമായി കൂടുതൽ ആലോചനകൾക്ക് ഞങ്ങൾ സന്നദ്ധമാണ്. (സഞ്ചിക 32 പേജ് 118).

തങ്ങളുടെ ആഗ്രഹങ്ങളുടെ അടിസ്ഥാനത്തിലല്ല ഭരണം നടത്തുന്നതെന്നും രാജ്യത്ത് നിലവിലുള്ള ഭരണഘടനയുടെ അടിസ്ഥാനത്തിലാണെന്ന പ്രാഥമികബോധമാണ് അദ്ദേഹം എടുത്തുപറയുന്നത്.

എന്നാൽ, കമ്യൂണിസ്റ്റ് പാർട്ടി പ്രവർത്തകരിൽ നല്ലൊരു പങ്കും തങ്ങൾ ഉയർത്തുന്ന സമത്വത്തിന്റെ മുദ്രാവാക്യങ്ങൾ നടപ്പിലാക്കുന്നതിനുള്ള സന്ദർഭമായാണ് ഈ സർക്കാരിനെ കണ്ടിരുന്നത്. ഇവരിൽ നല്ലൊരുപങ്കിനും വൈരുധ്യാത്മക പ്രയോഗത്തിന്റെ ആശയപരിസരമൊന്നും മനസിലായെന്നുവരില്ല. അവരുടെ പ്രതീക്ഷകൾ തിരിച്ചറിഞ്ഞുതന്നെ യാഥാർഥ്യബോധത്തിലേക്ക് എത്തിക്കേണ്ട ഉത്തരവാദിത്വം പാർട്ടിക്കുണ്ടായിരുന്നു. എതിരാളികളാണെങ്കിൽ ശക്തമായ നുണപ്രചാരവേലയിലായിരുന്നു. മതവിശ്വാസികൾക്കിടയിൽ അവർ തെറ്റായ വാദം നിരത്തി. കമ്യൂണിസം വന്നെന്നും ഇനി മതവിശ്വാസികൾക്കൊന്നും രക്ഷയില്ലെന്നും പ്രചരിപ്പിച്ചു. സ്വകാര്യസ്വത്ത് മുഴുവനും കണ്ടുകെട്ടാൻ പോവുകയാണെന്ന ഭയവും ശക്തമാക്കി. ഈ സാഹചര്യത്തിൽ രണ്ടു പ്രശ്നങ്ങളെയും ശരിയായ രീതിയിൽ തുറന്നുകാണിക്കാനും പാർട്ടി നയിക്കുന്ന സർക്കാർ എന്താണ് ചെയ്യാൻ പോകുന്നതെന്ന് ജനങ്ങളെ പഠി

ക്കാനും അടിയന്തരമായി കഴിയേണ്ടതുണ്ടായിരുന്നു. ഈ ദൗത്യമാണ് സത്യപ്രതിജ്ഞ ചെയ്യുന്നതിനുമുമ്പും ശേഷവും ഇ എം എസ് നിർവഹിച്ചത്.

മുതലാളിത്ത ഘടനയ്ക്കകത്ത് പ്രവർത്തിക്കുന്ന സംസ്ഥാനസർക്കാരിനെ കമ്യൂണിസ്റ്റ് പാർട്ടി നയിച്ചാലും നടപ്പിലാക്കുന്ന പരിപാടി മുതലാളിത്തത്തിന്റേതു തന്നെയായിരിക്കും. ഇന്ത്യയിൽ സി പി ഐ (എം) വിഭാവനം ചെയ്യുന്ന വിപ്ലവപരിപാടിപോലും സോഷ്യലിസത്തിന്റേതല്ല. മുതലാളിത്തം നടപ്പിലാക്കേണ്ട കടമകളുടെ പൂർത്തീകരണമാണ് ജനകീയ ജനാധിപത്യവിപ്ലവം ലക്ഷ്യംവയ്ക്കുന്നത്. എന്നാൽ, ഇതൊന്നും മനസിലാക്കാതെയുള്ള പ്രചാരണമായിരുന്നു എക്കാലത്തും. ആദ്യത്തെ സർക്കാർ ചുമതല ഏറ്റെടുക്കുമ്പോൾ ഇ എം എസ് തങ്ങളുടെ പരിപാടി തുറന്നു പറഞ്ഞിരുന്നു.

> ഞാൻ രൂപീകരിക്കാൻ പോകുന്ന സർക്കാർ കമ്യൂണിസ്റ്റ് പാർട്ടിയുടെ തിരഞ്ഞെടുപ്പ് വിജ്ഞാനത്തിൽ പറഞ്ഞിട്ടുള്ള അടിയന്തര പരിപാടി നടപ്പിൽ വരുത്തുന്ന ഒരു ഗവൺമെന്റായിരിക്കും. അല്ലാതെ കമ്യൂണിസ്റ്റ് സമുദായം കെട്ടിപ്പടുക്കുന്ന ഗവൺമെന്റായിരിക്കുകയില്ല. ഞാൻ ശ്വസിക്കുന്നതുപോലും കമ്യൂണിസം സ്ഥാപിക്കുന്നതിനാണ്. എന്നാൽ ഈ ഗവൺമെന്റ് അത്തരത്തിലുള്ള സമുദായം സ്ഥാപിക്കുവാൻ ശ്രമിക്കുകയില്ല. (*സമ്പൂർണകൃതികൾ* സഞ്ചിക 18)

യഥാർഥത്തിൽ കോൺഗ്രസിന്റെ പരിപാടി തന്നെയായിരിക്കും തന്റെ ഗവൺമെന്റ് നടപ്പിലാക്കുക എന്ന കാര്യം അദ്ദേഹം എടുത്തുപറഞ്ഞു. എന്നാൽ, കോൺഗ്രസിന്റെ എല്ലാ നയങ്ങളും നടപ്പിലാക്കുന്നതിനുള്ള ബാധ്യത ആ സർക്കാരിനുണ്ടാവുകയില്ല.

> നെഹ്രുവിന്റെ കോൺഗ്രസ് പ്രതിനിധാനം ചെയ്യുന്ന ഇടതുപക്ഷ പരിപാടി നടപ്പിലാക്കുന്നതിനാണ് പാർട്ടി ശ്രമിക്കുകയെന്ന് നിയുക്ത മുഖ്യമന്ത്രി എന്ന നിലയിൽ ഞാൻ പ്രഖ്യാപിച്ചു. സത്യപ്രതിജ്ഞയെ തുടർന്ന് ഞാൻ നടത്തിയ റേഡിയോ പ്രഭാഷണത്തിൽ അതാവർത്തിക്കുകയും ചെയ്തു. അതായത് ഔപചാരികമായി നോക്കിയാൽ കമ്യൂണിസ്റ്റ് പാർട്ടിയുടെ ഏകകക്ഷി ഗവൺമെന്റാണെങ്കിലും അതിന്റെ പ്രവർത്തനം കോൺഗ്രസിന്റെ നേതൃത്വത്തിലുള്ള ദേശീയ പ്രസ്ഥാനത്തിന്റെ പ്രതിനിധി എന്ന നിലയിലായിരിക്കും. കോൺഗ്രസ് മന്ത്രിസഭകൾ നടപ്പിലാക്കാൻ കൂട്ടാക്കാത്ത കോൺഗ്രസ് നയങ്ങൾ നടപ്പിൽ വരുത്തുകയാണ്, അല്ലാതെ കമ്യൂണിസ്റ്റ് പാർട്ടിയുടെ നയങ്ങൾ നടപ്പിൽ വരുത്തലല്ല, കേരളത്തിലെ കമ്യൂണിസ്റ്റ് ഗവൺമെന്റിന്റെ നയസമീപനമെന്ന് പ്രഖ്യാപിക്കപ്പെട്ടു. (*ഇന്ത്യൻ കമ്യൂണിസ്റ്റ് പ്രസ്ഥാനം* 1920–1998, പേജ് 139,140)

കൂലിവേലയെ അടിസ്ഥാനമാക്കിയ സാർവത്രിക ചരക്കുൽപ്പാദനവ്യവസ്ഥയായ മുതലാളിത്തം മത്സരാധിഷ്ഠിതവും ലാഭാധിഷ്ഠിതവുമാണ്. അത്തരമൊരു വ്യവസ്ഥയിൽ ഒരു സംസ്ഥാനത്തെ ഭരണം കൊണ്ട് മുതലാളിത്തത്തിന്റെ മൗലിക സ്വഭാവം ഇല്ലാതാക്കാൻ കഴിയില്ലെന്ന കാര്യം എപ്പോഴും പഠിപ്പിക്കാൻ ഇ എം എസ് ശ്രമിച്ചുകൊണ്ടിരുന്നു. സംസ്ഥാനത്തിന്റെ വ്യവസായനയം കേന്ദ്രസർക്കാരിന്റെ നയത്തിൽനിന്നും വ്യത്യസ്തമല്ലെന്ന കാര്യം അദ്ദേഹം പ്രത്യേകം സൂചിപ്പിക്കുകയുണ്ടായി.

> ഇന്ത്യാഗവൺമെന്റ് 1956 ഏപ്രിൽ 30 നു പ്രഖ്യാപിച്ച വ്യവസായ നയത്തെയാണ് ഞങ്ങളുടെ ഗവൺമെന്റ് ആധാരമാക്കുന്നത്. മറ്റൊരു വാക്കിൽ പറഞ്ഞാൽ ഏറ്റവും പ്രധാനപ്പെട്ട വ്യവസായങ്ങൾ മാത്രം പൊതുമേഖലയ്ക്കായി സംവരണം ചെയ്യുകയും വ്യവസായങ്ങളുടെതായ വലിയൊരു രംഗം സ്വകാര്യമേഖലയുടെ പ്രവർത്തനത്തിനായി വിട്ടുകൊടുക്കുകയും ചെയ്യുക എന്ന നയമാണ് ഞങ്ങൾ പിന്തുടരുന്നത്...... സർക്കാരിന്റെ സഹായത്തോടെ അഥവാ സർക്കാരിന്റെ പങ്കാളിത്തത്തോടെ വ്യവസായസ്ഥാപനങ്ങൾ ആരംഭിക്കുന്നതിനുള്ള സമ്പ്രദായം മികവുറ്റതാക്കുകയാണ് ഞങ്ങൾ ഇപ്പോൾ. ഇത്തരം യൂണിറ്റുകളുടെ മൊത്തം ഓഹരിയിൽ നിസ്സാരമല്ലാത്തൊരു വിഹിതം ഞങ്ങൾ എടുക്കും. പണമിടപാട് സ്ഥാപനങ്ങളിൽനിന്ന് ധനസമാഹരണത്തിന് അവർക്ക് കഴിയുന്ന വിധത്തിലുള്ള ഉറപ്പുകൾ ഇതുവഴി സർക്കാർ നൽകുകയും മറ്റു പ്രതിബന്ധങ്ങൾ നീക്കുകയും ചെയ്യുന്നു. (*സമ്പൂർണകൃതികൾ* സഞ്ചിക 32 പേജ്, 120)

എല്ലാത്തരത്തിലുള്ള മൂലധനത്തെയും പ്രോത്സാഹിപ്പിക്കേണ്ടിവരുമെന്ന യാഥാർഥ്യബോധം നിറഞ്ഞ നിലപാട് അന്നേയുണ്ടായിരുന്നു എന്നു ചുരുക്കം. ഇപ്പോഴത്തെ പി പി പിയുടെ മറ്റൊരു രൂപമാണത്. ഇന്ന് സർക്കാർ സ്ഥാപനങ്ങളിൽ സ്വകാര്യമൂലധനം അനുവദിക്കുന്ന പ്രശ്നമാണ് ഉള്ളതെങ്കിൽ അന്നു സ്വകാര്യസ്ഥാപനങ്ങളിൽ സർക്കാർ മുതൽമുടക്ക് നടത്തുന്നതിനുപോലും പാർട്ടി തീരുമാനിച്ചിരുന്നു. എല്ലാത്തരത്തിലുള്ള മൂലധനത്തിനെയും നാടിന്റെ വികസനത്തിനായി സ്വാഗതം ചെയ്യാമെന്ന നിലപാടും സ്വീകരിക്കുകയുണ്ടായി.

> വ്യവസായവും കച്ചവടവും വളർത്താനും മറ്റു സാമ്പത്തിക പ്രവർത്തനങ്ങളിൽ ഏർപ്പെടാനും മുതലാളിമാരെ പ്രോത്സാഹിപ്പിക്കും. അതേ സമയത്ത് അമിതമായ ലാഭം ഉണ്ടാക്കുന്നതിൽനിന്നും അവരെ തടയുന്നതാണ്. പാർട്ടിയെ സംബന്ധിച്ചാണെങ്കിൽ എവിടെ നിന്നുള്ള മൂലധനവും—അമേരിക്കൻ മൂലധനത്തെക്കൂടി—സ്വാഗതം ചെയ്യുന്നതാണ്. എന്നാൽ, അത് ന്യായമായ വ്യവസ്ഥകളിന്മേലായിരിക്കണമെന്നു മാത്രം (*സമ്പൂർണകൃതികൾ*, സഞ്ചിക,18)

മൂലധനത്തിനെ ഇങ്ങനെ സ്വാഗതം ചെയ്യുന്നത് അവരുടെ എല്ലാ വ്യവസ്ഥകൾക്കും കീഴടങ്ങിക്കൊണ്ടായിരിക്കുകയില്ല. കമ്യൂണിസ്റ്റ് പാർട്ടി പ്രവർത്തിക്കുന്നത് അതാതുകാലത്തെ മൂർത്ത സാഹചര്യങ്ങളെ മൂർത്തമായി വിലയിരുത്തിക്കൊണ്ടാണ്. ആത്മനിഷ്ഠ ഘടകത്തെ മാത്രം അടിസ്ഥാനമാക്കി ഒരു മാറ്റവും സാധ്യമല്ല. കമ്യൂണിസ്റ്റ് പാർട്ടി നയിക്കുന്ന സർക്കാർ സ്വാഗതം ചെയ്യുന്നതോടെ മൂലധനത്തിന്റെ ചൂഷണസ്വഭാവം അപ്രത്യക്ഷമാകുമെന്നോ അതിനു സാത്വിക സ്വഭാവം സ്വായത്തമാകുമെന്നോ ആരും തെറ്റിദ്ധരിച്ചിരുന്നില്ല.

ഭരണവും സമരവും വെള്ളംകയറാത്ത രണ്ട് അറകളാണെന്ന തെറ്റായ ധാരണയെ തുറന്നുകാണിക്കാനും ഇ എം എസ് ശ്രമിക്കുകയുണ്ടായി. ഭരണവും സമരവും പരസ്പര വിരുദ്ധമല്ല പരസ്പര പൂരകമാണെന്ന നിലപാടായിരുന്നു അദ്ദേഹത്തിന്റേത്.

1967 ലെ ഗവൺമെന്റിനു നേതൃത്വം നൽകുന്നതിലൂടെ പാർലമെന്ററി ജനാധിപത്യത്തിന്റെ പുതിയ പ്രയോഗ സാധ്യതയ്ക്കാണ് നേതൃത്വം നൽകിയത്. മുന്നണി രാഷ്ട്രീയത്തിന് ഇന്ത്യയുടെ പാർലമെന്ററി ജനാധിപത്യ സംവിധാനത്തിൽ ഇടംനൽകുന്നതിനു നേതൃത്വം നൽകിയതിൽ ഇ എം എസിനുള്ള പങ്ക് എടുത്തുപറയേണ്ടതാണ്. മുന്നണി സർക്കാരിനു നേതൃത്വം നൽകിയപ്പോൾ പ്രയോഗികപാഠങ്ങളും സമൂഹത്തിനു സംഭാവന ചെയ്യുകയുണ്ടായി. പരസ്പര വിരുദ്ധമാണെന്ന് ഒറ്റനോട്ടത്തിൽ തോന്നുന്ന പല നിലപാടുകളും ഇ എം എസ് സ്വീകരിച്ചിട്ടുണ്ട്. *സമ്പൂർണകൃതി*കളിലൂടെ സഞ്ചരിക്കുകയാണെങ്കിൽ ഇതു നേരിട്ട് അനുഭവവേദ്യമാവുകയും ചെയ്യും. എന്നാൽ, ഒരു മാർക്സിസ്റ്റിനെ സംബന്ധിച്ചിടത്തോളം ഇങ്ങനെയൊരു ചിന്തയുണ്ടാവുകയേയില്ല. ഓരോ ഘട്ടത്തിലെയും സവിശേഷ സാഹചര്യങ്ങൾക്കനുസരിച്ച് തൊഴിലാളിവർഗ രാഷ്ട്രീയത്തിനു മുന്നോട്ടുപോകുന്നതിനു സഹായകരമാകുന്ന അടവുകളാണ് പാർട്ടി എപ്പോഴും സ്വീകരിക്കുന്നത്. അത്തരം നിലപാടുകളെ വൈരുധ്യാത്മകമായും എന്നാൽ ജനങ്ങൾക്ക് മനസിലാകുംവിധം ഏറ്റവും ലളിതമായും അവതരിപ്പിക്കുന്നതിൽ ഇ എം എസിനുണ്ടായിരുന്ന കഴിവ് അനിതരസാധാരണമായിരുന്നു.

തിരഞ്ഞെടുപ്പ് ജനങ്ങളെ രാഷ്ട്രീയമായി പഠിപ്പിക്കുന്നതിനുള്ള വേദിയായി കൂടിയാണ് കമ്യൂണിസ്റ്റുകാർ കാണുന്നത്. എല്ലാ തിരഞ്ഞെടുപ്പ് പ്രചാരണത്തിലും ഇത് അക്ഷരാർഥത്തിൽ പ്രയോഗിക്കുകയായിരുന്നു ഇ എം എസ്. എല്ലായിടത്തും ഓടിയെത്തുന്ന പ്രസംഗപര്യടനവും മുടങ്ങാതെ കൈകാര്യം ചെയ്യുന്ന *ദേശാഭിമാനി*യിലെ പംക്തിയുമെല്ലാം ഈ ദൗത്യത്തിന്റെ വേദികളും. തിരഞ്ഞെടുപ്പ് രാഷ്ട്രീയത്തിന്റെ ചർച്ചകളെ വഴിതിരിച്ചുവിടാൻ മിക്ക സന്ദർഭങ്ങളിലും ഇ എം എസിനു കഴിഞ്ഞിരുന്നു. നിയമസഭയ്ക്കകത്ത് നടത്തിയ പ്രസംഗങ്ങളും ഇടപെടലുകളും ഈ അടിസ്ഥാനധാരണയുടെ പ്രയോഗം തന്നെയായിരുന്നു. അതെല്ലാം പ്രത്യേകം പരാമർശിക്കേണ്ട വിപുലമായ മേഖലയാണ്.

ബൂർഷ്വാ പാർലമെന്ററി സംവിധാനത്തിന്റെ സാധ്യതകളും പരിമിതികളും മനസിലാക്കിയും രാജ്യത്തെ സാഹചര്യം മൂർത്തമായി തിരിച്ചറിഞ്ഞും ഇടപെട്ട് പുതിയ ചരിത്രം വെട്ടിത്തുറന്നതിൽ ഇ എം എസിനെപ്പോലെ സംഭാവന ചെയ്ത മറ്റൊരാളില്ല. സി പി ഐ (എം) ന്റെ പരിപാടി പുതുക്കിയപ്പോൾ ഇന്നത്തെ പാർലമെന്ററി സംവിധാനത്തിന്റെ പുരോഗമന വശങ്ങൾ ഉൾപ്പെടെ എടുത്തുപറയുന്നത് ഈ അനുഭവത്തിന്റെ കൂടി അടിസ്ഥാനത്തിലാണ്. പാർലമെന്ററി ജനാധിപത്യത്തെ തൊഴിലാളി വർഗ രാഷ്ട്രീയത്തിന്റെ ധാരണകൾക്ക് അനുസൃതമായി ഉപയോഗിക്കാൻ ശ്രമിച്ചതിലൂടെ ലോകകമ്യൂണിസ്റ്റ് പ്രസ്ഥാനത്തിനുതന്നെ മികച്ച സംഭാവനയാണ് ഇ എം എസ് നൽകിയത്.

പി ജിയുടെ രാഷ്ട്രീയജീവിതം

മനുഷ്യനെ സംബന്ധിച്ചതൊന്നും തനിക്ക് അന്യമല്ലെന്ന മാർക്സിന്റെ വാക്കുകൾ എല്ലാത്തരത്തിലും ഇണങ്ങുന്ന വ്യക്തിത്വത്തിന്റെ ഉടമയാണ് പി ഗോവിന്ദപ്പിള്ള. ഇ എം എസിനെ പോലെ അദ്ദേഹവും എല്ലാ മേഖലകളിലും സജീവമായി ഇടപെടുകയും അവിടെയെല്ലാം തന്റേതായ വ്യക്തിമുദ്ര പതിപ്പിക്കുകയും ചെയ്തു. പി ജിയെന്ന് എല്ലാവരാലും വിളിക്കപ്പെടുന്ന പി ഗോവിന്ദപ്പിള്ളയുടെ ജീവിതത്തെയും ദർശനത്തെയും ഏതെങ്കിലും പ്രത്യേകമണ്ഡലത്തിന്റെ ചതുരവടിവിനകത്ത് ഒതുക്കുക അസാധ്യമാണ്. ദർശനം, സാഹിത്യം, രാഷ്ട്രീയം എന്നിങ്ങനെയുള്ള എല്ലാ മേഖലകളിലും പരിണതപ്രജ്ഞനാണ് അദ്ദേഹം. ഏതൊരു പ്രശ്നത്തെയും പി ജി സമീപിക്കുമ്പോൾ അതിനു ദാർശനികമായ അടിത്തറയും രാഷ്ട്രീയമായ പരിപ്രേക്ഷ്യവും സാംസ്കാരികമായ സമീപനവും ഇഴചേർന്ന് വരുന്നതായി കാണാം. ഏതൊരു രാഷ്ട്രീയവിദ്യാർഥിക്കും സംശയനിവൃത്തിക്കായി സമീപിക്കുന്ന ആദ്യപേരാണ് പി ജിയുടേത്. വിദ്യാർഥി സംഘടനാപ്രവർത്തനത്തിന്റെ ആദ്യനാളുകൾ മുതൽ ഇപ്പോഴും പല സംശയങ്ങൾക്കും ഉത്തരം തേടി ഞാൻ പി ജിയെയാണ് സമീപിക്കാറുള്ളത്. മിക്കവാറും എല്ലാ കാര്യങ്ങൾക്കും ശരിയായ മറുപടി ആ വിജ്ഞാനഭണ്ഡാരത്തിൽനിന്നും ലഭിക്കുമെന്ന് ഉറപ്പ്. ഒരിക്കൽ മാത്രമേ കൃത്യമായ ഉത്തരം ലഭിക്കാതിരുന്നുള്ളൂ. അത് ചെങ്കൊടിയുടെ ചരിത്രം എവിടെനിന്നു തുടങ്ങുന്നുവെന്ന ചോദ്യമായിരുന്നു. മറ്റാരിൽനിന്നും അതിന് ഉത്തരം പിന്നീട് പ്രതീക്ഷിക്കേണ്ടതില്ലായിരുന്നു. ഇന്റർനെറ്റിന്റെ വലകളിൽ എത്ര തെരഞ്ഞിട്ടും വിശ്വസനീയമായ ഉത്തരം ലഭിച്ചുമില്ല. എന്നാൽ, ഉത്തരം ലഭിക്കാവുന്ന അപൂർവ സാധ്യത എനിക്ക് പി ജി പറഞ്ഞുതന്നു. അത് സോവിയറ്റ് എൻസൈക്ലോപീഡിയ ആയി

രുന്നു. കേരള സർവകലാശാലയിലെ ലൈബ്രറിയിൽ അതുണ്ടെന്നും അദ്ദേഹം പറഞ്ഞു. ലൈബ്രറിയിൽ എത്തിയപ്പോൾ അങ്ങനെയൊരു പുസ്തകം അവിടെയില്ലെന്ന് ലൈബ്രേറിയൻ ഉറപ്പിച്ചുപറഞ്ഞു. പക്ഷേ, അന്വേഷണത്തിനൊടുവിലാണ് പൊടിപിടിച്ചിരിക്കുന്ന വിവരങ്ങളുടെ മഹാഭണ്ഡാരം കണ്ടെത്തിയത്. ഇറാനിലെ കർഷക സമരത്തിലാണ് ആദ്യമായി ചെങ്കൊടി ഉയരുന്നതെന്ന വിവരം അതിനകത്തുണ്ടായിരുന്നു.

കാഴ്ചയുമായി അതിശക്തമായ സമരം നടത്തി ഇപ്പോഴും തുടരുന്ന വായനയുടെ വെളിച്ചത്തിലൂടെ പി ജി രാഷ്ട്രീയത്തിനു പുതിയ മുഖമാണ് നൽകാൻ ശ്രമിക്കുന്നത്. എപ്പോഴും മാർക്സിസ്റ്റ് ദർശനത്തിന്റെ പിൻബലം നിലപാടുകൾക്ക് ശരിയായ ദിശാബോധം നൽകുന്നു. പി ജിയെ കേരളം കാണുന്നത് മാർക്സിസ്റ്റ് സൈദ്ധാന്തികനായാണ്. എന്നാൽ, താനൊരു ആക്ടിവിസ്റ്റ് മാത്രമാണെന്നാണ് അദ്ദേഹം വിനയപൂർവം പറയുന്നത്. അതൊരു ശരിയായ പ്രയോഗമാണ്. മാർക്സിസം പ്രയോഗത്തിന്റെ ശാസ്ത്രമാണെന്നും അത് കേവലം രീതിശാസ്ത്രം മാത്രമല്ലെന്നും പ്രയോഗത്തിൽനിന്നും പാഠം ഉൾക്കൊള്ളുകയും നിരന്തരം വികസിക്കുകയും ചെയ്യുന്നതാണെന്നും പി ജിക്ക് ആരും പറഞ്ഞുകൊടുക്കേണ്ടതില്ലല്ലോ. പുരപ്പുറത്ത് നിന്നും സിദ്ധാന്തം വിളിച്ചുപറയുന്നവരുടെ കൂട്ടത്തിലല്ല കമ്യൂണിസ്റ്റുകാർ. സമരത്തിന്റെ എല്ലാത്തലങ്ങളിലും അവർ സിദ്ധാന്തത്തിന്റെ തെളിമയോടെ ഉറച്ചുനിൽക്കും.

പി ജിയുടെ രാഷ്ട്രീയ ജീവിതം അതിനു ശരിയായ തെളിവാണ്. സ്വാതന്ത്ര്യ സമരം ശക്തമായ നാളുകളിലാണ് ഗോപിയെന്ന വിദ്യാർഥി രാഷ്ട്രീയജീവിതത്തിലേക്ക് കടക്കുന്നത്. വീട്ടിലെ ചർച്ചകളിൽനിന്നും വീണുകിട്ടുന്ന കാഴ്ചകളിലൂടെ കോൺഗ്രസിന്റെ വഴിയിലേക്കാണ് എത്തിച്ചേർന്നത്. കീഴില്ലത്തിലെ സ്കൂളിൽ പഠിക്കുമ്പോൾ ആദ്യ രാഷ്ട്രീയ ഇടപെടലിനു തുടക്കംകുറിച്ചു. സി എം സ്റ്റീഫന്റെ നേതൃത്വത്തിൽ നടന്ന ജാഥയ്ക്ക് സ്വീകരണം നൽകുന്നതിനു സ്കൂളിൽനിന്നും പോയ ഗോപിക്ക് അധ്യാപകന്റെ കൈയിൽനിന്നും ചൂരൽകഷായം ശിക്ഷയായി കിട്ടി. കുറുപ്പംപടി സ്കൂളിലെ ജീവിതവും അധ്യാപകരുടെ പ്രോത്സാഹനവും വായനയെയും പ്രഭാഷണത്തെയും രൂപപ്പെടുത്തുന്നതിൽ പ്രധാന പങ്കുവഹിച്ച കാര്യം പി ജി പലപ്പോഴും പ്രത്യേകം സൂചിപ്പിക്കാറുണ്ട്.

ആഗമാനന്ദസ്വാമികളുടെ സ്വാധീനവും ബ്രഹ്മാനന്ദസഭയുടെ സ്കൂളിലെ പഠനവും അദ്ദേഹത്തിനെ വായനയുടെ ലോകത്തിലേക്ക് മാത്രമല്ല ദേശീയ പ്രസ്ഥാനത്തിന്റെ സജീവതകളിലേക്കും കണ്ണിചേർത്തു. എൻ വി കൃഷ്ണവാരിയർ ഇതിൽ പ്രധാന പങ്കുവഹിച്ചിരുന്നു. യു സി കോളേജിലെ വിദ്യാർഥിയായതോടെ ധൈഷണികവും പ്രായോഗികവുമായ രാഷ്ട്രീയ പ്രവർത്തനത്തിന്റെ പുതിയ തലത്തിലേക്ക് വളർന്നു. പി ജിയുടെ പൊതുജീവിതത്തിന്റെ ആദ്യഘട്ടം ഇവിടെ മുതലാണ് ശരിയായി രേഖപ്പെടുത്താവുന്നത്. പിന്നീട് കമ്യൂണിസ്റ്റ് പാർട്ടി നേതാക്കളായി വളർന്ന മറ്റു പല മഹാന്മാരെപ്പോലെയും പി ജിയും കോൺഗ്രസിന്റെ വഴി

യിലൂടെയാണ് ആദ്യം സഞ്ചരിച്ചത്. എന്നാൽ, അവരിൽനിന്നും വ്യത്യസ്തമായാണ് രാഷ്ട്രീയ ജീവിതം കിടക്കുന്നത്. ക്വിറ്റ് ഇന്ത്യ സമരത്തിന്റെ നാളിൽ കമ്യൂണിസ്റ്റുപാർട്ടി വ്യത്യസ്തമായ നിലപാട് സ്വീകരിച്ചിരുന്നു. ആ കാലത്ത് പി ജി ക്വിറ്റ് ഇന്ത്യ സമരത്തിനൊപ്പമായിരുന്നു. സതീർഥ്യരും അടുത്ത സുഹൃത്തുക്കളുമായ പി കെ വിയും മലയാറ്റൂരും തെരഞ്ഞെടുത്ത വഴിയിലേക്ക് കൂടെക്കൂട്ടാൻ ശ്രമിച്ചെങ്കിലും അദ്ദേഹം വഴങ്ങിയില്ല. പി ജി പലപ്പോഴും ആവേശപൂർവം ഓർക്കാറുള്ളതുപോലെ പി കൃഷ്ണപിള്ളയുമായുള്ള കൂടിക്കാഴ്ച്ചയാണ് കമ്യൂണിസത്തിലേക്ക് വലിച്ചടുപ്പിക്കുന്നത്. നീണ്ട സംവാദത്തിന് ഒടുവിലാണ് പി ജി സഖാവിനെ അനുഗമിക്കുന്നത്. ഇത് രണ്ടു വ്യക്തികളുടെ സവിശേഷതകൾ വ്യക്തമാക്കുന്നുണ്ട്. അതുല്യനായ സംഘാടകനായ കൃഷ്ണപിള്ളയ്ക്ക് കേഡർമാരെ കണ്ടെത്തുന്നതിലും കഴിവ് അനുസരിച്ച് ചുമതലകൾ ഏൽപ്പിക്കുന്നതിലും സമാനതകളില്ലാത്ത വൈഭവമുണ്ടായിരുന്നു. ഏതു പ്രശ്നത്തിലും സംവാദത്തിലൂടെ ശരിയായ നിലപാടിലേക്ക് എത്തുകയെന്ന പി ജിയുടെ പ്രത്യേക രീതിയുടെ തുടക്കവും ഇതിൽ തെളിഞ്ഞുകാണും. താൻ എടുത്ത നിലപാട് മാത്രമാണ് ശരിയെന്ന പിടിവാശി നിറഞ്ഞ ജനാധിപത്യ വിരുദ്ധനിലപാട് അദ്ദേഹം ഒരിക്കലും സ്വീകരിക്കാറില്ല. പൊതുവെ രാജ്യത്താകെയുള്ള വികാരത്തിന് ഒപ്പം ക്വിറ്റ് ഇന്ത്യ സമരത്തിൽ നിലപാട് സ്വീകരിച്ചെങ്കിലും അതിൽ കടിച്ചു തൂങ്ങാതെ ശരിയായ നിലപാട് തിരിച്ചറിഞ്ഞതോടെ അതിലേക്ക് ഉയരാൻ അതിവേഗത്തിൽ കഴിഞ്ഞു. അതിനുമുമ്പ് ഇതുസംബന്ധിച്ച ചർച്ചകളിൽ അദ്ദേഹത്തിന്റെ നിലപാടിനെ മാറ്റാൻ കഴിയുന്ന ശാസ്ത്രീയവും യുക്തിസഹവുമായ ന്യായങ്ങൾ ഉന്നയിക്കാൻ മറ്റാർക്കും കഴിഞ്ഞിരുന്നില്ലെന്നു വേണം കരുതാൻ.

പി ജിയുടെ ഈ പ്രത്യേകത അദ്ദേഹത്തിന്റെ രാഷ്ട്രീയ ജീവിതത്തിലുടനീളം കാണാം. പലപ്പോഴും പ്രശ്നങ്ങളെ തന്റേതായ രീതിയിൽ സമീപിക്കുകയും അതു സംബന്ധിച്ച നിലപാട് സ്വീകരിക്കുകയും ചെയ്യാറുണ്ടെങ്കിലും അതിനെക്കാളും ശരിയായ മറ്റൊരു നിഗമനം ഉണ്ടെന്ന് കൂട്ടായ പരിശോധനയിൽ കണ്ടെത്തിയാൽ അതിലേക്ക് മാറുന്നതിനു ഒരു മടിയും കാണിച്ചിട്ടില്ല. പി ജിയുടെ രാഷ്ട്രീയ ജീവിതത്തിൽ ജനാധിപത്യബോധത്തിന് പ്രത്യേകമായ സ്ഥാനമുണ്ട്. പറയുന്നയാളുടെ വലിപ്പച്ചെറുപ്പങ്ങൾ നോക്കാതെ വിഷയത്തിന്റെ ശരിതെറ്റുകൾ നോക്കി നിലപാട് സ്വീകരിക്കുന്നതിൽ അദ്ദേഹത്തിന് ഒരു മടിയുമില്ല. വ്യക്തിയും സംഘശക്തിയും തമ്മിലുണ്ടാകുന്ന സംഘർഷങ്ങളിൽ വ്യക്തിക്ക് മുകളിൽ സംഘടനയെ സ്ഥാപിക്കുന്നതും ഉയർന്ന ജനാധിപത്യബോധത്തിന്റെ ഭാഗമാണ്. വ്യത്യസ്ത ആശയങ്ങൾ തമ്മിൽ നടക്കുന്ന ഏറ്റുമുട്ടലുകൾ കൂടുതൽ ശരിയായ ഒന്നിലേക്ക് എത്തുമെന്നും അദ്ദേഹത്തിനു വളരെ ചെറുപ്പത്തിൽത്തന്നെ അറിയാമായിരുന്നുവെന്ന് ചുരുക്കം.

കൃഷ്ണപിള്ളയുമായി നടന്ന ദീർഘമായ ആശയസംവാദമാണ്

കമ്യൂണിസത്തിലേക്ക് ആകർഷിച്ചതെങ്കിലും പി ജിയുടെ വർഗതാൽപ്പര്യം യഥാർഥത്തിൽ അതിനുമുമ്പുതന്നെ രൂപപ്പെട്ടുവെന്നുവേണം കരുതാൻ. ഫ്യൂഡൽ ചുറ്റുപാടുകളിലാണ് അദ്ദേഹം ബാല്യം പിന്നിടുന്നത്. കുട്ടിയായ ഗോപിയുടെ വീട്ടുകാർ മനുഷ്യത്വമില്ലാത്ത ജന്മി കൂട്ടത്തിൽ അല്ലായിരുന്നെങ്കിലും ചുറ്റുപാടുകൾ കാട്ടാളനീതിയുടെ നേർ അവതാര ഭൂമിയായിരുന്നു. കുടിയിറക്കപ്പെട്ട വീടിന്റെ മുമ്പിൽ വലിച്ചെറിയപ്പെട്ട വീട്ടുസാധനങ്ങളുടെ മുമ്പിൽ പകച്ചുനിൽക്കുന്ന കുടുംബത്തിന്റെ ചിത്രം ഓർമകളിൽ പലപ്പോഴും അദ്ദേഹം വീണ്ടെടുക്കുന്നുണ്ട്. ആരുടെയും സഹായം ലഭിക്കാതെ, ജന്മിയെ ഉറക്കെ ശപിക്കുകയും കരയുകയും ചെയ്യുന്ന വീട്ടമ്മയും നിസ്സഹായനായി എന്തുചെയ്യണമെന്ന് അറിയാതെ നിൽക്കുന്ന പുരുഷനും കൊച്ചുകുട്ടിയുടെ ഹൃദയത്തിൽ ആഴത്തിലുള്ള മുറിവുകളാണ് ഉണ്ടാക്കിയത്. ചൂഷകർക്ക് എതിരായ അവബോധവും ചൂഷിതർക്കൊപ്പം നിലയുറപ്പിക്കുന്ന വർഗബോധവും അപ്പോഴേ രൂപം കൊണ്ടിരുന്നു.

വിദ്യാർഥി രാഷ്ട്രീയത്തിന്റെ രണ്ടാംഘട്ടം. പ്രശസ്തമായ മുംബൈയിലെ സെന്റ് സേവ്യഴ്സ് കോളേജിലെ വിദ്യാർഥിയുടെ അതിശക്തമായ രാഷ്ട്രീയ നിലപാടുകൾ ജയിലിലേക്കാണ് വഴിതുറന്നത്. ജയിൽജീവിതമാണ് പല വിപ്ലകാരികളെപ്പോലെയും അദ്ദേഹത്തിന്റെ രാഷ്ട്രീയ നിലപാടുകളെ ഊട്ടിയുറപ്പിക്കുന്നത്. 16 മാസത്തെ ജയിൽ ജീവിതകാലം പി ജിയെ മാർക്സിസ്റ്റ് സൗന്ദര്യശാസ്ത്രത്തിലേക്ക് സഞ്ചരിപ്പിക്കുന്നതിനു പ്രേരിപ്പിച്ചു. അദ്ദേഹത്തിന്റെ മുംബൈ ജീവിതം സാഹസികതയുടെ കാലമായാണ് അറിയപ്പെടുന്നത്. ബോംബുമായി വരെ സഞ്ചരിച്ച് വിപ്ലവ പ്രവർത്തനം നടത്തിയ പി ജിയെ സങ്കൽപ്പിക്കാൻ പോലും കഴിയില്ല. എന്നാൽ, ട്രേഡ് യൂണിയൻ പ്രവർത്തനം ശക്തമായിരുന്ന മുംബൈ നൽകിയ ഉണർവ് ഏതു വഴിയിലൂടെ വിപ്ലവത്തിലേക്ക് സഞ്ചരിക്കുന്നതിനും അദ്ദേഹത്തെ പ്രാപ്തനാക്കി. തനിക്ക് ശരിയെന്നു തോന്നുന്ന കാര്യങ്ങളിൽ എന്തും ചെയ്യുന്നതിനു പ്രത്യേകമായ കരുത്ത് പി ജിക്കുണ്ട്.

1946 ൽ കമ്യൂണിസ്റ്റ് പാർട്ടിയിൽ അംഗമായ പി ജിയുടെ മുന്നണി കർഷക സംഘമായിരുന്നു. പെരുമ്പാവൂരിലെയും എറണാകുളം ജില്ലയിലെയും കർഷക പ്രസ്ഥാനം കെട്ടിപ്പടുക്കുന്നതിൽ അദ്ദേഹം നിസ്തുലമായ പങ്കാണ് വഹിച്ചത്. ഒരേ സമയം സൈദ്ധാന്തിക മേഖലയിലും സാംസ്കാരികമണ്ഡലത്തിലും പ്രവർത്തിക്കുന്നതോടൊപ്പം അതതു സമയത്ത് പാർട്ടി ഏൽപ്പിച്ച ചുമതലകൾ നിർവഹിക്കുന്നതിൽ പ്രത്യേകം ശ്രദ്ധിച്ചിരുന്നു. പാർലമെന്ററി പ്രവർത്തനത്തിലും പി ജി തന്റേതായ വ്യക്തിമുദ്ര പതിപ്പിക്കുകയുണ്ടായി. 1952 ലെ തിരഞ്ഞെടുപ്പിൽ കന്നിയങ്കം കുറിച്ച് സ്വന്തം നാട്ടിൽ വിജയിച്ച പി ജി 1957 ലും 65 ലും 67ലും കേരള നിയമസഭാംഗമായി. 57 ലെ ഇ എം എസിന്റെ മന്ത്രിസഭയുടെ സന്ദർഭത്തിൽ ജിഞ്ചർ ഗ്രൂപ്പ് എന്നറിയപ്പെട്ടിരുന്ന പി ജി കൂടി ഉൾക്കൊള്ളുന്ന യുവസമാജികരുടെ പ്രവർത്തനം എക്കാലത്തും സ്മരിക്കപ്പെടും. അന്ന്

വൈദ്യുതി വകുപ്പ് കൈകാര്യം ചെയ്തിരുന്ന വി ആർ കൃഷ്ണയ്യരുടെ നേതൃത്വത്തിൽ, സന്നദ്ധ പ്രവർത്തനത്തിലൂടെ ഗ്രാമങ്ങളിലേക്ക് വൈദ്യുതി എത്തിക്കുന്ന പദ്ധതി ആരംഭിച്ചപ്പോൾ ആദ്യം നടപ്പിലാക്കാൻ മുന്നിട്ടിറങ്ങിയവരിൽ പി ജിയുമുണ്ടായിരുന്നു. ജനങ്ങളുടെ പങ്കാളിത്തത്തിലൂടെ സർക്കാരിന്റെ പ്രവർത്തനത്തെ ശരിയാവിധം ജനാധിപത്യവൽക്കരിക്കുക എന്ന ചിന്തയുടെ തുടക്കം ഈ പ്രവർത്തനത്തിൽ വായിച്ചെടുക്കാം. മുതലാളിത്ത വ്യവസ്ഥയ്ക്കകത്ത് പ്രവർത്തിക്കുന്ന സർക്കാരിന്റെ പരിമിതികളെ കുറിച്ചു മാത്രമല്ല സാധ്യതകളെ പ്പറ്റിയും അദ്ദേഹത്തിനു ശരിയായ കാഴ്ചപ്പാട് അന്നേ ഉണ്ടായിരുന്നു.

പി ജിയുടെ രോഗ കാലയളവിൽ അദ്ദേഹത്തെ സന്ദർശിച്ചപ്പോൾ തലേദിവസം ഈ ലേഖകനെ സ്വപ്നം കണ്ട കാര്യം അദ്ദേഹം ഓർമിക്കുകയുണ്ടായി. അത് കേരളത്തിലെ ആദ്യ ഗ്രാമോത്സവങ്ങളിൽ ഒന്നും ഏറെ ജനകീയവുമായിരുന്ന എറണാകുളം ജില്ലയിലെ പാറക്കടവ് ഗ്രാമോത്സവവുമായി ബന്ധപ്പെട്ട സ്വപ്നമായിരുന്നു. വികസനത്തിന്റെ കാര്യത്തിൽ പൊതുസമവായം സൃഷ്ടിക്കുക എന്ന ലളിതമായ പ്രക്രിയയായിരുന്നില്ല പി ജിയുടെ പങ്കാളിത്തത്തെ സംബന്ധിച്ച ദർശനം. ഒരു പ്രദേശത്തിന്റെ സാംസ്കാരികവും സാമൂഹ്യവും സാമ്പത്തികവുമായ എല്ലാ തലങ്ങളിലും ജനങ്ങൾ അവബോധത്തോടെ പങ്കാളിത്തം വഹിക്കുകയും അതുവഴി ആ പ്രദേശത്തിന്റെ പ്രാധാന്യം വർധിപ്പിക്കുകയുമെന്നതായിരുന്നു ആ കാഴ്ചപ്പാട്. പി ജിയുടെ രാഷ്ട്രീയ ദർശനത്തിൽ ഈ മൗലിക ചിന്തയ്ക്ക് എക്കാലത്തും സ്ഥാനമുണ്ടായിരുന്നു. ഇ എം എസിന്റെ നേതൃത്വത്തിൽ ജനകീയാസൂത്രണത്തിനു തുടക്കംകുറിക്കുന്നതിനു വളരെ മുമ്പു തന്നെ ജനപങ്കാളിത്ത പ്രശ്നം അദ്ദേഹത്തിന്റെ നേതൃത്വത്തിലുള്ള ആദ്യ സർക്കാർ കൈകാര്യം ചെയ്തിരുന്നു. ഇത് പി ജിയെയും വല്ലാതെ സ്വാധീനിക്കുകയുണ്ടായി.

സാമൂഹ്യവ്യവസ്ഥ മാറാതെ ഒന്നും ചെയ്യാൻ സാധിക്കുകയില്ലെന്ന വരട്ടുചിന്തയുടെ സ്വാധീനം ഒരിക്കലും പി ജിയെ തൊട്ടുതീണ്ടിയിട്ടില്ല. മൂർത്ത സാഹചര്യങ്ങളുടെ മൂർത്ത വിശകലനമാണ് മാർക്സിസത്തിന്റെ ഹൃദയമെന്ന ലെനിന്റെ വാക്കുകൾ ശരിയായ അർഥത്തിൽത്തന്നെ ഉൾക്കൊണ്ടിരുന്നു. പി ജിയുടെ നിയമസഭാപ്രസംഗങ്ങളിൽ ഈ ശരിയായ കാഴ്ചപ്പാട് തെളിഞ്ഞുകാണാം. ജനങ്ങൾക്ക് ആശ്വാസം ലഭിക്കുന്ന കാര്യങ്ങൾക്ക് ഏതറ്റംവരെയും പൊരുതുന്നതിൽ അദ്ദേഹത്തിനു മടിയുണ്ടാകില്ല. പാർലമെന്ററി രൂപത്തെ എങ്ങനെയാണ് സമരരൂപമാക്കി വികസിപ്പിക്കുന്നത് എന്ന തന്ത്രം പി ജിക്ക് നല്ലവശമുണ്ടായിരുന്നു.

ഡൽഹിയിലെ ചുമതലകൾ ഏൽപ്പിച്ചപ്പോഴും ഒരു മടിയുമില്ലാതെ പൂർണമായും അതിൽ മുഴുകുകയാണ് ചെയ്തത്. പി ജി എന്ന പത്രാധിപരെ രൂപപ്പെടുത്തുന്നതിൽ ഡൽഹിവാസവും *പീപ്പിൾ പബ്ലിഷിങ് ഹൗസി*ലെ പ്രവർത്തനവും പ്രധാന പങ്കുവഹിച്ചിട്ടുണ്ട്. സി പി ഐ (എം) രൂപീകരിക്കപ്പെട്ടതിനു ശേഷം രണ്ടു പതിറ്റാണ്ടോളം മുഖ്യപത്രാധിപർ

എന്ന നിലയിൽ *ദേശാഭിമാനി*യെ സമാനതകളില്ലാത്തവിധം നയിക്കുകയും ചെയ്തു.

പി ജിയുടെ മറ്റൊരു പ്രധാന സവിശേഷത എല്ലാ മേഖലകളെയും അടിമുടി ചരിത്രവൽക്കരിക്കുകയും രാഷ്ട്രീയവൽക്കരിക്കുകയുംചെയ്യുന്ന ചിന്താപദ്ധതിയാണ്. സാംസ്കാരിക രാഷ്ട്രീയത്തിന്റെ പ്രാധാന്യം വളരെ നേരത്തെ തിരിച്ചറിയാൻ കഴിഞ്ഞു. മാർക്സിനും എംഗൽസിനും ലെനിനും ശേഷമുള്ള മാർക്സിസത്തിന്റെ സാർവദേശീയ വളർച്ചയും വ്യത്യസ്ത വ്യാഖ്യാനങ്ങളും ശ്രദ്ധാപൂർവം പിന്തുടരുന്ന ഒരു വ്യക്തിയുടെ രാഷ്ട്രീയ ചിന്തയിൽ സ്വഭാവികമായും വിപ്ലവകരമായ മാറ്റങ്ങൾ സ്വഭാവികമാണ്. അടിമുടി മതനിരപേക്ഷതയിൽ ഊന്നിയതായിരുന്നു പി ജിയുടെ രാഷ്ട്രീയ ദർശനമെന്ന കാര്യം എടുത്തുപറയേണ്ടതാണ്. വൈവിധ്യങ്ങളുള്ള ഇന്ത്യൻ സമൂഹത്തിൽ ജനാധിപത്യം വിജയകരമായി പ്രവർത്തിക്കണമെങ്കിൽ മതനിരപേക്ഷ ഉള്ളടക്കം പ്രധാന മുന്നുപാധിയാണ്. പരിസ്ഥിതിയുടെ രാഷ്ട്രീയം ആദ്യം ശരിയായി തിരിച്ചറിഞ്ഞവരുടെ കൂട്ടത്തിൽ പി ജിയുമുണ്ടായിരുന്നു. ചില ഘട്ടങ്ങളിൽ അതു പരിസ്ഥിതി മൗലികവാദത്തിലേക്ക് വഴിതെറ്റിപ്പോവുകയും ചെയ്തിട്ടുണ്ട്. ചിലപ്പോൾ പാർട്ടി സ്വീകരിച്ച നിലപാടുമായി അതിന് ഏറ്റുമുട്ടേണ്ടിവരികയും ചെയ്തു. വികസനവും പരിസ്ഥിതിയും തമ്മിലുള്ള വൈരുധ്യാത്മക ബന്ധത്തിന്റെ നാനാതലങ്ങൾ സംബന്ധിച്ച് ശാസ്ത്രീയ ധാരണയുണ്ടായെങ്കിലും ചിലപ്പോൾ പാളിപ്പോയിട്ടുണ്ടെന്നു ചുരുക്കം. ആധുനിക മാർക്സിസം കൈകാര്യം ചെയ്യുന്ന പല മേഖലകളും കേരളത്തിൽ ആദ്യമായി അവതരിപ്പിക്കുന്നത് മിക്കവാറും പി ജിയായിരിക്കും. സ്ത്രീ സ്വാതന്ത്ര്യത്തിന്റെ കാര്യത്തിൽ തിളക്കമുള്ള നിലപാടുകൾ എക്കാലത്തും അദ്ദേഹത്തിനുണ്ടായിരുന്നു.

പി ജിയുടെ വിശാലമായ രാഷ്ട്രീയ ചിന്തയുടെ കരുത്ത് അതിന്റെ സാർവദേശീയമായ കാഴ്ചപ്പാടാണ്. ലോകത്തു നടക്കുന്ന ചലനങ്ങൾ നമ്മുടെ രാജ്യത്തെ ശാക്തിക ബലാബലത്തിലും പ്രധാന പങ്കു വഹിക്കും. സാർവദേശീയ രാഷ്ട്രീയത്തെ ഇത്രമാത്രം പിന്തുടർന്ന മറ്റൊരു നേതാവും കേരളത്തിലില്ല. സാർവദേശീയപ്രശ്നങ്ങളെ വിലയിരുത്തുന്നതിൽ ചിലപ്പോൾ അദ്ദേഹത്തിനു പാളിച്ചയും പറ്റിയിട്ടുണ്ട്. എന്നാൽ പാർട്ടി ശരിയായ നിലപാടിലേക്ക് എത്തിയാൽ അത് ഉയർത്തിപ്പിടിക്കുക എന്ന കമ്യൂണിസ്റ്റുകാരന്റെ പ്രാഥമിക ബോധം എക്കാലത്തും പി ജിക്കുണ്ടായിരുന്നു. തന്റേതായ വഴികളിലൂടെ സഞ്ചരിക്കുന്നതിനുള്ള കഴിവുകളുള്ള ഏതൊരാളും പലപ്പോഴും വഴിതിരിഞ്ഞുപോയെന്നുവരാം. എന്നാൽ, വഴിതെറ്റലുകളിലും പാർട്ടിയാണ് ശരിയെന്ന വിശാല വർഗബോധം കൈവിടാതെ സൂക്ഷിക്കുക പ്രധാനമാണ്. അക്കാര്യത്തിൽ പി ജി പലർക്കും മാതൃകയാണ്.

പി ജിയുടെ രാഷ്ട്രീയ ചിന്ത ശരിയായ രൂപത്തിൽ സമൂഹത്തിന് ഇനിയും ഉപയോഗപ്രദമായിട്ടില്ലെന്ന കാര്യം പ്രധാനമാണ്. അടുത്തകാ

ലത്താണ് എഴുത്തിൽ കൂടുതൽ കേന്ദ്രീകരിക്കാൻ തുടങ്ങിയത്. പി ജിയെ വിമർശനാത്മകമായി വിലയിരുത്തുവാനുള്ള അർഹതയില്ലെങ്കിലും അതിനു ശ്രമിക്കേണ്ടത് ഗുരുനാഥനോട് നീതി പുലർത്തുന്നതിന് അത്യാവശ്യമാണ്. അതിൽ പ്രധാനം വിവരങ്ങളെ വ്യാഖ്യാനങ്ങളിലേക്ക് വികസിപ്പിക്കുകയും ശരിയായ നിഗമനങ്ങളിലേക്ക് ഉയർത്തുകയും ചെയ്യുന്നതിൽ അദ്ദേഹത്തിനു ശ്രദ്ധിക്കാൻ കഴിയാതെ പോകുന്നതാണ്. അതിനുള്ള ശ്രമങ്ങൾ സാംസ്കാരിക മണ്ഡലത്തിൽ നടത്തിയ സന്ദർഭങ്ങളിലെല്ലാം അത്ഭുതകരമായ സംഭാവനകൾ നൽകിയിട്ടുണ്ട്. എന്നാൽ, രാഷ്ട്രീയ ചിന്തയുടെ കാര്യത്തിൽ നിരവധി പരിമിതികളുണ്ടായിട്ടുണ്ട്. അത് പരിഹരിക്കുന്നതിന് ആവശ്യമായ ഇടപെടലുകൾക്കുള്ള യൗവനം പി ജിക്കുണ്ടെന്നു തന്നെയാണ് കരുതുന്നത്.

ഭാഗം രണ്ട്

സോഷ്യലിസവും വ്യാമോഹവും

ജ്യോതിബസുവിന്റെ പ്രസ്താവനയുടെ വ്യാഖ്യാനങ്ങളുടെ തുടർച്ചയിൽ സോഷ്യലിസത്തിന്റെ ചരമഗീതം സി പി ഐ (എം) എഴുതുന്നുവെന്ന മട്ടിൽ *മലയാളമനോരമ* മുഖപ്രസംഗം എഴുതിയിട്ടുണ്ട്. പാർട്ടി നേതൃത്വത്തിന്റെ വിശദീകരണങ്ങൾകൊണ്ടൊന്നും തൃപ്തിപ്പെടാതെ വിവാദം നിലനിർത്താൻ മാധ്യമങ്ങൾ ശ്രമിക്കുകയാണ്. ഈ ഘട്ടത്തിൽ സോഷ്യലിസത്തെ സംബന്ധിച്ച ശാസ്ത്രീയധാരണകൾ ഓർമിപ്പിക്കേണ്ടതുണ്ട്.

സമത്വസുന്ദരമായ ഒരു ലോകത്തെക്കുറിച്ചുള്ള സങ്കൽപ്പം മാർക്സിനും എംഗൽസിനും മുമ്പുതന്നെ പ്രചരിപ്പിക്കപ്പെട്ടിരുന്നു. എന്താണ് സോഷ്യലിസം എന്ന ചോദ്യം ഉന്നയിച്ചാൽ പലതരത്തിലുള്ള ഉത്തരങ്ങൾ ലഭിക്കുമെന്ന കാര്യത്തിൽ സംശയമില്ല. ബുദ്ധദേവനും യേശുക്രിസ്തുവും മുഹമ്മദ്നബിയും ഉൾപ്പെടെയുള്ള പ്രവാചകന്മാരും മനുഷ്യർ സമത്വത്തോടെ ജീവിക്കുന്ന കാലത്തെക്കുറിച്ചാണ് ചിന്തിച്ചിരുന്നത്. ലോകാ സമസ്താ സുഖിനോ ഭവന്തു എന്ന ഭാരതീയ കാഴ്ചപ്പാടും മാവേലി നാടു വാണിരുന്ന കാലത്തെക്കുറിച്ചുള്ള സങ്കൽപ്പവും സോഷ്യലിസ്റ്റ് ഭാവനയാണെന്നു കരുതുന്നവരുമുണ്ട്. റോബർട്ട് ഓവനും ചാൾസ് ഫോറിയറും ഉൾപ്പെടെയുള്ളവർ സോഷ്യലിസത്തിനുവേണ്ടി ചിന്തകൾ മുന്നോട്ടുവയ്ക്കുകയും പ്രവർത്തനരീതികൾ ആവിഷ്കരിക്കുകയും ചെയ്തിരുന്നു. സമത്വത്തിനുവേണ്ടിയുള്ള ചിന്താപദ്ധതി അവതരിപ്പിച്ചു കഴിഞ്ഞാൽ അതു സമൂഹം സ്വീകരിക്കുകയും ഭരണാധികാരികൾ ഏറ്റെടുക്കുകയും ചെയ്യുന്നതോടെ സമതയുടെ ലോകം കെട്ടിപ്പടുക്കാനാവുമെന്ന് ഇവർ കരുതി. റോബർട്ട് ഓവൻ കാന്റർബറി ബിഷപ്പിനും വിക്ടോറിയ രാജ്ഞിക്കും തന്റെ പദ്ധതികൾ സമർപ്പിക്കുകയുംചെയ്തു. തന്റെ

ഫാക്ടറിക്കുള്ളിൽ സോഷ്യലിസ്റ്റ് പ്രയോഗം നടത്താൻവരെ ഓവൻ തയാറായി. ലോകചരിത്രത്തിൽ ഇത്തരം നിരവധി അനുഭവങ്ങൾ കാണാൻ കഴിയും.

ഇന്ത്യൻ ഭരണഘടനയും സോഷ്യലിസമാണ് ഉയർത്തിപ്പിടിക്കുന്നത്. ജനപ്രാതിനിധ്യ നിയമമനുസരിച്ച് സോഷ്യലിസം അംഗീകരിക്കേണ്ടത് രാഷ്ട്രീയപ്പാർട്ടികൾക്ക് അംഗീകാരം കിട്ടാനുള്ള ഉപാധിയാണ്. ഇത് ചോദ്യം ചെയ്തുകൊണ്ടുള്ള ഹർജി സുപ്രീംകോടതിയിലെത്തിയിരുന്നു. കോൺഗ്രസും മറ്റു പാർട്ടികളും സോഷ്യലിസമാണ് നടപ്പാക്കാൻ ശ്രമിക്കുന്നതെന്നാണ് അവകാശപ്പെടുന്നത്. സോഷ്യലിസത്തെ സംബന്ധിച്ച് ഇന്നുള്ള നിരവധി നിർവചനങ്ങളും സങ്കൽപ്പങ്ങളുമുണ്ട്. അതെല്ലാം ഉയർത്തിപ്പിടിക്കാനും പ്രചരിപ്പിക്കാനും ഇവർക്കെല്ലാം അവകാശമുണ്ട്.

ഓവനും ഫോറിയറും ഉയർത്തിയ കാഴ്ചപ്പാടിനെയാണ് മാർക്സും എംഗൽസും സാങ്കൽപ്പിക സോഷ്യലിസമെന്ന് വിളിച്ചത്. സമൂഹത്തിന്റെ ചലനനിയമങ്ങൾ മനസിലാക്കി മാറ്റം അനിവാര്യമാണെന്ന് സ്ഥാപിക്കുകയാണ് മാർക്സും എംഗൽസും ചെയ്തത്. മുതലാളിത്തത്തിന്റെ ആന്തരികഘടനയെ സൂക്ഷ്മമായി വിശകലനംചെയ്ത് സോഷ്യലിസം അനിവാര്യമാണെന്നും സ്ഥാപിച്ചു. സാങ്കൽപ്പിക സോഷ്യലിസത്തിൽനിന്ന് ശാസ്ത്രീയ സോഷ്യലിസം വ്യത്യസ്തമാകുന്നതിന്റെ തുടക്കം ഇവിടെയാണ്.

മാറ്റത്തിന്റെ ഗതിയെ നിർണയിക്കുന്നത് വർഗസമരമാണെന്ന് ഇവർ സ്ഥാപിച്ചു. എന്നാൽ, വർഗസമരം തങ്ങളുടെ കണ്ടുപിടിത്തമല്ലെന്നും സമൂഹം വർഗവിഭജിതമായ കാലംമുതൽ വർഗസമരവുമുണ്ടെന്നും അവർ വ്യക്തമാക്കി. ഉൽപ്പാദനബന്ധവും ഉൽപ്പാദനശക്തികളും തമ്മിലുള്ള വൈരുധ്യമാണ് വർഗസമരത്തെ നിർണയിക്കുന്നതെന്ന നിഗമനമാണ് ഞങ്ങളുടെ സംഭാവനയെന്നും വ്യക്തമാക്കി. ഉൽപ്പാദനശക്തികൾ വളരുകയും മുന്നോട്ടുപോവുകയും ഉൽപ്പാദനബന്ധങ്ങൾ അങ്ങനെതന്നെ നിൽക്കുകയും ചെയ്യുമ്പോൾ അതു കാൽച്ചങ്ങലപോലെയാകും. ഇതാണ് വിപ്ലവഘട്ടമായി മാർക്സിസം കാണുന്നത്. ഈ മൂർത്ത വസ്തുനിഷ്ഠ സാഹചര്യത്തെ ഉപയോഗിക്കാൻ കഴിയുന്ന ആത്മനിഷ്ഠ ഘടകവും പ്രധാനമാണ്. തൊഴിലാളിവർഗത്തിന്റെയും വർഗസഖ്യങ്ങൾ ഉണ്ടാകുന്നതിലെ പക്വതയും ശക്തിയും അതിന്റെ സംഘടനയുമാണ് ആത്മനിഷ്ഠഘടകം. ഈ ശാസ്ത്രീയ സങ്കൽപ്പത്തിന്റെ പരസ്യമായ നിരാകരണമാണ് ഉടനടി വിപ്ലവക്കാർ ഉയർത്തുന്നത്.

എല്ലാ രാജ്യത്തും കമ്യൂണിസ്റ്റ് പാർട്ടിയുടെ നേതൃത്വത്തിൽ നടക്കുന്നത് സോഷ്യലിസ്റ്റ് വിപ്ലവമാണെന്ന തെറ്റിദ്ധാരണയും പലർക്കുമുണ്ട്. സോവിയറ്റ് യൂണിയൻ സോഷ്യലിസ്റ്റ് വിപ്ലവം നടന്ന രാജ്യമാണ്. എന്നാൽ, ചൈനയിൽ ജനകീയ ജനാധിപത്യമാണ്. അതതു രാജ്യങ്ങളിലെ മൂർത്ത വസ്തുനിഷ്ഠ സാഹചര്യങ്ങൾ വിശകലനംചെയ്താണ് വിപ്ലവഘട്ടത്തെ നിർണയിക്കുന്നത്.

സംസ്ഥാനത്ത് അധികാരം കിട്ടിയാലുടൻ സോഷ്യലിസം സ്ഥാപിക്കണമെന്നു കരുതുന്നവർ വിപ്ലവം കഴിഞ്ഞാൽ എന്തായിരിക്കും പ്രതീക്ഷിക്കുക? ഇന്ത്യയിൽ സി പി ഐ എം ജനകീയ ജനാധിപത്യ വിപ്ലവമാണ് വിഭാവന ചെയ്യുന്നത്. ഉൽപ്പാദനശക്തികളുടെ വളർച്ചയും നിലവാരവുമാണ് പ്രധാനം. പ്രാകൃത കമ്യൂണിസത്തിന്റെ കാലത്ത് ഗോത്രങ്ങൾ തമ്മിലുള്ള ഏറ്റുമുട്ടലിന്റെ ആദ്യഘട്ടങ്ങളിൽ ജയിക്കുന്നവർ തോൽക്കുന്നവരെ അടിമകളാക്കിയിരുന്നില്ല എന്ന് ഗോർഡൻ ചൈൽഡിനെപ്പോലുള്ളവർ വിശദീകരിച്ചിട്ടുണ്ട്. അടിമകളാക്കുന്നവർക്ക് ജീവിക്കാനുള്ള ഭക്ഷണമെങ്കിലും നൽകാനുള്ളത് മിച്ചംവയ്ക്കാൻ കഴിയാവുന്ന രീതിയിലേക്ക് മാറുമ്പോൾമാത്രമാണ് അടിമത്തം തുടങ്ങുന്നത്.

സോഷ്യലിസ്റ്റ് വിപ്ലവം നടന്നാൽ ഉടൻ സമത്വസുന്ദര ലോകമായി എന്നു കരുതുന്ന നിഷ്കളങ്കരുമുണ്ട്. വിപ്ലവം കഴിഞ്ഞാലും മുഴുവൻ സമൂഹത്തിന്റെ ആവശ്യങ്ങൾ തൃപ്തിപ്പെടുത്താൻ കഴിയുന്ന മാന്ത്രിക വടികളൊന്നും കമ്യൂണിസ്റ്റ് പാർട്ടിയുടെ കൈയിലില്ല. ഉൽപ്പാദനബന്ധങ്ങളെ കെട്ടഴിച്ചുവിടുകയും ഉൽപ്പാദന ഉപകരണങ്ങളെ നിരന്തരം നവീകരിക്കുകയും അങ്ങനെ ഉൽപ്പാദനം പടിപടിയായി വർധിപ്പിക്കുകയും ചെയ്തുകൊണ്ടാണ് സോഷ്യലിസത്തിലേക്ക് വിപ്ലവാനന്തരം മുന്നേറുന്നത്. ജനകീയ ജനാധിപത്യ വിപ്ലവത്തിന്റെ കടമകൾ നിർവഹിക്കുന്ന ചൈന സോഷ്യലിസത്തിന്റെ ആദ്യപടവുകളിലാണെന്ന് പറയുന്നത് ഈ വീക്ഷണത്തിന്റെകൂടി അടിസ്ഥാനത്തിലാണ്.

സോഷ്യലിസംതന്നെ ഒരു പരിവർത്തനഘട്ടമാണ്. കവികൾ സമത്വസുന്ദരമെന്നു വിശേഷിപ്പിക്കുമെങ്കിലും ഈ അന്തരാളഘട്ടം സമത്വപൂർണമായ വിതരണത്തിന്റേതായിരിക്കുകയില്ല. "ഓരോരുത്തരും അവരവരുടെ കഴിവിനനുസരിച്ചും ഓരോരുത്തർക്കും അവരവരുടെ അധ്വാനത്തിനനുസരിച്ചും" എന്നതാണ് സോഷ്യലിസത്തിന്റെ ലളിത നിർവചനങ്ങളിലൊന്ന്. അധ്വാനത്തിന്റെ സ്വഭാവത്തിന്റെയും അളവിന്റെയും അടിസ്ഥാനത്തിൽ ലഭിക്കുന്നതിന്റെ അളവും മാറും. അപ്പോൾ എല്ലാവരും സമത്വത്തോടെയെന്നു പറയാൻ കഴിയില്ലല്ലോ. ഉൽപ്പാദന ഉപാധികളുടെ വിപ്ലവകരമായ വളർച്ചയും ഉൽപ്പാദന വർധനയും പടിപടിയായി കൈവരിച്ചാണ് അടുത്ത ഘട്ടത്തിലേക്ക് കടക്കുന്നത്.

കമ്യൂണിസ്റ്റ് രാഷ്ട്രം എന്നു പലരും പ്രസംഗിക്കുകയും എഴുതുകയും ചെയ്യുന്നുണ്ട്. മാർക്സിസ്റ്റ് ധാരണയനുസരിച്ച് ഈ രണ്ടുവാക്കുകളും ഒന്നിച്ചുപോകുകയില്ല. രാഷ്ട്രങ്ങളില്ലാത്ത വർഗരഹിത സമൂഹമാണല്ലോ കമ്യൂണിസം. ഇവിടെ രാഷ്ട്രങ്ങൾക്കു പ്രസക്തിയില്ല. സോഷ്യലിസ്റ്റ് രാഷ്ട്രങ്ങൾ വിശേഷിപ്പിക്കുന്നവയും സോഷ്യലിസ്റ്റ് നിർമാണം പൂർത്തീകരിച്ച രാജ്യങ്ങളാണെന്നും തെറ്റിദ്ധരിക്കരുത്. സോഷ്യലിസ്റ്റ് നിർമാണം നടക്കുന്ന കമ്യൂണിസ്റ്റ് പാർട്ടി അധികാരത്തിലിരിക്കുന്ന രാജ്യങ്ങൾ മാത്രമാണവ.

അടിസ്ഥാന സങ്കൽപ്പങ്ങളെക്കുറിച്ചുള്ള മൗലികമായ കാഴ്ചപ്പാട്

സൈദ്ധാന്തിക പ്രശ്നങ്ങൾ ചർച്ചചെയ്യുമ്പോൾ ഒഴിവാക്കാനാവാത്തതാണ്. കോൺഗ്രസിനും മാധ്യമങ്ങൾക്കും സ്വതന്ത്രചിന്തകർക്കും സോഷ്യലിസത്തെക്കുറിച്ചുള്ള വ്യത്യസ്ത സങ്കൽപ്പങ്ങൾ സ്വീകരിക്കാൻ അവകാശമുണ്ട്. എന്നാൽ, അതെല്ലാം ശാസ്ത്രീയ വിശകലന രീതിയായ മാർക്സിസത്തിന്റെയും അതിന്റെ അടിസ്ഥാനത്തിൽ പ്രവർത്തിക്കുന്ന സി പി ഐ (എം)ന്റെയുംമേൽ വച്ചുകെട്ടാൻ ശ്രമിക്കുന്നത് നിരുത്തരവാദമാണ്.

മാനിഫെസ്റ്റോയുടെ പ്രസക്തി

ലോകത്തെ മാറ്റിമറിക്കുന്നതിന് തൊഴിലാളി വർഗത്തിന്റെ ആയുധമായി കണക്കാക്കുന്നതാണ് *കമ്യൂണിസ്റ്റ് മാനിഫെസ്റ്റോ*. സോഷ്യലിസ്റ്റ് സാഹിത്യങ്ങളിൽ ഏറ്റവും പ്രചാരമുള്ളതും സാർവദേശീയത്വം സിദ്ധിച്ചതുമായ പ്രസിദ്ധീകരണമെന്ന് 1888 ലെ ഇംഗ്ലീഷ് പതിപ്പിനുള്ള ആമുഖത്തിൽ എംഗൽസ് *മാനിഫെസ്റ്റോ*യെ വിശേഷിപ്പിക്കുന്നുണ്ട്. *ബൈബിളും ഖുറാനും* കഴിഞ്ഞാൽ ഏറ്റവും കൂടുതൽ പതിപ്പുകൾ അച്ചടിച്ചതും ഏറ്റവും കൂടുതൽ ഭാഷയിൽ പ്രസിദ്ധീകരിച്ചതും വ്യാപകമായി പ്രചരിച്ചതുമായ ഗ്രന്ഥമായാണ് *കമ്യൂണിസ്റ്റ് മാനിഫെസ്റ്റോ*യെ കരുതുന്നത്. എംഗൽസ് സൂചിപ്പിച്ചതുപോലെ 'ജീവശാസ്ത്രത്തിൽ ഡാർവിന്റെ സിദ്ധാന്തം എന്തൊരു പങ്കാണോ നിർവഹിച്ചിട്ടുള്ളത് അത് ചരിത്രത്തെ സംബന്ധിച്ച് നിറവേറ്റാൻ പരികൽപ്പിതമാണ് ഈ (*മാനിഫെസ്റ്റോ*യുടെ) പ്രമേയം.' പ്രവർത്തനത്തിനുള്ള വഴികാട്ടിയെന്ന നിലയിൽ ലോകത്തെ സാമൂഹ്യമാറ്റത്തിന്റെ ഗതിയെ നിർണയിച്ച മറ്റൊരു പുസ്തകവും കാണാൻ കഴിയില്ല. പ്രകാശ് കാരാട്ട് സൂചിപ്പിച്ചിട്ടുള്ളതുപോലെ ഒരു വിപ്ലവപ്രസ്ഥാനത്തിനുവേണ്ടി ശാസ്ത്രീയസിദ്ധാന്തത്തിന്റെ ശക്തിയെ മൗലിക തന്ത്രങ്ങളുമായി യോജിപ്പിച്ചെന്നതാണ് *മാനിഫെസ്റ്റോ*യുടെ സ്ഥായിയായ ചൈതന്യത്തിനു കാരണമെന്ന കാര്യം എടുത്തുപറയേണ്ടതാണ്. *മാനിഫെസ്റ്റോ* എഴുതുന്നതിനുമുമ്പ് 1845 ലെ എഴുതിയ *ഫൊയർബാഹിനെക്കുറിച്ചുള്ള തീസിസിൽ* മാർക്സ് വ്യക്തമാക്കിയിരുന്ന "തത്വചിന്തകന്മാർ ലോകത്തെ വ്യാഖ്യാനിക്കുക മാത്രമേ ചെയ്തിട്ടുള്ളു. അതിനെ മാറ്റിത്തീർക്കുക എന്നതാണ് കാര്യം" എന്ന തിരിച്ചറിവിന്റെ വികസിതമായ പ്രയോഗമായി ഈ കൃതിയെ കാണാൻ കഴിയും.

1948 ൽ ഈ കൃതിയുടെ നൂറാം വാർഷികം ആഘോഷിച്ചപ്പോൾ

വിപ്ലവമുന്നേറ്റങ്ങളുടെ തീരത്തായിരുന്നു ലോകം. സോവിയറ്റ് യൂണിയന് ഫാസിസത്തിനെതിരായ വിജയത്തിനു നേതൃത്വം നൽകാൻ കഴിഞ്ഞത് ലോകരാഷ്ട്രീയത്തെ മാറ്റിമറിച്ചു. ചൈനീസ് വിപ്ലവം വിജയത്തിന്റെ പടിവാതിൽക്കലായിരുന്നു. ക്യൂബയും കൊറിയയും വിയറ്റ്നാമും വിപ്ലവവഴിയിലും. എന്നാൽ, 150–ാം വാർഷികസന്ദർഭം തിരിച്ചടികളുടെ പരിസരത്തായിരുന്നു. സോവിയറ്റ് യൂണിയന്റെ തകർച്ചയും സോഷ്യലിസത്തിനേറ്റ തിരിച്ചടിയും സൃഷ്ടിച്ച നൈരാശ്യത്തിൽനിന്ന് ലോകം കരകയറുന്നതേയുണ്ടായിരുന്നുള്ളൂ. എങ്കിലും കിഴക്കനേഷ്യൻ രാജ്യങ്ങളുടെ സാമ്പത്തികത്തകർച്ചയും ജപ്പാന്റെ പ്രതിസന്ധിയും മുതലാളിത്തത്തെ സംബന്ധിച്ച മാർക്സിന്റെ നിരീക്ഷണങ്ങൾ ശരിവയ്ക്കുന്നതായിരുന്നു. വികസിത മുതലാളിത്തരാജ്യങ്ങളിൽ ഉൾപ്പെടെ തൊഴിലാളിപ്രസ്ഥാനങ്ങളുടെ മുന്നേറ്റങ്ങൾ ദൃശ്യമായതോടെ പ്രത്യയശാസ്ത്രത്തിന്റെ തകർച്ചയല്ല പ്രയോഗത്തിന്റെ പാളിച്ചയാണ് എന്ന ശരിയായ നിലപാടിനു പിന്തുണയേറി.

ജർമൻ സംഘടനയായി തുടക്കംകുറിച്ച് 1848 നുമുമ്പുള്ള രാഷ്ട്രീയ പരിതഃസ്ഥിതിയിൽ ലണ്ടൻ കേന്ദ്രീകരിച്ച് പ്രവർത്തിച്ചിരുന്ന കമ്യൂണിസ്റ്റ് ലീഗ് എന്ന തൊഴിലാളിസംഘടനയുടെ പരിപാടിയായാണ് *മാനിഫെസ്റ്റോ* എഴുതുന്നത്. 'നീതിമാന്മാരുടെ ലീഗ്' എന്ന പേരിൽ ജർമൻ അഭയാർഥികൾ സ്ഥാപിച്ച സംഘടനയുടെ പ്രവർത്തകരുമായി മാർക്സും എംഗൽസും നടത്തിയ ആശയസംവാദമാണ് കമ്യൂണിസ്റ്റ് ലീഗിന്റെ രൂപീകരണത്തിലേക്കു നയിച്ചത്. "എല്ലാ മനുഷ്യരും സഹോദരന്മാരാണ്" എന്ന മുദ്രാവാക്യം 'സർവ രാജ്യത്തൊഴിലാളികളേ ഒന്നിക്കുവിൻ' എന്നാക്കി മാറ്റിയതോടെ കൃത്യമായ വർഗപക്ഷപാതിത്വമാണ് സംഘടന പ്രഖ്യാപിച്ചത്. അതിന്റെ താത്വികവും പ്രായോഗികവുമായ പരിപാടി തയാറാക്കുന്നതിനുള്ള ഉത്തരവാദിത്വം മാർക്സിനെയും എംഗൽസിനെയുമാണ് ഏൽപ്പിച്ചത്. എംഗൽസ് തയാറാക്കിയ രണ്ടു കുറിപ്പ് ഇതിന് ആധാരമായി ഉപയോഗിച്ചു. കമ്യൂണിസ്റ്റ് വിശ്വാസപ്രമാണം, കമ്യൂണിസത്തിന്റെ മൂലതത്വങ്ങൾ എന്നീ കുറിപ്പിൽനിന്നുള്ള മൗലികമായ മാറ്റം *കമ്യൂണിസ്റ്റ് മാനിഫെസ്റ്റോയിൽ* പ്രത്യേകിച്ചും ബൂർഷ്വാസിയും തൊഴിലാളിവർഗവും എന്ന ആദ്യ അധ്യായത്തിൽ പ്രകടമായത് മാർക്സിന്റെ സ്വാധീനമാണ് വ്യക്തമാക്കുന്നതെന്ന് പലരും നിരീക്ഷിച്ചിട്ടുണ്ട്.

ചരിത്രത്തിന്റെ ഓരോ കാലഘട്ടത്തിലും അന്നന്നു നിലവിലുള്ള സാമ്പത്തികോൽപ്പാദന വിനിമയങ്ങളുടെ രീതിയും അതിൽനിന്ന് അനിവാര്യമായി ഉടലെടുക്കുന്ന സാമൂഹ്യഘടനയുമാണ് രാഷ്ട്രീയ– സാംസ്കാരിക ചരിത്രത്തിന്റെ അടിത്തറയായി തീരുന്നത് എന്നതാണ് ഈ മൗലികചിന്തയിലെ പ്രധാന ഭാഗം. ചരിത്രപരമായ ഭൗതികവാദത്തിന്റെ പ്രയോഗമാണ് ഇതിലൂടെ നടന്നത്. *മാനിഫെസ്റ്റോ* പ്രസിദ്ധീകരിച്ച് പത്തു വർഷം കഴിഞ്ഞ് എഴുതിയ *അർഥശാസ്ത്ര നിരൂപണത്തിനുള്ള സംഭാവന* എന്ന കൃതിയിൽ ഈ വിശകലന രീതിശാസ്ത്രം കുറെക്കൂടി പക്വ

മാകുന്നതായി കാണാം. 'ബോധമല്ല മനുഷ്യന്റെ അസ്തിത്വത്തെ നിർണയിക്കുന്നത്. മറിച്ച് സാമൂഹ്യ അസ്തിത്വമാണ് ബോധത്തെ നിർണയിക്കുന്നത്' എന്ന് മാർക്സ് പ്രഖ്യാപിക്കുന്നത് ഈ കൃതിയിലാണ്. ഉൽപ്പാദനബന്ധങ്ങൾ ഉൽപ്പാദന ശക്തികൾക്ക് കാൽച്ചങ്ങലയായി മാറുന്ന വിപ്ലവഘട്ടത്തെ സംബന്ധിച്ച വിശകലനവും ഈ കൃതിയിൽ ആധികാരികമായി നടത്തുന്നുണ്ടെങ്കിലും *മാനിഫെസ്റ്റോ*യിലാണ് ഇത് ആദ്യമായി അവതരിപ്പിക്കുന്നത്. പ്രാകൃതസമുദായങ്ങളുടെ ചരിത്രം അവസാനിച്ചതിനുശേഷമുള്ള ചരിത്രം വർഗസമരങ്ങളുടെ ചരിത്രമാണെന്ന കാര്യം *മാനിഫെസ്റ്റോ* എടുത്തുപറയുന്നു. മുതലാളിത്തത്തിലെ പ്രകടമായ വർഗസമരത്തിൽ തൊഴിലാളിവർഗത്തിന്റെ വിമോചനം സമൂഹത്തെയാകെ വിമോചിപ്പിച്ചുകൊണ്ടു മാത്രമാണെന്ന വസ്തുതയും എടുത്തുപറഞ്ഞു. തൊഴിലാളിവർഗത്തെ നേതൃസ്ഥാനത്ത് പ്രതിഷ്ഠിച്ചതാണ് *മാനിഫെസ്റ്റോ*യിലെ സന്ദേശത്തെ നിഷേധിക്കുന്നതിനുള്ള ശ്രമങ്ങളുടെ മൂലകാരണം.

മുതലാളിത്തത്തെ ഒരു പ്രക്രിയയെന്ന നിലയിൽ സമഗ്രമായ പഠനം മൂലധനത്തിലാണ് മാർക്സ് നടത്തുന്നതെന്ന കാര്യം എല്ലാവർക്കും അറിയാം. ഇതിന്റെ തുടക്കം *മാനിഫെസ്റ്റോ*യിലാണ്. സാമ്രാജ്യത്വം പുതിയ രൂപമായ ആഗോളവൽക്കരണത്തിൽ എത്തിനിൽക്കുമ്പോഴും അടിസ്ഥാന നിഗമനങ്ങളിൽ മാറ്റം കണ്ടെത്താൻ കഴിയില്ല. 'കമ്പോളം തേടിയുള്ള ബൂർഷ്വാസിയുടെ പരക്കംപാച്ചിൽ' ഇന്നു പുതിയ രൂപത്തിൽ ശക്തിപ്പെടുന്നു. ചരക്കുമാത്രമല്ല മൂലധനവും കയറ്റി അയയ്ക്കുന്ന സാമ്രാജ്യത്വത്തിന്റെ സവിശേഷതയും പുതിയ തലത്തിലേക്ക് എത്തിയിട്ടുണ്ട്. ഇതോടെ പ്രതിസന്ധിയുടെ ആഗോളവൽക്കരണവും നടക്കുന്നു. സാമ്രാജ്യത്വത്തെ നയിക്കുന്ന അമേരിക്കയിലെ സാമ്പത്തികപ്രതിസന്ധി മുതലാളിത്തത്തിന്റെ കൂടപ്പിറപ്പിനെ സംബന്ധിച്ച മൗലികനിരീക്ഷണങ്ങളെ ശരിവയ്ക്കുന്നതാണ്. ഇത് ലോകത്തെ മിക്കവാറും എല്ലാ രാഷ്ട്രത്തെയും ബാധിക്കുന്നു. ലോകത്ത് ആകെയുള്ള ഇറക്കുമതിയിൽ 20 ശതമാനവും അമേരിക്കയിലായതുകൊണ്ട് ഇന്ത്യയുൾപ്പെടെയുള്ള രാജ്യങ്ങളിലെ ഉൽപ്പാദനമേഖലയിലും ഈ പ്രതിസന്ധി ദൃശ്യമാകുന്നു. ചരിത്രത്തിന്റെ അവസാനം മുതലാളിത്തമാണെന്നും അതിനപ്പുറത്തേക്കുള്ള വിശകലനം തെറ്റാണെന്നും സോവിയറ്റ് യൂണിയന്റെ തകർച്ചയ്ക്കുശേഷം ആവേശത്തോടെ പ്രഖ്യാപിച്ചവർ ഇപ്പോൾ നിശ്ശബ്ദരാണ്. അഫ്ഗാനിസ്ഥാനിലും ഇറാഖിലും നടത്തിയ അധിനിവേശവും ഒഴുക്കിയ ചോരപ്പുഴകളും ഏകധ്രുവലോകത്തിലേക്കുള്ള വഴി ഇനിയും തുറന്നുകൊടുത്തിട്ടില്ല.

മാനിഫെസ്റ്റോ തൊഴിലാളിവർഗത്തെ സംബന്ധിച്ചു നടത്തിയ നിരീക്ഷണങ്ങളെ ഈ കാലം കൂടുതൽ ശരിവയ്ക്കുന്നു. ഉൽപ്പാദന ഉപാധികളൊന്നും സ്വന്തമായി ഇല്ലാത്തതിനാൽ ഉപജീവനാർഥം തങ്ങളുടെ അധ്വാനശേഷി വിൽക്കാൻ നിർബന്ധിതമായ ആധുനിക കൂലിവേലക്കാ

രുടെ വർഗമെന്ന് 1888ലെ പതിപ്പിൽ അടിക്കുറിപ്പിലൂടെ എംഗൽസ് നിർവചിച്ച വർഗം കൂടുതൽ കൂടുതൽ ചൂഷണവിധേയമാകുന്നു. സോഷ്യലിസത്തിന് തിരിച്ചടിയേറ്റതോടെ മറ്റു രാജ്യങ്ങളിൽ തൊഴിലാളിവർഗം അനുഭവിച്ചുവന്ന ക്ഷേമാനുകൂല്യങ്ങൾ നഷ്ടമാകാൻ തുടങ്ങി. തൊഴിലിന്റെ സ്ഥിരസ്വഭാവം കുറഞ്ഞു. ബൂർഷ്വാസിക്ക് ആവശ്യമായ സന്ദർഭങ്ങളിൽമാത്രം തൊഴിൽ ലഭിക്കുന്ന അവസ്ഥയാണ് ഇപ്പോൾ ശക്തിപ്പെടുന്നത്. 'എല്ലാ തൊഴിലിന്റെയും പ്രഭാമണ്ഡലത്തെ ബൂർഷ്വാസി പിച്ചിച്ചീന്തി' എന്നതു പൂർണമായും ശരിവയ്ക്കുന്നതാണ് ഈ കാലം. 'തൊഴിലാളികൾക്കു പരസ്പരം ബന്ധപ്പെടുന്നതിനുള്ള സാധ്യതകളും മുതലാളിത്തമുണ്ടാക്കി'യെന്നതിന് വിവര സാങ്കേതികവിദ്യയുടെ കാലത്ത് പുതിയ മാനം കൈവന്നിരിക്കുന്നു.

ഇതെല്ലാം ശക്തമായ ചെറുത്തുനിൽപ്പുകൾക്കുള്ള ഊർജം പകരുന്ന വസ്തുതകളാണ്. ലോകത്ത് പല ഇടത്തും പുതിയ തൊഴിൽ വ്യവസായ നയങ്ങൾക്കെതിരായ സമരങ്ങൾ ശക്തിപ്പെട്ടിട്ടുണ്ട്. സാമ്രാജ്യത്വവിരുദ്ധ പോരാട്ടത്തിനു തുടർച്ചയായി നേതൃത്വം നൽകുന്നത് തൊഴിലാളിപ്രസ്ഥാനങ്ങൾമാത്രമാണ്. ലാറ്റിനമേരിക്ക പുതിയ പോരാട്ടങ്ങളുടെ ഭൂമികയായിരിക്കുന്നു. സാമ്രാജ്യത്വ സാമ്പത്തിക സ്ഥാപനങ്ങൾക്കു ബദലായി ബാങ്ക് രൂപംകൊള്ളുന്നു. സോഷ്യലിസത്തിലേക്കുള്ള വെനിസ്വേലയുടെ വഴിയെക്കുറിച്ചുള്ള പ്രഖ്യാപനം സോഷ്യലിസം നടപ്പാക്കൽ 'പല രാജ്യത്തും പലതരത്തിലായിരിക്കും' എന്നത് ഓർമിപ്പിക്കുന്നു. എല്ലാ വെല്ലുവിളിയെയും അതിജീവിച്ച് ലോകത്തെ പ്രധാനശക്തിയായി മാറിക്കൊണ്ടിരിക്കുന്ന ജനകീയചൈന സോഷ്യലിസം കെട്ടിപ്പടുക്കുന്നതിൽ തങ്ങളുടേതായ മാർഗമാണ് പിന്തുടരുന്നത്. ക്യൂബയും മറ്റു സോഷ്യലിസ്റ്റ് രാഷ്ട്രങ്ങളും ആവേശം പകരുന്ന സാന്നിധ്യമായി തുടരുന്നു.

1872ലെ ജർമൻ പതിപ്പിനുള്ള ആമുഖത്തിൽ മാർക്സും എംഗൽസും വ്യക്തമാക്കിയതുപോലെ "സ്ഥിതിഗതികൾക്ക് എത്ര മാറ്റം വന്നിട്ടുണ്ടെങ്കിലും *മാനിഫെസ്റ്റോ* ഉൾക്കൊള്ളുന്ന പൊതുതത്വങ്ങൾ അന്നത്തെപ്പോലെ ഇന്നും ശരിയാണ്" എന്നത് ഇന്നും പ്രസക്തമാണ്. സങ്കീർണമായ ആഗോളവൽക്കരണത്തെ വിശകലനംചെയ്യാൻ പ്രാപ്തിയില്ലാത്തവിധം പലരും പകച്ചുനിൽക്കുമ്പോഴും ആധികാരികമായി ഇടപെടാൻ മാർക്സിസത്തിനു കഴിയുന്നതിന്റെ ഊർജം ഈ കൊച്ചുകൃതിയാണ്. മതഗ്രന്ഥങ്ങളെപ്പോലെ അന്ധമായി ഉരുവിടാനുള്ള ഉപകരണമല്ല, വിശകലനത്തിനുള്ള രീതിശാസ്ത്രവും പോരാട്ടത്തിനുള്ള ഊർജവുമാണ് *മാനിഫെസ്റ്റോ.*

ഭൂഗോളം വീണ്ടും തിരിയുന്നു മാർക്സിലേക്ക്

മാർക്സ് തിരിച്ചുവരുന്നെന്നും *മൂലധനം* യൂറോപ്പിൽ ഏറ്റവും കൂടുതൽ വിറ്റഴിക്കപ്പെടുന്ന പുസ്തകങ്ങളുടെ പട്ടികയിൽ ഇടം തേടിയെന്നതും ലോകമാധ്യമങ്ങളിൽ പ്രധാന വാർത്തയാണ്. മാർക്സിന്റെയും എംഗൽസിന്റെയും രചനകൾ അന്വേഷിക്കുന്നവരിൽ പുത്തൻ ഉദാരവൽക്കരണ നയങ്ങളുടെ വക്താക്കളായ സാമ്പത്തിക ശാസ്ത്രജ്ഞന്മാർ വരെയുണ്ടെന്നാണ് പറയുന്നത്. അമേരിക്കൻ ധനമേഖലയിൽനിന്ന് ആരംഭിച്ച് ലോക സമ്പദ്ഘടനയെ പിടിച്ചുലച്ച സാമ്പത്തികക്കുഴപ്പത്തെ വിശകലനം ചെയ്യുന്നതിനു മാർക്സിസത്തെ ആശ്രയിക്കുന്ന രീതിയിലേക്ക് പാശ്ചാത്യ മാധ്യമങ്ങളും സാമ്പത്തിക ശാസ്ത്രജ്ഞരും മാറുന്നു. അമേരിക്കയിലെ ലിബറൽ പ്രസിദ്ധീകരണമായ *ദി നേഷൻ* 2011 ഒക്ടോബർ ഒന്നിനു പ്രസിദ്ധീകരിച്ച *കമ്യൂണിസ്റ്റ് മാനിഫെസ്റ്റോ*യുടെ പ്രസിദ്ധീകരണത്തിന് 160 വർഷം പിന്നിടുന്നത് സംബന്ധിച്ച ലേഖനം സാമ്പത്തികക്കുഴപ്പത്തെ വിലയിരുത്തുന്നതിൽ മാർക്സിസത്തിനുള്ള ആധികാരികത എടുത്തുപറയുന്നതാണ്. ബ്രിട്ടനിലെ പ്രധാന പ്രസിദ്ധീകരണമായ *ഒബ്സർവർ* പ്രസിദ്ധീകരിച്ച മുതലാളിത്തത്തിന്റെ ഉയർച്ചയും താഴ്ചയും: ഒരു ലഘുചരിത്രം എന്ന പഠനവും ചരിത്രപരമായ പശ്ചാത്തലത്തിൽ എങ്ങനെയാണ് മുതലാളിത്തം പ്രതിസന്ധികളുടേതാകുന്നതെന്നാണ് വിശദമാക്കുന്നത്. ബ്രിട്ടീഷ് പ്രസിദ്ധീകരണങ്ങളായ *ദി ടൈംസും ഡെയ്‌ലി ടെലിഗ്രാഫും* മാർക്സിസ്റ്റ് രീതിശാസ്ത്രത്തെ പിന്തുടരുന്ന ലേഖനങ്ങൾ പ്രസിദ്ധീകരിക്കാൻ നിർബന്ധിതമാകുന്നതും ശ്രദ്ധേയമാണ്.

ജപ്പാനിൽ കമ്യൂണിസ്റ്റ് പാർട്ടിയിലേക്ക് ചെറുപ്പക്കാരുടെ ഒഴുക്ക് വർധിച്ചതായി അവിടത്തെ മാധ്യമങ്ങൾ പറയുന്നു. പ്രതിമാസം ആയിരത്തിലധികം പേർ പാർട്ടിയിലേക്ക് പുതുതായി എത്തുന്നു .മാർക്സിസ്റ്റ് ക്ലാസിക്കുകൾ അന്വേഷിക്കുന്നതിൽ ചെറുപ്പക്കാരാണ് കൂടുതൽ. തൊഴിൽ

നഷ്ടപ്പെടുത്തുകയും പ്രതിസന്ധിയിൽപ്പെട്ട് ഉഴലുകയും ചെയ്യുന്ന മുതലാളിത്തത്തിന്റെ യഥാർഥ ചിത്രം മനസിലാക്കുന്നതിനു മാർക്സിസം തന്നെ വേണമെന്നാണ് യുവതലമുറയുടെ പ്രതിനിധികൾ പറയുന്നത്. ഇവരിൽ മഹാഭൂരിപക്ഷവും താൽക്കാലിക അടിസ്ഥാനത്തിൽ തൊഴിൽ ചെയ്യാൻ നിർബന്ധിതരായവരാണ്. പാവപ്പെട്ട തൊഴിലാളി കുടംബങ്ങളുടെ ജീവിതത്തെ അവതരിപ്പിച്ച പഴയകാല കൃതിയായ *മാംഗ* ഏറ്റവും കൂടുതൽ വിറ്റഴിക്കപ്പെട്ട പുസ്തകങ്ങളുടെ പട്ടികയിലെത്തി. *ഗാർഡിയൻ* പോലുള്ള പുരോഗമന ചിന്തയുള്ള പാശ്ചാത്യ പ്രസിദ്ധീകരണങ്ങൾ മാത്രമല്ല വലതുപക്ഷ ആശയങ്ങളുടെ ശക്തരായ പ്രചാരകരായിരുന്ന മാധ്യമങ്ങൾ വരെ മാർക്സിസത്തെ ഉയർത്തിക്കാണിക്കുന്ന സന്ദർഭം ഒരു ശാസ്ത്രമെന്ന നിലയിൽ മാർക്സിസത്തിന്റെ ആധികാരികത ഉറപ്പിക്കുന്നതാണ്. മാർക്സിന്റെ ജന്മനാടായ ജർമനിയും ഇതിൽനിന്ന് വ്യത്യസ്തമല്ല.

ഇരുപത്തിമൂന്നു വർഷത്തെ കൂട്ടായ തപസ്യയുടെ ഉൽപ്പന്നമായ *മൂലധനം* മുതലാളിത്തത്തിന്റെ ആന്തരിക പ്രവർത്തനത്തെ ശാസ്ത്രീയമായി വിലയിരുത്തുന്ന ഗ്രന്ഥമാണ്. മുതലാളിത്ത സമൂഹത്തിന്റെ ചരിത്രത്തിൽനിന്നു തുടങ്ങി പണവും മൂലധനവും ഉത്ഭവിക്കുന്നത് എങ്ങനെയെന്ന അന്വേഷണത്തിലൂടെ മുതലാളിത്ത ഉൽപ്പാദന പ്രക്രിയയുടെ ചൂഷണമുഖമാണ് വരച്ചിട്ടത്. "തൊഴിലാളി വർഗത്തിന്റെ ബൈബിൾ" എന്നു വിശേഷിപ്പിക്കപ്പെട്ട ഈ ഗ്രന്ഥത്തിന്റെ രണ്ടാംവാല്യത്തിലാണ് ആനുകാലിക സാമ്പത്തികക്കുഴപ്പത്തെക്കുറിച്ച് മാർക്സ് വിശദീകരിക്കുന്നത്. ഉയർച്ച, മാന്ദ്യം, പ്രതിസന്ധി എന്നിങ്ങനെയുള്ള മൂന്ന് ഉപഘട്ടങ്ങൾ ഉൾക്കൊള്ളുന്ന ഓരോ ഉൽപ്പാദന ചക്രമായാണ് മുതലാളിത്തം വളരുന്നത്. ഈ പ്രതിസന്ധിയിൽനിന്ന് കരകയറാൻ കഴിയുന്ന മുതലാളിത്തം വീണ്ടും ഇതേ ചാക്രിക കുഴപ്പങ്ങളിലൂടെ കടന്നുപോകും. എന്നാൽ, ഇത്തരത്തിലല്ലാതെ മുതലാളിത്ത വളർച്ചയുടെ ഭാഗമായിത്തന്നെ കൂടുതൽ സ്ഥിരമായ പ്രതിസന്ധിയും മുതലാളിത്ത വളർച്ചയിലുണ്ടെന്ന് മൂന്നാംവാല്യത്തിൽ മാർക്സ് വിശദീകരിച്ചത് ഇത് മിച്ചമൂല്യോൽപ്പാദനം, മൂലധനസഞ്ചയനം എന്നിവയുമായി ബന്ധപ്പെട്ടതാണ്. പുതിയ ഉപകരണങ്ങൾ വഴി ഉൽപ്പാദനക്ഷമതയും ഉൽപ്പാദനവും വർധിപ്പിക്കുമ്പോൾ മിച്ചമൂല്യം തട്ടിയെടുക്കൽ വർധിക്കുന്നുണ്ട്. ആഗോളവൽക്കരണകാലത്ത് ഇതു കൂടുതൽ പ്രസക്തമാണ്. എന്നാൽ, ഇതിനായി മുടക്കിയ മൂലധനത്തിന്റെ മൊത്തം അളവ് കൂടി കണക്കിലെടുക്കുമ്പോൾ ലാഭത്തോത് കുറയുകയാണ് ചെയ്യുന്നത്. പ്രതിസന്ധി മറികടക്കുന്നതിനു കണ്ടുപിടിത്തങ്ങളെയും സാമൂഹ്യഘടകങ്ങളെയും സമർഥമായി ഉപയോഗിക്കുന്നുവെന്ന് പ്രശസ്ത സാമ്പത്തിക ശാസ്ത്രജ്ഞനായ സമീർ അമിൻ വിശദീകരിക്കുന്നുണ്ട്. ചരിത്രപരമായ ഭൗതികവാദത്തെ ഉപയോഗിച്ചുമാത്രമേ മുതലാളിത്ത പ്രവർത്തനത്തെ മനസിലാക്കാൻ കഴിയുവെന്നാണ് അദ്ദേഹം സൂചിപ്പിച്ചത്.

എന്നാൽ, ഇതിനുശേഷമുണ്ടായ കാലത്തിന്റെ മാറ്റങ്ങൾകൂടി കണക്കിലെടുത്ത് സാമ്രാജ്യത്വ ഘട്ടത്തെ സൂക്ഷ്മമായി വിലയിരുത്തിയ ലെനിൻ ധനമൂലധനത്തിന്റെ സ്വാധീനത്തെ എടുത്തുപറയുന്നു. ബാങ്ക് നിയന്ത്രിക്കുകയും വ്യവസായം ഉപയോഗിക്കുകയുംചെയ്യുന്ന മൂലധനമെന്ന അന്നത്തെ നിർവചനത്തിൽനിന്ന് ധനമൂലധനം ഇന്ന് മാറിയിരിക്കുന്നു. ഇന്ന് അത് പ്രധാനമായും ഊഹക്കച്ചവടരംഗത്ത് വ്യാപരിക്കുകയാണ്. അതോടൊപ്പം പണത്തിന്റെ ദേശീയ അടിത്തറ ദുർബലമാവുകയും പണം ആഗോളസ്വഭാവം കൈവരിക്കുകയുംചെയ്തു. ഈ മാറ്റം കാണാതെ ഇപ്പോഴത്തെ പ്രതിസന്ധി മനസിലാക്കാൻ കഴിയില്ല. അമേരിക്കൻ പ്രതിസന്ധിയെ പലരും ബാങ്കുകളുടെ തകർച്ചയിലേക്ക് ചുരുക്കിക്കെട്ടുകയായിരുന്നു. ഇവയുടെ സ്ഥിതിവിവര കണക്കുകളാണ് ആധികാരിക വിശകലനങ്ങളായി അവതരിപ്പിക്കപ്പെടുന്നത്. സബ്പ്രൈം പ്രതിസന്ധിയിലേക്ക് നയിച്ച മുതലാളിത്തത്തിന്റെ മൗലികസ്വഭാവത്തെ കാണാതിരുന്നാൽ പ്രശ്നത്തിന്റെ വക്കുകടിക്കാൻപോലും പറ്റിയെന്നു വരില്ല. പുതിയ ഉപകരണങ്ങളും കുറച്ചു തൊഴിലാളികളെയും ഉപയോഗിച്ച് കൂടുതൽ ലാഭംകൊയ്യുന്ന മൂലധനം മിച്ചമൂല്യം തട്ടിയെടുക്കുന്നതിന്റെ അളവ് കൂടുന്നത് നേരത്തെ സൂചിപ്പിച്ചല്ലോ. ഇത് അമിതോൽപ്പാദനത്തിലേക്ക് നയിക്കും. ഇത് ഒഴിവാക്കുന്നതിന് ബോധപൂർവം കമ്പോളത്തിൽ ആവശ്യക്കാരെ സൃഷ്ടിക്കേണ്ടതുണ്ട്. വായ്പകൾ നൽകുന്നതിലൂടെ ഇതാണ് ചെയ്യുന്നത്. പണം ഒഴുകി നടക്കുകയും അനുനിമിഷം വളരുകയും ചെയ്യണമെന്ന ആഗോളവൽക്കരണ കാഴ്ചപ്പാടും കൂട്ടിവായിക്കണം. അമേരിക്കൻ ഫെഡറൽ ബാങ്കിന്റെ വായ്പാനയം യഥാർഥത്തിൽ സ്തംഭനാവസ്ഥയിലായിരുന്ന അമേരിക്കൻ സമ്പദ്ഘടനയ്ക്ക് ചലനാത്മകത നൽകാൻ ഉദ്ദേശിച്ചായിരുന്നു. ലാഭാധിഷ്ഠിതമായ മുതലാളിത്തത്തിൽ എല്ലാ കാര്യവും നിയതമായ നിയമങ്ങൾക്ക് അനുസരിച്ചുമാത്രം പ്രവർത്തിക്കണമെന്നില്ല. കൂടുതൽ ലാഭത്തിനായി മൂലധനം നെട്ടോട്ടം ഓടുമെന്നാണ് മാർക്സ് പറഞ്ഞത്. ഈ പ്രവണതയാണ് തിരിച്ചുകിട്ടുമെന്ന് ഉറപ്പില്ലാത്തവർക്കുവരെ വായ്പ കൊടുക്കുന്നതിലേക്ക് നയിച്ചത്. അതാണ് തകർച്ചയുടെ അടിസ്ഥാനകാരണങ്ങളിലൊന്ന്. സബ്പ്രൈം പ്രതിസന്ധി ഒഴിവാക്കാൻ കഴിയാത്ത കാരണമായി മാറുകയായിരുന്നു.

ധനമൂലധനം ഉൽപ്പാദനത്തിൽ കേന്ദ്രീകരിക്കാത്ത പ്രവണതയും മറ്റൊരു കാരണമാണ്. ലോകത്ത് മൊത്തം ഉൽപ്പാദിപ്പിക്കുന്നതിന്റെ പത്തിരട്ടിയോളം പണമാണ് ഊഹക്കച്ചവടത്തിൽ ഒഴുകി നടക്കുന്നത്. പണത്തിന്റെ മൂല്യം വിശദീകരിച്ച മാർക്സ് ബ്രിട്ടനിലെ ബാങ്കുകളിൽ ഉണ്ടെന്നു പറയുന്ന പണത്തിന്റെ 80 ശതമാനത്തോളം കടലാസിൽ മാത്രമാണെന്ന് അന്നേ സൂചിപ്പിക്കുകയുണ്ടായി. അന്ന് അദ്ദേഹം വിശദീകരിച്ച ഈ പ്രവണത ആക്രമണോത്സുക രൂപത്തിലേക്ക് കടന്നിരിക്കുന്നു. ഇന്നത്തെ മറ്റൊരു പ്രവണത ഭരണകൂടത്തിന്റെ കരുത്ത് ചോരുന്നതാണ്. കമ്പോളത്തിൽ ആവശ്യക്കാരെ സൃഷ്ടിക്കുന്നതിനു പണം ഇറക്കേണ്ട

തുണ്ടെന്ന തന്ത്രം കെയ്ൻസ് ശക്തിപ്പെടുത്തിയതാണ്. എന്നാൽ, പണം ആഗോളമായതും അതിനെ നിയന്ത്രിക്കാൻ കഴിയുംവിധം ആഗോളഭരണകൂടം ഇല്ലാതെപോയതും മുതലാളിത്തത്തിന്റെ ഇന്നത്തെ പ്രതിസന്ധിയുടെ മറ്റൊരു കാരണമാണെന്ന പ്രഭാത് പട്നായിക്കിന്റെ നിരീക്ഷണവും പ്രസക്തമാണ്. അമേരിക്ക ആ റോൾ സ്വയം ഏറ്റെടുക്കാൻ ശ്രമിക്കുന്നുണ്ടെങ്കിലും അത് പ്രായോഗികമല്ലെന്ന് പല ഘട്ടത്തിലും തെളിയിക്കപ്പെട്ടിട്ടുണ്ട്.

ഇപ്പോഴത്തെ പ്രതിസന്ധിയോടെ മുതലാളിത്തം തകരുമെന്നും ലോകം സ്വാഭാവികമായും സോഷ്യലിസത്തിലേക്ക് പ്രവേശിക്കുമെന്നും ആരും വ്യാമോഹിക്കുന്നുണ്ടാവില്ല. ഓരോ പ്രതിസന്ധിയിൽനിന്നും കരകയറുന്നതിനു മുതലാളിത്തത്തിന് ആന്തരികമായ ശക്തിയുണ്ട്. ''മുതലാളിത്തത്തെ സംബന്ധിച്ചിടത്തോളം തികച്ചും അസാധ്യവും ആശയ്ക്കു വകയില്ലാത്തതുമായ ഒന്നുമില്ല'' എന്ന ലെനിന്റെ വാക്കുകൾ എപ്പോഴും ഓർക്കേണ്ടതുണ്ട്. ഈ കയറ്റം പുതിയ പ്രതിസന്ധികളിലേക്കാണ് നയിക്കുന്നത്. ഏതു ദിശയിലേക്കായിരിക്കും അതിന്റെ വഴിത്തിരിവ് എന്നത് പല ഘടകങ്ങളെ ആശ്രയിച്ചാണ്. മുപ്പതുകളിലെ അത്യഗാധ പ്രതിസന്ധി ഒരു വഴിക്ക് ഫാസിസത്തെ ശക്തിപ്പെടുത്തി. അതിനെ പരാജയപ്പെടുത്തി സോഷ്യലിസം പിന്നീട് വ്യാപകമായെന്നതും ചരിത്രത്തിന്റെ ഭാഗമാണ്. നിർണായകമായ പ്രതിസന്ധികളിൽ അത്തരം സാഹചര്യം ഉപയോഗിക്കാൻ കഴിയുന്ന ആത്മനിഷ്ഠഘടകത്തിന്റെ സ്വാധീനവും ശക്തിയും പ്രധാനപ്പെട്ടതാണ്. അത് തൊഴിലാളി വർഗത്തിന്റെയും ഇതര മർദിത ജനവിഭാഗങ്ങളുടെയും കരുത്തും സ്വാധീനവുമാണ്. ഇത്രയും ശാസ്ത്രീയമായി മുതലാളിത്തത്തിന്റെ വളർച്ചയെയും പ്രതിസന്ധിയെയും വിലയിരുത്തുന്ന മാർക്സിസത്തിന്റെ സഹായമില്ലാതെ ഇന്നത്തെ അവസ്ഥയെയും ശരിയായി ഉൾക്കൊള്ളാൻ കഴിയില്ലെന്ന പാഠമാണ് ഇതെല്ലാം നൽകുന്നത്.

വിശ്വാസികളും കമ്യൂണിസ്റ്റുകാരും

സി പി ഐ (എം) നേതാവായിരുന്ന മത്തായി ചാക്കോയെ മരണാനന്തരം അവഹേളിക്കാൻ നടത്തിയ നുണപ്രചാരവേലയെ തുറന്നു കാട്ടിയ സംസ്ഥാനസെക്രട്ടറി പിണറായി വിജയന്റെ പരാമർശത്തെ വളച്ചൊടിച്ച് വിശ്വാസികളെ കമ്യൂണിസ്റ്റു പാർട്ടിക്കെതിരെ അണിനിരത്താനുള്ള വൃഥാശ്രമത്തിലായിരുന്നു സഭാനേതൃത്വത്തിലെ ഒരു വിഭാഗം. കമ്യൂണിസ്റ്റ് പാർട്ടിയുമായി ബന്ധമുള്ളവരെ പള്ളിയുടെ കമ്മിറ്റികളിൽനിന്ന് പുറത്താക്കുന്ന തീരുമാനം എടുക്കുന്നതിലേക്ക് വരെ എത്തി ചിലയിടങ്ങളിൽ കാര്യങ്ങൾ. വിശ്വാസമോ കമ്യൂണിസമോ എന്തെങ്കിലും ഒന്നു തെരഞ്ഞെടുക്കണമെന്ന അന്ത്യശാസനം നൽകിയ പുരോഹിതന്മാരുമുണ്ട്. വിശ്വാസികൾ ഇടതുപക്ഷത്തിന്റെ ഒപ്പം അണിനിരക്കാതിരിക്കുന്നതിനുള്ള ശക്തമായ ശ്രമമാണ് യു ഡി എഫ് രാഷ്ട്രീയം പിന്തുടരുന്ന സഭാനേതൃനിരയിൽപ്പെട്ടവർ നടത്തുന്നത്. ഉൽകൃഷ്ടമായ കർമങ്ങൾമാത്രം ചെയ്യുമെന്ന് കരുതുന്ന പുരോഹിതവിഭാഗം അതിനുനേരെ വിരുദ്ധമായി പ്രവർത്തിച്ചതിനെ തുറന്നുകാണിച്ചത് വിശ്വാസികൾക്കെതിരായ കടന്നാക്രമണമാണ് എന്നായിരുന്നു പ്രചാരവേല. വിശ്വാസികളും കമ്യൂണിസ്റ്റുകാരും യോജിച്ച് ചെറുത്തുതോൽപ്പിക്കേണ്ടതുണ്ട്. വിശ്വാസികൾക്ക് പാർട്ടിയിൽ പ്രവർത്തിക്കുന്നതിനോ അംഗമാകുന്നതിനോ ഒരു തരത്തിലുള്ള തടസവും സി പി ഐ (എം)നില്ല. പാർട്ടി അനുഭാവികളിലും വർഗബഹുജന സംഘടനാപ്രവർത്തകരിലും മഹാഭൂരിപക്ഷവും പാർട്ടി അംഗങ്ങളിൽ ന്യൂനപക്ഷവും വിശ്വാസികളാണ്. ഈശ്വരവിശ്വാസിക്ക് കമ്യൂണിസ്റ്റ് പാർട്ടിയിൽ അംഗമാകാമോ എന്ന ചോദ്യത്തിനു മറുപടി പറഞ്ഞ ലെനിൻ ഇക്കാര്യം വ്യക്തമാക്കിയിട്ടുണ്ട്. ഭൗതികവാദത്തെ അടിസ്ഥാനമാക്കിയ ദാർശനിക വീക്ഷണമാണ് പാർട്ടിക്കുള്ളത്. എന്നാൽ,

പാർട്ടിയുടെ രാഷ്ട്രീയ പ്രമേയങ്ങളും പരിപാടികളുമനുസരിച്ച് പ്രവർത്തിക്കാൻ തയാറുള്ള ഒരാളെ പാർട്ടി അംഗത്വത്തിൽനിന്ന് ഒഴിവാക്കാൻ അയാളുടെ ഈശ്വരചിന്ത തടസമാകരുത് എന്നാണ് അദ്ദേഹം വിശദീകരിച്ചത്. ഒരാൾക്കുള്ള ഈശ്വരചിന്ത പാർട്ടി അംഗമാകുന്നതിനു തടസമല്ലെന്ന കാഴ്ചപ്പാട് തന്നെയാണ് കമ്യൂണിസ്റ്റ് പ്രസ്ഥാനത്തിനുള്ളത്. എന്നാൽ, വൈരുധ്യാത്മക ഭൗതികവാദം പഠിക്കുന്നതിന് പാർട്ടി അംഗത്തിനും പഠിപ്പിക്കുന്നതിന് ബന്ധപ്പെട്ട ഘടകത്തിനും ഉത്തരവാദിത്വമുണ്ട്.

മതവിശ്വാസിക്ക് സി പി ഐ (എം) അംഗമാകാമോ എന്ന ചോദ്യത്തിനു പലതവണ ഇ എം എസ് *ചിന്ത*യിൽ മറുപടി പറഞ്ഞിട്ടുണ്ട്.

> പാർട്ടിയിൽ അംഗത്വംനേടുന്നതിനുള്ള നിബന്ധനയായി മതനിഷേധത്തെ പാർട്ടി മുന്നോട്ടുവയ്ക്കുന്നില്ല. സാമ്പത്തികവും രാഷ്ട്രീയവുമായ പ്രശ്നങ്ങൾ ആസ്പദമാക്കിയ ദൈനംദിന സമരങ്ങളിൽ സ്വന്തം പാർട്ടിഘടകത്തിന്റെയും മേൽഘടകങ്ങളുടെയും നിർദേശമനുസരിച്ച് പ്രവർത്തിക്കുന്ന ഏതൊരാൾക്കും പാർട്ടി അംഗമാകാം. പക്ഷേ, മതവിശ്വാസിയായ പാർട്ടിയംഗം വൈരുധ്യാത്മകവും ചരിത്രപരവുമായ ഭൗതികവാദം പഠിച്ച് മാർക്സിസ്റ്റ് ലെനിനിസ്റ്റാകാൻ നിരന്തരം ശ്രമിച്ചുകൊണ്ടിരിക്കണം. കൂടാതെ പാർട്ടി സംഘടനയുടെ നേതൃത്വത്തിലിരിക്കുന്ന സഖാക്കൾ മതപരമായ ചടങ്ങുകളിൽനിന്നും വിട്ടുനിൽക്കുകയും വേണം. (*ചിന്ത*, ചോദ്യോത്തരം, *ഇ എം എസ് സമ്പൂർണ കൃതികൾ* സഞ്ചിക 52, പേജ് 239).

അതുകൊണ്ട് പള്ളി കമ്യൂണിസ്റ്റുകാരെ പുറത്താക്കാൻ തീരുമാനിച്ചാലും സി പി ഐ എം വിശ്വാസികളെ പുറത്താക്കാൻ പോകുന്നില്ല. മാർക്സിസ്റ്റ് ദർശനത്തിൽ അവഗാഹമുണ്ടായിരുന്ന മത്തായി ചാക്കോ മതരഹിതമായ വ്യക്തിജീവിതമാണ് നയിച്ചിരുന്നത്. ഇതു മറച്ചുപിടിച്ച് നുണ പ്രചരിപ്പിക്കാനുള്ള ശ്രമത്തെയാണ് സി പി ഐ (എം) നേതൃത്വം പരസ്യമായി എതിർത്തത്.

മതവിശ്വാസത്തെ സംബന്ധിച്ച് യാന്ത്രിക ഭൗതികവാദികളുടെ ധാരണയല്ല കമ്യൂണിസ്റ്റുകാർക്കുള്ളത്. "മനുഷ്യൻ മതങ്ങളെ സൃഷ്ടിച്ചു. മതം മനുഷ്യനെ സൃഷ്ടിച്ചില്ല" എന്ന കാഴ്ചപ്പാട് മാർക്സ് ഹെഗലിന്റെ ദാർശനിക നിയമങ്ങളുടെ നിരുപണത്തിനുള്ള സംഭാവന എന്ന ലേഖനത്തിൽ മുന്നോട്ടുവച്ചു. (*കാൾ മാർക്സ്, ഫ്രെഡറിക് എംഗൽസ് സമാഹൃത കൃതികൾ*, സഞ്ചിക മൂന്ന്, 1843– 1844, പ്രോഗ്രസ് പബ്ലിക്കേഷൻസ്, പേജ് 175)

> മതത്തിലെ വ്യഥ ഒരേസമയം യഥാർഥ വ്യഥകളുടെ ആവിഷ്കാരവും അവയ്ക്കെതിരായ പ്രതിഷേധവുമാണ്. മർദിതന്റെ നെടുവീർപ്പാണ് മതം. ആത്മാവില്ലാത്ത ലോകത്തിന്റെ ആത്മാവും ഹൃദയമില്ലാത്ത ലോകത്തിന്റെ ഹൃദയവുമാണ്. അത് ജനങ്ങളെ മയക്കുന്ന കറുപ്പാണ്. (അതേ പുസ്തകം– പേജ് 175)

ഈ സാമൂഹ്യവ്യവസ്ഥ സൃഷ്ടിക്കുന്ന ജീവിതബുദ്ധിമുട്ടുകളിലൂടെ കടന്നുപോകുന്ന ജനങ്ങൾക്ക് വിശ്വാസം ആശ്വാസം പകരുന്നുവെന്നത് അവരെ സംബന്ധിച്ചിടത്തോളം യാഥാർഥ്യമാണ്. എന്നാൽ, അതു താൽക്കാലികം മാത്രമാണ്. ജീവിതപ്രശ്നങ്ങൾ വീണ്ടും മുഖത്തു വന്നടിക്കുമ്പോൾ അസ്വസ്ഥതകളിലേക്ക് മുതലക്കൂപ്പു നടത്തും. അതുകൊണ്ടാണ് മതത്തിനെതിരായ സമരം മതത്തെ സൃഷ്ടിക്കുന്ന സാഹചര്യത്തിനെതിരായ സമരമാണെന്ന് മാർക്സ് പറയുന്നത്. മതം താൽക്കാലിക ആശ്വാസത്തിനുവേണ്ടി പ്രവർത്തിക്കുമ്പോൾ കമ്യൂണിസം ശാശ്വത ആശ്വാസത്തിനുവേണ്ടിയാണ് ശ്രമിക്കുന്നത്. മതം പരലോകത്തിലെ സ്വർഗത്തെക്കുറിച്ച് പറയുമ്പോൾ കമ്യൂണിസം ഇഹലോകത്ത് സ്വർഗം സൃഷ്ടിക്കുന്നതിനാണ് ശ്രമിക്കുന്നത്. അസമത്വവും അസ്വസ്ഥതയും വർധിപ്പിക്കുന്ന ലോകസാഹചര്യമാണ് ആഗോളവൽക്കരണം ഉണ്ടാക്കുന്നത്. ഈ കാലം മതവിശ്വാസികളും കമ്യൂണിസ്റ്റുകാരും ഒന്നിച്ച് പൊരുതേണ്ട ഒന്നാണെന്ന ശരിയായ ധാരണ സി പി ഐ (എം) വച്ചുപുലർത്തുന്നുണ്ട്.

കേരളത്തിലെ കമ്യൂണിസ്റ്റ് പാർട്ടിയുടെ പ്രവർത്തനം തുടക്കംമുതൽ യോജിപ്പിന്റെ തലങ്ങൾ അന്വേഷിച്ചുകൊണ്ടായിരുന്നു. ഇടതുപക്ഷ കോൺഗ്രസായി പ്രവർത്തിച്ച കാലത്ത് ദേശീയ മുസ്ലീങ്ങളുമായിട്ടായിരുന്നു പ്രധാന യോജിപ്പ്. തിരുവിതാംകൂറിൽ വിശ്വാസികൾ നയിച്ചിരുന്ന സാമൂഹ്യ പരിഷ്കരണപ്രസ്ഥാനങ്ങളുമായി ചേർന്നാണ് കമ്യൂണിസ്റ്റ് പ്രസ്ഥാനം പ്രവർത്തിച്ചിരുന്നത്. അന്തരിച്ച ബിഷപ്പ് പൗലോസ് മാർ പൗലോസിന്റെ ഡോക്ടറേറ്റ് പ്രബന്ധം നിരൂപണംചെയ്ത് എഴുതിയ ലേഖനത്തിൽ ഇ എം എസ്, ശക്തിപ്പെട്ടുവരേണ്ട യോജിപ്പിനെ സംബന്ധിച്ച് ഊന്നിപ്പറയുന്നുണ്ട്. കമ്യൂണിസം മനുഷ്യനെ കേന്ദ്രമായി കാണുന്ന ദർശനമാണെന്നും അതിനോട് മതം മുഖംതിരിഞ്ഞുനിൽക്കേണ്ടതില്ലെന്നുമുള്ള നിലപാടാണ് പൗലോസ് മാർ പൗലോസ് കൈക്കൊണ്ടിരുന്നത്. എല്ലാ മതവിഭാഗത്തിലുംപെട്ട വിശ്വാസികളിലൊരു വിഭാഗം ത്വാതികമായി മതവിശ്വാസികളായി തുടരുമ്പോൾത്തന്നെ പ്രായോഗികതലത്തിൽ മാർക്സിസ്റ്റുകാരുമായി സഹകരിക്കാൻ അധികമധികം മുന്നോട്ടുവരുന്നുണ്ട്. ആ പ്രവണത പ്രോത്സാഹിപ്പിച്ച് മാർക്സിസ്റ്റുകാരും മതവിശ്വാസികളും തമ്മിലുള്ള ഐക്യം പ്രായോഗികതലത്തിൽ വളർത്താനാണ് കമ്യൂണിസ്റ്റുകാർ ശ്രമിക്കുന്നത്. ലോകത്ത് പലരാജ്യങ്ങളിലും ഈ യോജിപ്പ് ഉയർന്ന തലങ്ങളിലേക്ക് എത്തിയിട്ടുണ്ട്. 1980കളിൽ നിക്കരാഗ്വയിൽ കമ്യൂണിസ്റ്റ് പാർട്ടി നയിക്കുന്ന മന്ത്രിസഭയിൽ പുരോഹിതനായിരുന്ന ഏണസ്റ്റോ കാർഡിനലാണ് സാംസ്കാരിക വകുപ്പ് കൈകാര്യംചെയ്തിരുന്നത്. ലോകത്തെമ്പാടുമുള്ള കമ്യൂണിസ്റ്റുകാരുമായി നല്ല ബന്ധം സൂക്ഷിക്കുന്ന ഹ്യൂഗോ ഷാവേസ് ക്രൈസ്തവ വിശ്വാസത്തെയും മുറകെ പിടിക്കുന്നുണ്ട്. സാമ്രാജ്യത്വ വിരുദ്ധ പോരാട്ടത്തിന്റെ കത്തുന്ന പ്രതീ

കമായ അദ്ദേഹത്തോട് ഔദ്യോഗിക സഭാനേതൃത്വത്തിന് എത്രമാത്രം താൽപ്പര്യമുണ്ടെന്നത് വേറെ കാര്യം!

കമ്യൂണിസ്റ്റുകാർ മതവിശ്വാസികളുമായി പൊതുവായ പ്രശ്നങ്ങളിൽ സഹകരിക്കുന്നത് ദാർശനിക കാഴ്ചപ്പാട് കൈയൊഴിഞ്ഞല്ല. എന്നാൽ, പ്രായോഗിക പോരാട്ടത്തിന് പ്രഥമ പരിഗണനയുള്ള കാലത്ത് വിശ്വാസത്തർക്കങ്ങളിൽ അഭിരമിച്ച് ആത്മനിർവൃതികൊള്ളാൻ കമ്യൂണിസ്റ്റുകാർ ആഗ്രഹിക്കുന്നില്ല. അത്തരം തർക്കം ഇന്നത്തെ സാഹചര്യത്തിൽ പാഴ്വേലയായിരിക്കും.

> മാർക്സിസത്തിന്റെ അടിസ്ഥാനമായ ദർശനവും ദൈവശാസ്ത്ര സിദ്ധാന്തവും തമ്മിൽ മൗലികമായ വൈരുധ്യമുണ്ട്. അവ രണ്ടും തമ്മിൽ താത്വിക നിലവാരത്തിൽ സംവാദം സംഘടിപ്പിക്കാൻ ശ്രമിക്കുന്നത് ഒരു പാഴ്വേലയാണ്. പക്ഷേ മാർക്സിസവും ക്രിസ്തീയമടക്കമുള്ള എല്ലാ ദൈവശാസ്ത്രങ്ങളും തമ്മിൽ ജീവിതം പ്രായോഗികരംഗത്ത് നന്നാക്കി തീർക്കാനുള്ള മാർഗം സംബന്ധിച്ച് സംവാദങ്ങൾ മാത്രമല്ല പ്രവർത്തനവും സംഘടിപ്പിക്കേണ്ടതുണ്ട്. (*ജാതി മതം രാഷ്ട്രീയം, ഇ എം എസ്, ചിന്ത*, പേജ് 45)

വിശ്വാസികൾക്ക് ഭൂരിപക്ഷമുള്ള സമൂഹത്തിൽ അവരുമായി യോജിച്ച സമരംകൊണ്ടുമാത്രമേ മനുഷ്യനെ ദുരിതങ്ങളിൽനിന്ന് രക്ഷപ്പെടുന്നതിന് സഹായകരമായ സാമൂഹ്യവ്യവസ്ഥ സൃഷ്ടിക്കാൻ കഴിയൂ. മതവിശ്വാസികളുമായി ചേർന്നു നടത്തുന്ന സമരങ്ങൾകൊണ്ടുമാത്രമേ മതത്തെ സൃഷ്ടിക്കുന്ന സാഹചര്യം ഇല്ലാതാക്കാൻ കഴിയുകയുള്ളുവെന്ന യാഥാർഥ്യബോധം കമ്യൂണിസ്റ്റുകാർക്കുണ്ടെന്ന് ചുരുക്കം.

> നാം ജീവിക്കുന്നത് ധാരാളം വിശ്വാസികളുള്ള ലോകത്താണ്. വിപ്ലവങ്ങളും മതവിശ്വാസങ്ങളും തമ്മിലുള്ള ഏറ്റുമുട്ടൽ ആശാസ്യമല്ല. അവയുണ്ടാകുമ്പോൾ പിന്തിരിപ്പന്മാരും സാമ്രാജ്യത്വവും വിപ്ലവങ്ങൾക്കെതിരായ ആയുധമായി അവയെ ഉപയോഗിക്കാൻ ഇടയുണ്ട്. ഒരു തൊഴിലാളിയുടെ, കൃഷിക്കാരന്റെ, പാവപ്പെട്ടവന്റെ മതവിശ്വാസത്തെ വിപ്ലവത്തിനെതിരായി ഉപയോഗിക്കാൻ ഞങ്ങൾ എന്തിന് അവർക്ക് അനായാസമായി ഇടം കൊടുക്കണം. അങ്ങനെ ചെയ്യുന്നത് രാഷ്ട്രീയമായി തെറ്റാണ്. (ഫിദൽ കാസ്ട്രോ, *മതത്തെപ്പറ്റി*, ചിന്ത പബ്ലിഷേഴ്സ്, പേജ് 206)

കമ്യൂണിസ്റ്റ് പാർട്ടി നേതാവായിരുന്ന മത്തായി ചാക്കോയെ മരണാനന്തരം അവഹേളിക്കാൻ നടത്തിയ ശ്രമത്തെ തുറന്നുകാണിച്ച പ്രശ്നം മതവിശ്വാസത്തെ ചോദ്യംചെയ്യുന്നതല്ല. ഏതൊരാൾക്കും വിശ്വാസിയായും അല്ലാതെയും തുടരാനുള്ള അവകാശം സംരക്ഷിക്കുന്നതിനുവേണ്ടിയാണ്. അതിന് ജീവൻ നൽകാൻപോലും തയാറുള്ള പ്രസ്ഥാ

നമാണ് സി പി ഐ (എം). എന്നാൽ, ഇതിനെ വിശ്വാസത്തിന്റെ നിറം കൊടുത്ത് വിവാദമാക്കുന്നത് കാസ്ട്രോ ചൂണ്ടിക്കാണിച്ചതുപോലെ സാമ്രാജ്യത്വത്തിന്റെയും പിന്തിരിപ്പന്മാരുടെയും താൽപ്പര്യങ്ങൾ സംരക്ഷിക്കുന്നതിനാണ്. 'ദൈവത്തിന്റെ രാജ്യം' എന്ന് സ്വയം വിശേഷിപ്പിക്കുന്ന അമേരിക്കയുമായുള്ള ആണവകരാർ ഇടതുപക്ഷം എതിർത്തു തോൽപ്പിച്ചത് സഭാനേതൃത്വത്തിൽ ഒരു ചെറുവിഭാഗത്തെയെങ്കിലും അലോസരപ്പെടുത്തിയിട്ടുണ്ട്.

വാൾസ്ട്രീറ്റ് ഉയർത്തിയ രാഷ്ട്രീയം

അമേരിക്ക അസാധാരണമായ ജനമുന്നേറ്റത്തിനാണ് സാക്ഷ്യം വഹിച്ചത്. കനേഡിയൻ വംശജരുടെ സംഘടനയായ ആഡ്ബസ്റ്റേഴ്സ് മുന്നോട്ടുവെച്ച ആശയത്തിൽനിന്നാണ് വാൾസ്ട്രീറ്റ് പിടിച്ചെടുക്കൽ മുന്നേറ്റത്തിന്റെ തുടക്കമെങ്കിലും പ്രായോഗികമായി ഒരു സംഘടനയും പ്രത്യക്ഷ നേതൃത്വത്തിൽ ഉണ്ടായിരുന്നില്ല. ഒരു സംഘം ചെറുപ്പക്കാരാണ് തുടക്കമിട്ടത്. അത് വംശത്തിന്റെയും വർണത്തിന്റെയും പ്രായത്തിന്റെയും ലിംഗത്തിന്റെയും അതിർവരമ്പുകൾക്ക് അതീതമായ ബഹുജനമുന്നേറ്റമായി വളർന്നു. ഉയർത്തുന്ന മുദ്രാവാക്യങ്ങളാണ് ഈ ഉയർത്തെഴുന്നേൽപ്പിനെ വ്യത്യസ്തമാക്കിയത്. കേവലമായി മുകൾപ്പരപ്പിലെ വികാരങ്ങളെ മാത്രമല്ല അവർ അഭിസംബോധന ചെയ്തത്. അടിസ്ഥാനപ്രശ്നങ്ങളുടെ അടിവേരുകൾ തേടിയെന്നതാണ് പ്രത്യേകത.

ഏതൊരു മുന്നേറ്റവും ആരെയാണ് പ്രതിനിധാനം ചെയ്യുന്നതെന്നത് പ്രധാനപ്പെട്ട കാര്യമാണ്. ഞങ്ങൾ 99 ശതമാനം എന്ന പ്രഖ്യാപനത്തിലൂടെ അവർ അത് വ്യക്തമാക്കി. മഹാഭൂരിപക്ഷത്തെയാണ് ഈ ചെറുത്തുനിൽപ്പ് പ്രതിനിധാനം ചെയ്തത്. വരുമാനത്തിന്റെ സിംഹഭാഗവും കൈയടക്കിയ ഒരുശതമാനം വരുന്ന അതിസമ്പന്നരുടെ താൽപ്പര്യങ്ങളെ മാത്രം സംരക്ഷിക്കാൻ ശ്രമിക്കുന്ന ഭരണകൂടത്തിനെതിരാണ് തങ്ങളുടെ മുന്നേറ്റമെന്ന പ്രഖ്യാപനമാണ് മറ്റൊരു ശ്രദ്ധേയമായ സംഗതി. ന്യൂയോർക്കിലെ മൊത്തം വരുമാനത്തിന്റെ അമ്പതുശതമാനവും ഒരു ശതമാനം കൈയടക്കിവെച്ചിരിക്കുന്നുവെന്ന് അവർ വിളിച്ചുപറഞ്ഞു. അമേരിക്കയിലെ വരുമാനത്തിന്റെ നാൽപ്പതുശതമാനവും ഒരു ശതമാനത്തിന്റെ കൈയിലാണ്. അസമത്വത്തിന്റെ അതിതീവ്രമായ വ്യാപനമാണ് വരച്ചുകാട്ടിയത്. *ഇക്കണോമിസ്റ്റ്* വാരിക പ്രസിദ്ധീകരിച്ച ലേഖനത്തിൽ

ലോകത്തിൽ ഏറ്റവും ശക്തമായ വരുമാന അന്തരം നിലനിൽക്കുന്ന രാജ്യമായി അമേരിക്ക മാറിയിരിക്കുന്നെന്ന് സുചിപ്പിക്കുകയുണ്ടായി. അസമത്വം സുചിപ്പിക്കുന്ന ശാസ്ത്രീയ പ്രതീകമായ ഗിനി കോയിഫിഷ്യന്റ് അമേരിക്കയിൽ നാൽപ്പതായി ഉയർന്നിരിക്കുന്നു. ഏറ്റവും സമ്പന്നരായ ഒരു ശതമാനത്തിന്റെ വരുമാനം കഴിഞ്ഞ ദശകത്തിനുള്ളിൽ ഇരട്ടിയായി. അതിൽ അതിസമ്പന്നരായ പത്തുപേരുടെ വരുമാനം ഈ കാലയളവിൽ മൂന്നിരട്ടിയാണ് വർധിച്ചത്.

അമേരിക്കയിലെ സി ഇ ഒ മാരുടെ ശമ്പളമെന്നത് സാധാരണ തൊഴിലാളിയുടെ വരുമാനത്തിന്റെ 300 മടങ്ങ് അധികമാണ്. രണ്ടു ദശകത്തിനുള്ളിൽ പത്തുമടങ്ങിന്റെ വ്യത്യാസമാണ് വരുമാന അന്തരത്തിൽ ഉണ്ടായിട്ടുള്ളതെന്നാണ് *ഇക്കണോമിസ്റ്റ്* പറയുന്നത്. അമേരിക്കൻ സെൻസസ് ബ്യൂറോ റിപ്പോർട്ട് പ്രകാരം അമേരിക്കൻ വംശജരുടെ വരുമാനത്തിൽ സാമ്പത്തിക മാന്ദ്യത്തിന്റെ കാലത്ത് 9.8 ശതമാനത്തിന്റെ ഇടിവുണ്ടായിയെന്നാണ്. എന്നാൽ, സർക്കാർ പിന്തുണയോടെ നടത്തിയ വീണ്ടെടുക്കലിന്റെ കാലത്ത് വരുമാന ഇടിവ് ഇരട്ടിയായെന്നാണ് റിപ്പോർട്ട് പറയുന്നത്.

ഇതാണ് വാൾസ്ട്രീറ്റ് പ്രക്ഷോഭകാരികൾ അടുവരയിട്ട പ്രധാന പ്രശ്നം. സാമ്പത്തിക മാന്ദ്യത്തിൽനിന്നും വീണ്ടെടുക്കുന്നതിനായി നടത്തിയ ജാമ്യമെടുക്കലുകൾ ആരെയാണ് രക്ഷിച്ചതെന്ന പ്രധാന ചോദ്യം ഇവർ ഉയർത്തുന്നു. ജനങ്ങളുടെ നികുതിപ്പണം ഉപയോഗിച്ചാണ് ജാമ്യമെടുക്കൽ സർക്കാർ നടത്തിയത്. ഇത് കമ്പനികളെ പ്രതിസന്ധിയിൽനിന്നും തൽക്കാലത്തേക്ക് കരകയറ്റി. സി ഇ ഒ മാരുടെ വരുമാനം ചരിത്രത്തിൽ ഏറ്റവും ഉയർന്നതാക്കി മാറ്റി. എന്നാൽ, ജനങ്ങളുടെ ജീവിതം കൂടുതൽ ദുഷ്കരമാക്കി. കമ്മി കുറക്കുന്നതിന് സാമൂഹ്യക്ഷേമ ചെലവുകൾ വെട്ടിക്കുറക്കുന്ന നടപടി വലിയ പ്രതിഷേധം ഉയർത്തി. വാൾസ്ട്രീറ്റാണ് ഇത്തരം നിർദേശങ്ങൾ മുന്നോട്ടുവെക്കുന്നത്. ശരിക്കും പറഞ്ഞാൽ ധന മൂലധനത്തിന്റെ താൽപ്പര്യമാണത്. ഇതിന് എതിരായ നിലപാടാണ് പ്രക്ഷോഭകാരികൾ ഉയർത്തിയത്. അതുകൊണ്ട് ഈ വ്യവസ്ഥയെ തച്ചുടയ്ക്കണമെന്ന് അവർ ആവശ്യപ്പെട്ടു. കോർപ്പറേറ്റ് ആർത്തിക്കെതിരായി ശക്തമായ നിലപാടായിരുന്നു ഇവരുടേത്. മൂലധനത്തിന്റെ കൊള്ളലാഭത്തിനായ ആർത്തിക്കെതിരാണ് തങ്ങൾ എന്ന് വാൾസ്ട്രീറ്റ് പ്രക്ഷോഭകാരികൾ പ്രഖ്യാപിച്ചപ്പോൾ ഈ മുന്നേറ്റത്തിന് സവിശേഷമാനം കൈവന്നു.

ആഗോളവൽക്കരണം ശക്തിപ്പെടുത്തുന്ന ഭീതിജനകമായ തൊഴിലില്ലായ്മ ജനമുന്നേറ്റത്തിലെ പ്രധാന മുദ്രാവാക്യമായി. അമേരിക്കയിൽ സമീപകാല ചരിത്രത്തിലെ ഏറ്റവും വലിയ തൊഴിലില്ലായ്മയാണ് അഭിമുഖീകരിക്കുന്നത്. ഔദ്യോഗികമായി അത് 9.2 ശതമാനമാണ്. തൊഴിൽ വകുപ്പിന്റെ 2011 ആഗസ്തിലെ കണക്കുപ്രകാരം 16നും 24നുമിടയിലുള്ള യുവാക്കളുടെ തൊഴിലില്ലായ്മ 51.1 ശതമാനമായി വർധിച്ചെന്നാ

ണ്. രണ്ടാം ലോകമഹായുദ്ധത്തിന്റെ കാലത്തിനുശേഷമുള്ള ഏറ്റവും ഉയർന്ന നിരക്ക്. അമേരിക്കൻ സെൻസസ് ബ്യൂറോ റിപ്പോർട്ട് പ്രകാരം തൊഴിലില്ലാമ്യുടെ ഇടവേള 2007ൽ 16.6 ആഴ്ചയായിരുന്നെങ്കിൽ 2011ൽ അത് 40.5 ആഴ്ചയായി. സെൻസസ് റിപ്പോർട്ട് പ്രസിദ്ധീകരിക്കാൻ തുടങ്ങിയതിനുശേഷമുള്ള ഏറ്റവും ഉയർന്ന നിരക്കാണിത്.

തൊഴിലുള്ളവരുടെ വരുമാനത്തിലും വലിയ ഇടിവ് ഇക്കാലയളവിലുണ്ടായി. താൽക്കാലിക തൊഴിൽ അവസരങ്ങളും ഇടിഞ്ഞു. ഇതാണ് വിദ്യാർഥികളിലും ചെറുപ്പക്കാരിലും വലിയ പ്രതിഷേധമുയർത്തിയത്. സാമൂഹ്യക്ഷേമ മേഖലകളിൽനിന്നും സർക്കാർ പിൻവലിയുന്നതിന്റെ ഭാഗമായി വിദ്യാഭ്യാസ, ആരോഗ്യച്ചെലവുകൾ വർധിച്ചു. വായ്പയെടുത്ത് പഠിക്കുന്നവരിൽ നല്ലൊരു പങ്കും ആശ്വാസം കണ്ടെത്തിയിരുന്നത് താൽക്കാലിക തൊഴിലുകളിലാണ്. ഇവർ വലിയ പ്രതിസന്ധിയിലായി. കടംപെരുകി പഠനം മാത്രമല്ല ജീവിതവും മുന്നോട്ടുകൊണ്ടുപോകാൻ കഴിയാത്തവരുടെ വലിയ നിരയെ വാൾസ്ട്രീറ്റ് പ്രക്ഷോഭത്തിൽ കണ്ടു. വിദ്യാഭ്യാസവും ആരോഗ്യവും സർക്കാരിന്റെ ഉത്തരവാദിത്വമാണെന്ന് സമരക്കാർ പറയുന്നു. ഇന്നത്തെ നയങ്ങൾ തിരുത്തിക്കുറിക്കുക തന്നെ വേണമെന്ന ബാനറുകൾ പലരുടെയും കൈയിലുണ്ടായി.

സാമൂഹ്യവും സാമ്പത്തികവുമായ അസമത്വവും തൊഴിലില്ലായ്മയും മാത്രമല്ല മൂലധനത്തിന്റെ പ്രകൃതിവിഭവങ്ങളുടെ നഗ്നമായ ചൂഷണത്തിനെതിരെയും ഇവർ നിലപാട് സ്വീകരിച്ചു. കാലാവസ്ഥവ്യതിയാനം പ്രധാന മുദ്രാവാക്യങ്ങളിലൊന്നായി വാൾസ്ട്രീറ്റ് പിടിച്ചെടുക്കൽ പ്രക്ഷോഭകാരികൾ സ്വീകരിച്ചത് പ്രത്യേകം ശ്രദ്ധിക്കേണ്ടതാണ്.

അമേരിക്കൻ വ്യവസ്ഥയ്ക്കെതിരായ അടിസ്ഥാനപരമായ നിലപാട് സ്വീകരിച്ചതുകൊണ്ടാണ് ആഗോളമാധ്യമങ്ങൾ ഈ മുന്നേറ്റത്തെ അവഗണിച്ചത്. എഴുപതുകൾക്ക് ശേഷം അമേരിക്കയിൽ നടന്ന ഏറ്റവും വലിയ ജനമുന്നേറ്റം സാധാരണഗതിയിൽ വാർത്തയാകേണ്ടതാണ്. മനുഷ്യത്വരഹിതമായി നടത്തുന്ന അറസ്റ്റും കുരുമുളക് പ്രയോഗവും ഉൾപ്പെടെയുള്ളവയും മാധ്യമങ്ങൾ കണ്ടില്ലെന്ന് നടിക്കുന്നു. അറബ് രാജ്യങ്ങളിലെയും മറ്റും ഉയർത്തെഴുന്നേൽപ്പുകൾക്ക് വലിയ പ്രധാന്യം നൽകിയ മാധ്യമങ്ങളുടെ നിശബ്ദത അവരുടെ വർഗതാൽപ്പര്യങ്ങൾക്കെതിരായ നിലപാടുകൾ പ്രക്ഷോഭകാരികൾ സ്വീകരിച്ചുവെന്നതിനാലാണ്. കോർപ്പറേറ്റുകളുടെ കൊള്ളലാഭത്തിനും ധനമൂലധനത്തിന്റെ കഴുത്തറപ്പൻ താൽപ്പര്യങ്ങൾക്കും നിലനിൽക്കുന്ന വ്യവസ്ഥക്കും എതിരാണ് തങ്ങളെന്ന് പ്രക്ഷോഭകർ പരസ്യമായി പ്രഖ്യാപിച്ചു. അണ്ണാ ഹസാരെക്ക് ഇരുപത്തിനാലുമണിക്കൂറും തത്സമയസംപ്രേഷണം നൽകിയ കോർപ്പറേറ്റ് മാധ്യമങ്ങളുടെ ആഗോളപങ്കാളികൾ ഇവിടെ നിശ്ശബ്ദത പാലിച്ചത് ശ്രദ്ധേയം. സമ്മർദം തുറന്നുവിടുന്ന ഉപകരണത്തിന്റെ ദൗത്യം നിർവഹിച്ച ഹസാരെ മോഡലുകളിൽനിന്നും വ്യത്യസ്തമായി അടിസ്ഥാന പ്രശ്നങ്ങൾ ഉന്നയിച്ച പ്രക്ഷോഭം ഒരു പൊട്ടിത്തെറിയിലേക്ക് നയിക്കു

മോയെന്ന് ഇവർ ഭയപ്പെട്ടു. ഇത് മനസിലാക്കിത്തന്നെയാണ് ഇക്കൂട്ടർ നിലപാട് സ്വീകരിച്ചത്.

തങ്ങളുടെ നിലപാടുകൾ ജനങ്ങളിലേക്ക് എത്തിക്കുന്നതിന് ബദൽ പത്രം പ്രസിദ്ധീകരിച്ച് പ്രക്ഷോഭകാരികൾ പുതിയ മാതൃക സൃഷ്ടിച്ചു. സാധാരണ ഇത്തരം പുതിയ രീതികളെ പിന്തുണയ്ക്കുന്ന സാമൂഹ്യകൂട്ടായ്മകളും തമസ്കരണത്തിന്റെ പുതിയ രീതികൾ സ്വീകരിച്ചു. ഇതു സംബന്ധിച്ച വാർത്തകളും സന്ദേശങ്ങളും യാഹു സമർഥമായി മുക്കി. അത് തങ്ങളുടെ സംവിധാനത്തിനു പറ്റിയ സാങ്കേതികപ്പിഴവ് മാത്രമാണെന്ന് അപമാനകരമായ വിശദീകരണം നൽകി അതേ രീതി തന്നെ പിന്തുടരുകയും ചെയ്തു. ടിറ്ററും അമേരിക്കൻ താൽപ്പര്യം സംരക്ഷിക്കുന്ന ചെപ്പടിവിദ്യകൾ സ്വീകരിച്ചെന്ന വിമർശനവും പ്രസക്തം.

വാൾസ്ട്രീറ്റ് മുന്നേറ്റത്തെ വ്യത്യസ്തമാക്കുന്ന മറ്റൊരു പ്രധാനഘടകം ട്രേഡ്യൂണിയനുകൾ നടത്തിയ ഐക്യപ്പെടലാണ്. അമേരിക്കയിലെ പ്രധാന തൊഴിലാളി ഫെഡറേഷനായ എ എഫ് ൽ – സി ഐ ഒ വാൾസ്ട്രീറ്റ് പിടിച്ചെടുക്കലിനെ പിന്തുണച്ചു. തങ്ങൾ ഈ മുന്നേറ്റത്തെ ഏറ്റെടുക്കുന്നില്ലെങ്കിലും അവരുടെ നിലപാടുകളോട് യോജിപ്പാണെന്ന് പരസ്യമായി പ്രഖ്യാപിച്ചു. ന്യൂയോർക്കിലെ മോട്ടോർ തൊഴിലാളി യൂണിയനും നേഴ്സുമാരുടെ സംഘടനയും ഈ മുന്നേറ്റത്തോട് ഐക്യദാർഢ്യം പ്രഖ്യാപിച്ച് മാർച്ച് നടത്തി. മറ്റു പല തൊഴിലാളി സംഘടനകളും ഇതേ നിലപാടാണ് കൈക്കൊണ്ടത്. ഇത് അടുത്തകാലത്തൊന്നും അമേരിക്ക കണ്ടിട്ടില്ലാത്ത ഐക്യപ്പെടലാണ്. അമേരിക്കയുടെ വിദേശനയത്തിനെതിരായി ചരിത്രം സൃഷ്ടിച്ച ചില ഒത്തുചേരലുകളും പ്രകടനങ്ങളും ഇതിനുമുമ്പ് നടന്നിട്ടുണ്ടെങ്കിലും അടിസ്ഥാന ഘടനയെ തൊട്ട വലിയ മുന്നേറ്റം ആദ്യമായാണ്. വാൾസ്ട്രീറ്റ് പിടിച്ചെടുക്കലിൽ തുടങ്ങി മറ്റ് എല്ലായിടങ്ങളിലേക്കും അത് വ്യാപിച്ചു.

ദൈവത്തെ ഇല്ലാതാക്കിയ മുതലാളിത്തം

'ധനികന്റെ അതിരുകളില്ലാത്ത ലാഭക്കൊതിയാൽ നയിക്കുന്ന, ഭൗതിക സാമ്പത്തിക വ്യവസ്ഥയായ മുതലാളിത്തം യഥാർഥ ദൈവത്തെ ഇല്ലാതാക്കിയിരിക്കുന്നു. അവസാനിക്കാത്ത ഉപഭോഗാസക്തി പ്രത്യേകവകാശങ്ങളുള്ള ചെറു ന്യൂനപക്ഷത്തിന്റെ താൽപ്പര്യങ്ങൾ മാത്രമാണ് സംരക്ഷിക്കുന്നത്—ഈ സാഹചര്യം ദൈവരാജ്യത്തിന്റെ പ്രഖ്യാപനത്തിനും ഉൽഘാടനത്തിനും ഗൗരവമായ തടസമായി മാറിയിരിക്കുന്നു— ബ്രസീലിലെ കത്തോലിക്ക സമ്മേളനത്തിന്റെ 1999 ലെ പ്രഖ്യാപനം.

ക്രൈസ്തവചിന്തക്ക് മുതലാളിത്തവുമായി ഉള്ളതിനേക്കാളും പതിനായിരത്തിലധികം ഐക്യം കമ്യൂണിസവുമായിട്ടുണ്ടെന്ന ഫിദൽ കാസ്ട്രോയുടെ വാക്കുകൾ പ്രകാശ് കാരാട്ട് പരാമർശിച്ചപ്പോൾ അത്ഭുതപ്പെട്ടവർ ഇതുകൂടി വായിക്കേണ്ടതുണ്ട്. ലോകത്തിൽ ഏറ്റവും കൂടുതൽ റോമൻ കത്തോലിക്കർ ജീവിക്കുന രാജ്യമാണ് ബ്രസീൽ. നവഉദാരവൽക്കരണനയങ്ങൾ നടപ്പിലാക്കാൻ വലതുപക്ഷ സർക്കാരുകൾ ലാറ്റിനമേരിക്കയിൽ ശ്രമിച്ച സന്ദർഭത്തിലാണ് മുതലാളിത്തം എങ്ങനെയാണ് ദൈവരാജ്യത്തിന് എതിരാകുന്നതെന്ന നിലപാട് ബിഷപ്പുമാർ സ്വീകരിച്ചത്. ഇത് ബ്രസീലിൽ മാത്രം ഒതുങ്ങിയില്ല. അർജന്റീനയിലും നിക്കരാഗ്വേയിലും വെനിസേലയിലുമെല്ലാം ഇതേ രീതിയിലുള്ള പ്രഖ്യാപനങ്ങൾ കത്തോലിക്ക മതപുരോഹിതർ സ്വീകരിച്ചിരുന്നത് കാണാൻ കഴിയും. ഇടതുപക്ഷം അവരുമായി ചേർന്നു നടത്തിയ ഇടപെടലുകളാണ് ലാറ്റിനമേരിക്കൻ രാഷ്ട്രീയത്തെ നിർണയിക്കുന്നതിൽ പ്രധാനപങ്ക് വഹിച്ചത്.

കമ്യൂണിസ്റ്റുകാരുടെ സമീപനവും ഈ ഐക്യത്തിനു സഹായകരമായി. വിപ്ലവാനന്തര ക്യൂബയിലെ മതത്തിന്റെ പങ്കിനെ പറ്റി ബിഷപ്പ് ബെറ്റോ

ക്ക് കാസ്ട്രോ നൽകിയ അഭിമുഖം 22 മണിക്കൂറോളം നീണ്ടു. അതാണ് പിന്നീട് മതത്തെപ്പറ്റിയെന്ന പേരിൽ പുസ്തകരൂപത്തിൽ വിവിധ ഭാഷകളിൽ പ്രസിദ്ധീകരിച്ചത്. മതവിശ്വാസിക്ക് വിപ്ലവപ്പോരാട്ടത്തിൽ സ്ഥാനമുണ്ടോയെന്ന ചോദ്യം തന്നെ അസംബന്ധമാണെന്ന നിലപാടാണ് കാസ്ട്രോ സ്വീകരിക്കുന്നത്. സാമ്രാജ്യത്വത്തിനെതിരെയും വിപ്ലവത്തെ സംരക്ഷിക്കുന്നതിനും നടത്തുന്ന പോരാട്ടത്തിൽ പങ്കെടുക്കുന്നതിനായി വരുന്നവരോട് നിങ്ങൾ വിശ്വാസിയാണോയെന്ന ചോദ്യം ഉന്നയിക്കുന്നവർ അവരെ യഥാർഥ പോരാട്ടത്തിൽ നിന്നും ആട്ടിയോടിക്കുന്നതിനാണ് ശ്രമിക്കുന്നത്. അതുകൊണ്ട് ആ ചോദ്യം പ്രതിലോമ ശക്തികളെ സഹായിക്കുന്നതിനാണ്. ഉള്ളവനും ഇല്ലാത്തവനും തമ്മിലുള്ള പോരാട്ടത്തിൽ എവിടെ നിൽക്കുന്നുവെന്നതാണ് പ്രശ്നം. സാമ്രാജ്യത്വത്തിനെതിരായ സമരത്തിൽ അണിചേരുന്നോയെന്നതാണ് ചോദ്യം. വിശ്വാസിയും അവിശ്വാസിയും തമ്മിലുള്ള സമരമല്ല കമ്യൂണിസം വിഭാവനം ചെയ്യുന്നത്.

ലാറ്റിനമേരിക്കയിലെ ഈ അനുഭവങ്ങൾ ലോകത്തെമ്പാടുമുള്ള കമ്യൂണിസ്റ്റുകാർ പഠിക്കുന്നുണ്ട്. ക്രൈസ്തവ സഭകളിൽ ചില വിഭാഗങ്ങൾ ഇക്കാര്യത്തിൽ ശരിയായ നിലപാട് സ്വീകരിക്കുകയും ചെയ്യുന്നു. സി പി ഐ എം സംസ്ഥാനസമ്മേളനത്തിന്റെ ഭാഗമായുള്ള ചരിത്രപ്രദർശനത്തിൽ വിപ്ലവകാരികളുടെ കൂട്ടത്തിൽ യേശുക്രിസ്തുവിനെ അവതരിപ്പിച്ചതിനെ ഗുണപരമായ സംവാദത്തിന്റെ തുടക്കമായി ഉപയോഗിക്കുകയായിരുന്നു യഥാർഥത്തിൽ വേണ്ടത്. സി പി ഐ (എം) സംസ്ഥാനസെക്രട്ടറി പിണറായി വിജയൻ എഴുതിയ ലേഖനം അതിനു സഹായകരമായ ഒന്നാണ്.

കമ്യൂണിസവും ക്രൈസ്തവ ചിന്തയും തമ്മിൽ സാമ്യം കാണുന്ന ദർശനധാരകൾ ലോകത്തുണ്ട്. ക്രിസ്ത്യൻ കമ്യൂണിസമെന്ന പേരിലും വിമോചന ദൈവശാസ്ത്രമെന്ന പേരിലും പല തരത്തിലുള്ള കാഴ്ചപ്പാടുകൾ പ്രചരിച്ചു. മാർക്സിസവും ക്രൈസ്തവ ചിന്തയും തമ്മിലുള്ള വൈരുധ്യങ്ങളും ഏറെ ചർച്ച ചെയ്യപ്പെട്ടിട്ടുണ്ട്. തന്നെപ്പോലെ തന്റെ അയൽക്കാരനെയും സ്നേഹിക്കണമെന്ന ക്രിസ്തുവിന്റെ വാക്കുകൾ ദർശനമായി സ്വീകരിച്ച നീതിയുടെ ലീഗിന്റെ പ്രവർത്തകരായിരുന്നു മാർക്സും എംഗൽസും. സമത്വചിന്തക്ക് ശാസ്ത്രീയ അടിത്തറ നൽകുകയും തൊഴിലാളി വർഗത്തിന്റെ ചരിത്രപരമായ പ്രാധാന്യം തിരിച്ചറിയുകയും ചെയ്തതോടെ അവർ കമ്യൂണിസ്റ്റ് ലീഗിലേക്ക് അതിനെ വികസിപ്പിച്ചു. യാന്ത്രിക ഭൗതിക വാദത്തിൽനിന്നും വ്യത്യസ്തമാണ് മാർക്സിസം. ആശയത്തിനു സമൂഹത്തിൽ ചെലുത്താൻ കഴിയുന്ന സ്വാധീനത്തെ അത് തിരിച്ചറിയുന്നുണ്ട്. മതം യാഥാർഥ്യമാണെന്നും അതിനെ സമരം ചെയത് ഇല്ലാതാക്കാൻ കഴിയുമെന്ന ധാരണ അബദ്ധമാണെന്നും മാർക്സ് നിരീക്ഷിക്കുന്നു. അതിനെ സൃഷ്ടിക്കുന്ന സാഹചര്യം ശാസ്ത്രീയമായി വിലയിരുത്തുകയും മതം താൽക്കാലികമായ ആശ്വാസം നൽകുന്നുവെന്നത് അംഗീകരിക്കുകയും ചെയ്യുന്നു. ആശ്വാസം വൈയക്തി

കമായ അനുഭവമാണ്. സാഹചര്യവുമായി ബന്ധപ്പെട്ടുതന്നെയാണ് അതിന്റെ അളവ് നിർണയിക്കപ്പെടുന്നത്. എന്നാൽ, അത് ഒരു വ്യക്തിയെ സംബന്ധിച്ചുള്ളതാണ്. അതുകൊണ്ട് മതവിശ്വാസി ആശ്വാസം ലഭിക്കുന്നെന്ന് പറയുന്നതിനെ യുക്തിവാദികളെപ്പോലെ മാർക്സിസ്റ്റുകാർ പുച്ഛിച്ചുതള്ളുന്നില്ല.

മതം മനുഷ്യനെ മയക്കുന്ന കറുപ്പാണെന്നതാണ് ഏറ്റവുമധികം ഉപയോഗിക്കുന്ന വാക്കുകൾ. മതത്തിന്റെ പ്രാധാന്യം അവതരിപ്പിച്ചതിനുശേഷമാണ് മാർക്സ് മതം ജനതയുടെ കറുപ്പാണെന്നു പറയുന്നത്. മാർക്സിന്റെ കാലത്ത് കറുപ്പ് അനസ്തേഷ്യ നൽകുന്നതിനായി ഉപയോഗിച്ചിരുന്നു. ഇവിടെ കറുപ്പിന്റെ ഉപയോഗം ഗുണപരമായ തലത്തിലാണ്. ശസ്ത്രക്രിയക്ക് വിധേയനാകുന്ന രോഗിക്ക് ആശ്വാസം നൽകുകയാണ് കറുപ്പ് തീറ്റിക്കുന്നതിലൂടെ ചെയ്യുന്നത്. 'opium of the people' എന്നാണ് മാർക്സ് ഉപയോഗിക്കുന്നത്. ജനതയുടെ കറുപ്പെന്നാണ് അതിന്റെ പരിഭാഷ. എന്നാൽ, മലയാള പരിഭാഷയിൽ തുടക്കം മുതൽ ജനതയെ മയക്കുന്ന കറുപ്പാണെന്നാണ് പ്രയോഗിക്കുന്നത്. മറ്റൊരു പരിഭാഷയിൽ ജനതയുടെ മയക്കുമരുന്നാണെന്നും പ്രയോഗിക്കുന്നുണ്ട്. കറുപ്പിന്റെ മയക്കുമരുന്നെന്ന ഉപയോഗം നിഷേധ സ്വഭാവത്തിലുള്ളതാണ്. മതത്തെകുറിച്ചുള്ള മാർക്സിസ്റ്റ് നിരീക്ഷണം വികലമാക്കുന്നതിന് ഈ പ്രയോഗം ശത്രുക്കളും മിത്രങ്ങളും നന്നായി ഉപയോഗിക്കുന്നുണ്ട്. എന്നാൽ, മതത്തെക്കുറിച്ച് ശാസ്ത്രീയ വിമർശനം മാർക്സിസം മുന്നോട്ടുവെയ്ക്കുകയും ചെയ്യുന്നുണ്ട്.

ക്രൈസ്തവ ചിന്തയും മാർക്സിസവും മുന്നോട്ടുവെയ്ക്കുന്ന ദർശനം സമത്വത്തിന്റേതാണ്. പാവപ്പെട്ടവനു നല്ല വാർത്തകൾ നൽകുന്നതിനാണ് തന്റെ വരവെന്ന് ക്രിസ്തു പറയുന്നുണ്ട്. ഹൃദയം തകർന്നവരെ ആശ്വസിപ്പിക്കുന്നതിനും അന്ധർക്ക് കാഴ്ചനൽകുന്നതിനും മാത്രമല്ല അടിച്ചമർത്തപ്പെടുന്നവരെ വിമോചിപ്പിക്കുന്നതിനുമാണ് അയച്ചിരിക്കുന്നതെന്നും വ്യക്തമാക്കുന്നു. ദുരിതം അനുഭവിക്കുന്നവന്റെയും കഷ്ടപ്പെടുന്നവന്റെയും ഭാരം ചുമക്കുന്നവന്റെയും വിമോചനത്തിനായി പ്രവർത്തിച്ച ക്രിസ്തുവിൽ വിപ്ലവകാരിയെ കാണാതിരിക്കുന്നതാണ് തെറ്റ്. മാർക്സ് മിച്ചമൂല്യം തട്ടിയെടുക്കുന്ന മുതലാളിത്ത ചൂഷണത്തെക്കുറിച്ച് അടിവരയിട്ടപ്പോൾ പണിയെടുക്കുന്നവന്റെ വിയർപ്പിന്റെ മൂല്യത്തെ തട്ടിയെടുക്കുന്നവരെക്കുറിച്ച് ക്രിസ്തുവും പറഞ്ഞു. ഓരോരുത്തർക്കും അവരവരുടെ ആവശ്യത്തിന് അനുസരിച്ച് ലഭിക്കണമെന്ന് ഇരുവരും പറഞ്ഞു. ക്രൈസ്തവ ചിന്തയും മാർക്സിസവും തമ്മിലുള്ള സാമ്യം വ്യക്തമാക്കുന്ന ബൈബിൾ ഉദ്ധരണികളും മാർക്സ് എംഗൽസ് ഉദ്ധരണികളും അതരിപ്പിക്കുന്ന നിരവധി പുസ്തകങ്ങൾ വിപണിയിൽ ലഭ്യമാണ്. ക്രിസ്തു സമത്വത്തിന്റെ ദർശനമാണ് ഉയർത്തിപ്പിടിച്ചത്. മാർക്സ് ഈ ലോകത്ത് സമത്വം എങ്ങനെ അനിവാര്യമാകുന്നെന്ന് ശാസ്ത്രീയമായി സ്ഥാപിക്കുന്നതിനാണ് ശ്രമിച്ചത്. സങ്കൽപ്പത്തിന്റെ ലോകത്തുനിന്നും സമത്വ

ത്തിന്റെ കാഴ്ചപ്പാടിന് ശാസ്ത്രീയ അടിത്തറ നൽകുകയാണ് സമൂഹത്തിന്റെ ചലനനിയമങ്ങൾ ആവിഷ്കരിക്കുക വഴി മാർക്സിസം ചെയ്തത്.

അപ്പോൾ ചിലർ പറയുന്നത് മാർക്സിസം ബലപ്രയോഗത്തിന്റെ ദർശനമാണെന്നും അവിടെയാണ് അത് ക്രൈസ്തവചിന്തയുമായി വേർപിരിയുന്നതെന്നുമാണ്. ഭരണവർഗം അടിച്ചമർത്തുന്നതിന് ഭരണകൂടത്തെ ഉപയോഗിക്കുന്നുവെന്ന് തിരിച്ചറിയുകയാണ് മാർക്സിസം. ഭരണവർഗം അധികാരം സ്വമേധയ വിട്ടുനൽകുന്നുല്ലെങ്കിൽ മാത്രമാണ് ബലപ്രയോഗം അനിവാര്യമാകുന്നത്. പുതിയ സാമൂഹ്യവ്യവസ്ഥയുടെ വയറ്റാട്ടിയായി അത് മാറുന്നു. ദേവാലയത്തിലെ അനീതിക്കെതിരെ ചാട്ടവാർ ചുഴറ്റാൻ നിർബന്ധിതനാകുന്നത് സാഹചര്യം തിരിച്ചറിഞ്ഞുതന്നെയാണ്.

വ്യത്യാസങ്ങൾ നിലനിൽക്കുമ്പോഴും ഐക്യത്തിന്റെ സാധ്യതകൾ കുടുതലായി കാണുകയാണ് സമൂഹത്തെ സ്നേഹിക്കുന്ന ഇരു വിഭാഗത്തിൽപ്പെട്ടവരും. സമീപകാലത്ത് പ്രസിദ്ധീകരിച്ച വത്തിക്കാന്റെ നീതിയുടെയും സമാധാനത്തിന്റെയും കൗൺസിലിന്റെ പ്രമേയം വായിക്കുന്നവർക്ക് കമ്യൂണിസ്റ്റുപാർട്ടികളുടെ നിലപാടുകളുമായി ഏറെ സാമ്യം കാണാൻ കഴിയും. ആഗോളവൽക്കരണനയങ്ങൾ അസമത്വം ശക്തിപ്പെടുത്തുകയും തൊഴിലില്ലായ്മ ഭീതിജനകമാകുംവിധം വർധിപ്പിക്കുകയും ചെയ്തിരിക്കുന്നുവെന്നാണ് ആ പ്രമേയം വിശദീകരിക്കുന്നത്. ഇതാണ് ലോകത്തെമ്പാടുമുള്ളു കമ്യൂണിസ്റ്റ് പാർട്ടികൾ കഴിഞ്ഞ രണ്ടു ദശകമായി പറയുന്നത്. സാമ്പത്തിക പ്രതിസന്ധിക്ക് സാങ്കേതിക പരിഹാരങ്ങൾ പോരാതെ വരുമെന്നും രാഷ്ട്രീയ പരിഹാരമാണ് ആവശ്യമെന്നും രേഖ കൂട്ടിച്ചേർത്തു. ഐ എം എഫും ലോകബാങ്കും ഉൾപ്പെടുന്ന ആഗോള സാമ്പത്തിക സ്ഥാപനങ്ങൾ നൽകിയ നിർദേശങ്ങൾ പ്രതിസന്ധി മൂർച്ഛിപ്പിക്കുക മാത്രമാണ് ചെയ്തത്. ഇത്തരം സ്ഥാപനങ്ങൾ ജനാധിപത്യപരമായി പുന:സംഘടിപ്പിക്കണമെന്നും വത്തിക്കാൻ രേഖ പറയുന്നുണ്ട്. ഇന്നത്തെ ലോകത്ത് നടപ്പിലാക്കുന്ന നയങ്ങൾക്കെതിരായ യോജിച്ച പോരാട്ടത്തിനു അടിസ്ഥാനമാക്കാവുന്ന സമീപനമാണ് രേഖയിൽ തെളിഞ്ഞുകാണുന്നത്.

ലാഭത്തെ അടിസ്ഥാനപ്പെടുത്തിയുള്ള സാമൂഹ്യവ്യവസ്ഥയല്ല വേണ്ടതെന്നും പൊതുനന്മയെയാണ് അടിസ്ഥാനമാക്കേണ്ടതെന്നും ഈ രേഖ ആധികാരികമായി പറയുന്നുണ്ട്. എല്ലാ മനുഷ്യരുടെയും നന്മ ലാക്കാക്കുന്ന ക്രൈസ്തവദർശനവും അതിനായുള്ള സാമൂഹ്യവ്യവസ്ഥക്കായി പ്രവർത്തിക്കുന്ന കമ്യൂണിസവും യോജിക്കാവുന്ന തലമാണിത്. ഇതുതന്നെയാണ് ഇന്നത്തെ സാമുഹ്യ ഇടപെടലുകളുടെ പ്രധാനമുഖവും. നാണയവിപണിയിലുടെയും ഓഹരി കമ്പോളത്തിലുടെയും ഒഴുകുന്ന പണത്തിന് നികുതി ചുമത്തണമെന്ന പ്രായോഗിക നിലപാട് ഈ രേഖ മുന്നോട്ടുവെയ്ക്കുന്നു. കാന്റർബറി ആർച്ച്ബിഷപ്പ് സമീപകാലത്ത് ഇതേ നിലപാട് ആവർത്തിക്കുകയുണ്ടായി. നിസാരനികുതി ചുമത്തിയാൽ പോ

ലും സാമൂഹ്യക്ഷേമത്തിനായുള്ള പണം കണ്ടെത്താൻ കഴിയുമെന്ന് അദ്ദേഹം സൂചിപ്പിക്കുന്നു. ഒന്നാം യു പി എ സർക്കാരിൻെറ കാലത്ത് സി പി ഐ എം നൽകിയ ബജറ്റ് നിർദേശങ്ങളിൽ ഇത് കാണാൻ കഴിയും. ആഗോളവൽക്കരണത്തിനെതിരായ പൊതുമുദ്രാവാക്യങ്ങളാണ് ഇതിൽ തെളിഞ്ഞുകാണുന്നത്.

സമ്പന്നന്യൂനപക്ഷതാൽപ്പര്യം മാത്രം സംരക്ഷിക്കാൻ ശ്രമിക്കുന്ന ഉദാരവൽക്കരണനയങ്ങൾ മഹാഭൂരിപക്ഷം ജനതയ്ക്കും എതിരാണ്. ദരിദ്രന്റെ പക്ഷം ചേരുകയെന്നാൽ ഈ നയങ്ങൾ തിരുത്തുന്നതിനുള്ള ശ്രമങ്ങളിൽ കണ്ണിചേരുകയെന്നതു തന്നെയാണ്. വത്തിക്കാൻ പ്രമേയത്തിലും സി പി ഐ (എം) രേഖകളിലും ഈ സമീപനം തെളിഞ്ഞുകാണാം.

അതുപോലെ തന്നെയാണ് ഇന്നത്തെ ഇന്ത്യയിൽ വർഗീയതക്കെതിരായ പോരാട്ടത്തിലെ യോജിപ്പും. തങ്ങൾക്കുനേരെ ആക്രമണങ്ങൾ ഉണ്ടാകുമ്പോൾ പ്രതികരിക്കുന്നതിന് ഇടതുപക്ഷം മാത്രമേയുള്ളെന്ന ഉത്തരേന്ത്യയിലെ ബിഷപ്പുമാരുടെ പ്രതികരണവും ശ്രദ്ധിക്കേണ്ടതാണ്. കേരളത്തിൽ വർഗീയതക്ക് ശക്തി പ്രാപിക്കാൻ കഴിയാതെ പോകുന്നതിൽ ഇടതുപക്ഷസാന്നിധ്യം പ്രധാനമാണെന്നും അവർ സൂചിപ്പിക്കുന്നു.

ഇന്നത്തെ കാലത്ത് കമ്യൂണിസ്റ്റ് പ്രസ്ഥാനവും ക്രൈസ്തവ ചിന്തയും ഒന്നുചേർന്നു പ്രവർത്തിക്കാൻ കഴിയുന്ന മേഖലകൾ വികസിക്കുകയാണ്. കൂടുതൽ വിശാലമായ ഐക്യത്തോടെയുള്ള പോരാട്ടങ്ങൾ വഴിയേ ദരിദ്രന്റെ താൽപ്പര്യം സംരക്ഷിക്കാൻ കഴിയൂ. ഓരോരുത്തർക്കും അവരവരുടെ വിശ്വാസങ്ങൾക്ക് അനുസരിച്ച് ജീവിക്കാൻ കഴിയുന്ന മതനിരപേക്ഷ റിപ്പബ്ലിക്കായി ഇന്ത്യ തുടരുന്നതിനും ഇതേ ഐക്യം പ്രസക്തമാണ്. ദരിദ്രന്റെ വിമോചനത്തിന് ആഹ്വാനംചെയ്ത ക്രിസ്തുവിനെ സാമൂഹ്യമാറ്റത്തിനായി ജീവിക്കുകയും മരിക്കുകയും ചെയ്ത വിപ്ലവകാരിയായി വായിച്ചെടുക്കുന്നതിലൂടെ കമ്യൂണിസ്റ്റ് പ്രസ്ഥാനങ്ങൾ മാനവസമൂഹത്തിന്റെ മോചനത്തിനായുള്ള പ്രവർത്തനത്തിന്റെ ഐക്യനിരയുടെ വാതിലുകൾ തുറന്നിടുകയാണ് ചെയ്യുന്നത്.

ഭാഗം മൂന്ന്

പൊതുബോധത്തിന്റെ നിർമാണം

കേരളീയസമൂഹത്തിന്റെ പൊതുബോധം എങ്ങനെയാണ് രൂപം കൊള്ളുന്നത് എന്ന അന്വേഷണം പ്രസക്തമാകുന്ന കാലത്താണ് നമ്മൾ ജീവിക്കുന്നത്. ആടിനെ പട്ടിയാക്കുന്നതിലും പേപ്പട്ടിയാക്കുന്നതിലും പിന്നെ അതിനെ തല്ലിക്കൊല്ലുന്നതിലും ചിലർ കാണിക്കുന്ന വൈഭവം കേരളത്തിന്റെ പഴയ ഓർമകളുടെ കറുത്ത ഭാഗമാണെങ്കിലും ഇന്ന് അതിന്റെ ഏറ്റവും വൃത്തികെട്ട പ്രയോഗത്തിനാണ് നാട് സാക്ഷ്യം വഹിക്കുന്നത്. അതിനായി ഏറ്റവും ആധുനികമായ സാങ്കേതികവിദ്യയുടെ പ്രയോഗംവരെ നടത്തുന്നുണ്ട്. ഇക്കൂട്ടത്തിൽ ഏറ്റവും ശക്തമായ ആയുധമായി മാധ്യമം മാറിയിരിക്കുന്നു. മാധ്യമം എന്ന വിശേഷണത്തിനകത്ത് ഇന്ന് അച്ചടി മാധ്യമങ്ങളും ദൃശ്യമാധ്യമങ്ങളും മാത്രമല്ല ഉള്ളത്. പുതിയ മാധ്യമം എന്ന വിശേഷമുള്ള ഇ–മാധ്യമങ്ങളും അക്കൂട്ടത്തിൽപ്പെടും. കൈയിലിരിക്കുന്ന മൊബൈൽ ഫോൺ ഇന്നത്തെ പ്രധാന മാധ്യമങ്ങളിലൊന്നാണ്. ഇന്റർനെറ്റ് വിപുല സാധ്യതകളാണ് പുത്തൻ മാധ്യമരൂപങ്ങളുടെ നിർമാണത്തിനു നൽകുന്നത്. വെബ്സൈറ്റുകളും ബ്ലോഗുകളുമെല്ലാം സ്വാധീനമുള്ള പുതുരൂപങ്ങളാണ്.

അച്ചടിമഷി പുരണ്ടതെന്തും സത്യമാണെന്നു കരുതുന്ന ശക്തമായ മാധ്യമസ്വാധീനമുള്ള സംസ്ഥാനമാണ് കേരളം. ഇന്ത്യൻ ജനാധിപത്യം കുരുതികൊടുക്കപ്പെട്ട അടിയന്തരാവസ്ഥയുടെ കാലത്തും മലയാളി അത് മനസിലാക്കിയത് പത്രം വായിച്ചാണെന്നും അതുകൊണ്ടാണ് നേട്ടങ്ങളുടെ സുവർണകാലമായി അതിനെ വിലയിരുത്തി വീണ്ടും കോൺഗ്രസിനെ വിജയിപ്പിക്കാൻ വോട്ടുചെയ്തതെന്നും ചിലർ പറയുന്നത് പ്രസക്തമാണ്. രാഷ്ട്രീയ ചർച്ചകളിൽ പങ്കെടുക്കുന്ന ഏതൊരാളും താൻ പ്രകടിപ്പിക്കുന്ന അഭിപ്രായത്തിന്റെ സാധൂകരണത്തിനായി ആദ്യം പറയു

ന്നത് താനത് പത്രത്തിൽ വായിച്ചെന്നാണ്. ഇപ്പോൾ അത് ഒന്നുകൂടി മാറിയിരിക്കുന്നു. ടെലിവിഷൻ ചാനലിൽ കണ്ട ദൃശ്യത്തിന്റെ പിൻബലത്തിലാണ് പല വാദമുഖങ്ങളും ശക്തിപ്പെടുന്നത്.

കാണുന്നതെല്ലാം സത്യമാണെന്ന് കരുതുന്നവർ ക്യാമറ കളവ് പറയില്ലെന്ന് ആധികാരികമായി പറയുകയുംചെയ്യും. കാഴ്ചകൊണ്ടുള്ള കമ്പളിപ്പിക്കൽ മിക്കവാറും ആളുകൾ വിശ്വസിക്കുകയുമില്ല. ടിയാനൻമെൻ സ്ക്വയർ സംഭവത്തിനുശേഷം ലോകത്തെ മിക്കവാറും മാധ്യമങ്ങൾ പ്രസിദ്ധീകരിച്ച ചിത്രം ഇതിന്റെ ഉദാഹരണമായിരുന്നു. ഒരു കുട്ടി പട്ടാള ടാങ്കിന്റെ മുമ്പിൽ നിൽക്കുന്ന ഒറ്റച്ചിത്രം സൈനിക ഭീകരതയുടെ ഭയപ്പെടുത്തുന്ന ബിംബങ്ങളാണ് ജനമനസിൽ സൃഷ്ടിച്ചത്. പട്ടാള ടാങ്കിന്റെ തേരോട്ടത്തിൽ ചതഞ്ഞരഞ്ഞുപോയ കുട്ടിയെക്കുറിച്ചുള്ള വിശദമായ വാർത്തകളുടെ അകമ്പടിയും ചിത്രത്തിനുണ്ടായിരുന്നു. എന്നാൽ, ടാങ്കിനു മുമ്പിൽനിന്ന കുട്ടി പാട്ട് പാടിക്കൊണ്ട് ആ ടാങ്കിനു മുകളിലേക്ക് കയറുകയും പിന്നീട് താഴോട്ടിറങ്ങി അടുത്ത ടാങ്കിന്റെ മുമ്പിൽ നിന്ന് അതിന്റെ മുകളിലേക്ക് കയറി ഇറങ്ങിപ്പോവുകയുമായിരുന്നു ചെയ്തതെന്ന് പിന്നീട് പ്രചരിച്ച വീഡിയോദൃശ്യം വ്യക്തമാക്കി. പക്ഷേ, ആ ചിത്രം സൃഷ്ടിച്ച പൊതുബോധം തീർത്തും വ്യത്യസ്തമായിരുന്നു. കേരളത്തിൽ വിദ്യാർഥിരാഷ്ട്രീയത്തിനെതിരെ പ്രചണ്ഡ പ്രചാരവേല നടന്ന സന്ദർഭത്തിൽ *മലയാള മനോരമ*യും ഈ പണി കുറെക്കൂടി വികൃതമായി അനുകരിക്കുകയുണ്ടായി. കൊൽക്കത്തയിൽ നടന്ന യൂത്ത് കോൺഗ്രസിന്റെ ആക്രമണം എസ് എഫ് ഐയുടെ കേരളത്തിലെ അക്കൗണ്ടിൽ ആക്കിക്കൊടുക്കാനാണ് അവർ ശ്രമിച്ചത്.

ചിത്രത്തിന്റെ ദുരുപയോഗത്തിന്റെ ഏറ്റവും ഒടുവിലത്തെ ഉദാഹരണമാണ് വി എസിനെ പി ബിയിൽനിന്ന് ഒഴിവാക്കാൻ തീരുമാനിച്ച കേന്ദ്ര കമ്മിറ്റി യോഗത്തിന്റെ റിപ്പോർട്ടിങ്. കേന്ദ്രക്കമ്മിറ്റി രേഖ തങ്ങൾക്ക് കിട്ടിയെന്ന് ആഘോഷപൂർവം കാഴ്ചക്കാരെ അറിയിച്ച് ഒരു ചാനൽ രേഖയുടെ ദൃശ്യങ്ങളും തൽസമയം കാണിക്കാൻ തുടങ്ങി. എത്ര കാണിച്ചിട്ടും ഒരു പേജിൽ കൂടുതൽ സ്ക്രീനിൽ തെളിയുന്നില്ല. കാണുന്ന പേജിന്റെ അറ്റത്ത് ഒരു വിരൽ തെളിഞ്ഞുനിൽക്കുന്നത് കാണുന്നവരുടെ ദൃഷ്ടിയിൽ എളുപ്പത്തിൽപ്പെടുകയുംചെയ്യും. യോഗത്തിന്റെ വിഷ്വൽ എടുക്കാൻ വന്നവർ ആരോ ഒരാൾ വായിച്ചുകൊണ്ടിരുന്ന രേഖയുടെ ദൃശ്യവുംകൂടി പകർത്തി. അതാണ് ചോർന്നുകിട്ടിയ രേഖയുടെ ദൃശ്യമായി തുടർച്ചയായി കാണിച്ചുകൊണ്ടിരുന്നത്. ഇങ്ങനെയാണ് കാഴ്ചയുടെ ദുരുപയോഗം മാധ്യമം സമർഥമായി നടത്തുന്നത്.

ഏതൊരു ചിത്രവും എടുക്കാൻ അസാധാരണമായ മികവ് കാണിക്കുന്ന മാധ്യമങ്ങൾക്ക് ചിലതിന്റെ ചിത്രം; കൊടുക്കരുതെന്ന നിർബന്ധബുദ്ധിയുമുണ്ട്. കൊട്ടാരസദൃശമായ വീടുള്ള കമ്യൂണിസ്റ്റ് എന്ന ബഹുമതി മാധ്യമങ്ങൾ ചാർത്തിക്കൊടുത്ത വ്യക്തിയാണ് സി പി ഐ (എം) സംസ്ഥാന സെക്രട്ടറി പിണറായി വിജയൻ. എന്നാൽ, ഒരു മാധ്യമത്തി

നും ആ കൊട്ടാരവീടിന്റെ ദൃശ്യം വേണ്ട. അത് കാണിച്ചാൽ തങ്ങൾ കെട്ടിപ്പൊക്കുന്ന നുണ ഒറ്റയടിക്ക് തകർന്നുപോകുമെന്നതിനാൽ ആ ശ്രമത്തിന് അവർ തയാറാകുന്നില്ല.

മനുഷ്യബോധത്തെ സ്വാധീനിക്കുന്നതിനും പൊതുസമ്മതത്തെ നിർമിക്കുന്നതിനും മാധ്യമങ്ങൾ സ്വീകരിക്കുന്ന തന്ത്രത്തിന്റെ ഒരു ചെറു ഭാഗം മാത്രമാണിത്. ഇന്നത്തെ ലോകത്ത് മാധ്യമം ചെലുത്തുന്ന സ്വാധീനത്തെ തിരിച്ചറിഞ്ഞാണ് അവർ ഈ രീതി അവലംബിക്കുന്നത്. വ്യവസായ യുഗത്തിന്റെ ഉൽപ്പന്നമായാണ് മാധ്യമം അതിന്റെ ഇടംതേടുന്നത്. പ്രത്യയശാസ്ത്രത്തിന്റെ നൂറ്റാണ്ടായി കരുതപ്പെടുന്ന പത്തൊമ്പതാം നൂറ്റാണ്ടിൽ ആരംഭിച്ച അച്ചടിവിദ്യ, പ്രചാരണത്തിന്റെ പുതിയ ആകാശമാണ് തുറന്നിട്ടത്. അങ്ങനെ ഇരുപതാം നൂറ്റാണ്ട് പ്രചാരണത്തിന്റേതായി മാറി. പത്രം വായിക്കുകയോ ടെലിവിഷൻ കാണുകയോ ചെയ്യുന്ന ഒരാളെ അയാളറിയാതെ സ്വാധീനിക്കാനും തങ്ങളുടെ താൽപ്പര്യത്തിന് അനുസൃതമായി അഭിപ്രായം പറയുന്നവരാക്കി മാറ്റാനും ഒരു പരിധിവരെ മാധ്യമങ്ങൾക്ക് കഴിയുന്നെന്ന യാഥാർഥ്യം മറന്നിട്ട് കാര്യമില്ല. മാധ്യമം യഥാർഥത്തിൽ ഭരണവർഗത്തിന്റെ ഉപകരണമാണ്. ഭരണവർഗത്തിന്റെ ഉപകരണമായ ഭരണകൂടം അടിച്ചമർത്തിക്കൊണ്ടു മാത്രമല്ല ദീർഘകാലത്തേക്ക് ആധിപത്യം നിലനിർത്തുന്നത്. പട്ടാളവും കോടതിയും ജയിലും പൊലീസുമെല്ലാം ഭരണകൂടത്തിന്റെ അടിച്ചമർത്തുന്ന ഉപകരണങ്ങളാണ്. എന്നാൽ, ദീർഘകാലത്തേക്ക് ഒരു സമൂഹത്തെ തങ്ങളുടെ താൽപ്പര്യങ്ങൾക്ക് ചേരുന്നവരാക്കി നിലനിർത്തുന്നതിന് മറ്റുരീതികൾ ആവശ്യമാകുമെന്ന് ഗ്രാംഷിയും അൽത്തൂസറും പറയുകയുണ്ടായി. അൽത്തൂസർ അതിനെ പ്രത്യയശാസ്ത്ര ഭരണകൂട ഉപകരണമെന്ന് വിളിച്ചു. നിലവിലുള്ള വ്യവസ്ഥയെ സംരക്ഷിക്കുന്നതിന് ആവശ്യമായ അവബോധത്തെ രൂപപ്പെടുത്താനാണ് ഈ ഉപകരണങ്ങൾ ശ്രമിക്കുന്നത്. സമർഥമായ തന്ത്രങ്ങളുടെ അങ്ങേയറ്റം ആസൂത്രിതമായ പ്രയോഗങ്ങളിലൂടെയാണ് ഇവ പ്രവർത്തിക്കുന്നത്.

മതം പ്രധാന പ്രത്യയശാസ്ത്ര ഉപകരണമാണ്. നിലവിലുള്ള വ്യവസ്ഥ മാറില്ലെന്ന ധാരണതന്നെയാണ് അതുവഴി സൃഷ്ടിക്കാൻ ശ്രമിക്കുന്നത്. ഭാവിതലമുറയെ വാർത്തെടുക്കാൻ ശ്രമിക്കുന്ന വിദ്യാഭ്യാസവും ഇക്കൂട്ടത്തിൽ പ്രധാനമാണ്. നിലവിലുള്ള സാമൂഹ്യവ്യവസ്ഥയ്ക്ക് അകത്തുനിന്ന് തൊഴിലാളി വർഗത്തിന്റെ പ്രശ്നങ്ങൾക്ക് പരിഹാരം കാണാൻ ശ്രമിക്കുന്ന ട്രേഡ് യൂണിയനുകളും സംഘടനകളും ഭരണകൂടത്തിന്റെ പ്രത്യയശാസ്ത്ര ഉപകരണമാണ്. അക്കൂട്ടത്തിൽ ഏറ്റവും പ്രധാനമാണ് മാധ്യമം. ഭരണവർഗ താൽപ്പര്യങ്ങൾ തങ്ങളുടെ താൽപ്പര്യങ്ങളാണെന്നു തോന്നിപ്പിക്കുന്ന പ്രതീതികളുടെ നിർമാണമാണ് മാധ്യമം നടത്തുന്നത്. സാങ്കേതികവിദ്യയുടെ കുതിച്ചുചാട്ടം ഈ പ്രക്രിയയുടെ ഗതിവേഗം വർധിപ്പിച്ചു. ഒരു രാജ്യത്തിരുന്ന് മറ്റൊന്നിന്റെ സമസ്ത മേഖലകളിലും ഇടപെടുന്നതിനും സ്വാധീനം ചെലുത്തുന്നതിനും ഇന്ന്

കഴിയുന്നു. സാങ്കേതികവിദ്യയുടെ നിയന്ത്രണം ആരുടെ കൈയിലാണോ അവരാണ് സംവേദനത്തിന്റെ തന്ത്രവും ഉള്ളടക്കവും തീരുമാനിക്കുന്നത്.

മനസിന്റെ കൈകാര്യകർതൃത്വത്തിന്റെ വ്യവസായമെന്നാണ് ചിലർ മാധ്യമ വ്യവസായത്തെ വിളിക്കുന്നത്. ചിന്ത, കാഴ്ചപ്പാട്, അഭിപ്രായം, വിശ്വാസം എന്നിങ്ങനെ വ്യത്യസ്ത തലങ്ങളിൽ നിരന്തരം ഇടപെട്ടാണ് ഈ ദൗത്യം നിർവഹിക്കുന്നത്. ഒരു നാണയത്തിനു രണ്ടുവശമുള്ളതു പോലെ ഏതൊരു സംഭവത്തിനും രണ്ടു തലമുണ്ടാകുമെന്നാണ് ഇവർ പഠിപ്പിക്കുന്നത്. വ്യാഖ്യാനത്തിലാണ് കാര്യമിരിക്കുന്നത്. കാഴ്ചപ്പാടുകളെ മാറ്റിമറിക്കുന്നതിനും അതുവഴി സമ്മതത്തെ നിർമിക്കുന്നതിനും ഇതുവഴി ശ്രമിക്കുന്നു. ചിന്ത, കാഴ്ചപ്പാട്, അഭിപ്രായം, വിശ്വാസം എന്നിങ്ങനെ എല്ലാതലത്തിലും കണ്ടീഷനിങ് നടത്തുകയാണ് മാധ്യമം.

ഏതൊരു വാർത്തയും വ്യത്യസ്ത അരിപ്പകളിലൂടെ കടന്നുപോകുന്നുവെന്ന് നോംചോംസ്കി പറയുകയുണ്ടായി. ഉടമസ്ഥരുടെ താൽപ്പര്യങ്ങൾക്കൊപ്പം പ്രധാനപ്പെട്ട അരിപ്പയായി കമ്യൂണിസ്റ്റ് വിരുദ്ധതയെ ഉപയോഗിക്കുന്നെന്നും അദ്ദേഹം നിരീക്ഷിക്കുകയുണ്ടായി. നോം ചോംസ്കിയും എഡ്വേർഡ് ഹെർമനും ചേർന്നെഴുതിയ സമ്മതിയുടെ നിർമിതി എന്ന പുസ്തകം മാധ്യമത്തിന്റെ രാഷ്ട്രീയം നന്നായി അവതരിപ്പിക്കുന്നതാണ്. യഥാർഥത്തിൽ സമ്മത നിർമാണമെന്ന പ്രയോഗത്തിന്റെ ഉടമസ്ഥാവകാശം തങ്ങൾക്കല്ലെന്ന് ചോംസ്കി തുറന്നുപറയുന്നുണ്ട്. ജനതയുടെ മനസിനെ സ്വാധീനിക്കുന്നതിനും യുദ്ധത്തിൽ വിജയിക്കുന്നതിന് ആവശ്യമായ അവബോധം ഒരുക്കുന്നതിനും ആവിഷ്കരിക്കേണ്ട തന്ത്രങ്ങളെക്കുറിച്ച് പഠിക്കുന്നതിന് അമേരിക്കൻ പ്രസിഡന്റ് നിശ്ചയിച്ച ക്രീൽ കമീഷന്റെ പ്രോജക്ടിന്റെ പേരായിരുന്നു സമ്മതനിർമാണമെന്നത്.

എങ്ങനെയാണ് നുണകളുടെ പെരുമഴകളിലൂടെ പൊതുബോധം നിർമിക്കുന്നതെന്ന് ആധികാരികമായി പ്രയോഗത്തിലൂടെ ലോകത്തെ പഠിപ്പിച്ച വ്യക്തിയായിരുന്നു ഹിറ്റ്ലറുടെ പ്രചാരണമന്ത്രിയായിരുന്ന ഗീബൽസ്. നുണയെ തുടർച്ചയായ ആവർത്തനംവഴി സത്യമാക്കി മാറ്റാമെന്ന് അയാൾ തുറന്നുപറഞ്ഞു. പിടിച്ചെടുത്ത് ആധിപത്യം സ്ഥാപിക്കുന്ന രാജ്യങ്ങളിലെ ഗ്രന്ഥശാലകളെയാണ് ഹിറ്റ്ലർ ആദ്യം കേന്ദ്രീകരിച്ചിരുന്നത്. പോളണ്ടിന്റെ സാംസ്കാരിക മേഖലയിൽ പ്രധാന സംഭാവനകൾ നൽകിയ ക്ലാസിക്കുകൾ കത്തിച്ചുകളയാൻ ആഹ്വാനം ചെയ്തു. പകരം അശ്ലീലസാഹിത്യം പ്രചരിപ്പിക്കുന്നതിന് എല്ലാ സഹായവും നൽകി. അടഞ്ഞ മനസിനെയാണ് ഫാസിസം ആഗ്രഹിക്കുന്നത്. നിരന്തരം ഇക്കിളിപ്പെടുത്തിക്കൊണ്ടിരുന്നാൽ ഗൗരവമായ ചിന്തയുടെ പരിസരത്തെ ഇല്ലാതാക്കാൻ കഴിയും.

ഇന്ത്യയിലെ പത്രവിപ്ലവം എന്ന കൃതിയിൽ റോബിൻ ജെഫ്രി, *മലയാള മനോരമയും മാതൃഭൂമിയും* ആധിപത്യം സ്ഥാപിക്കുന്നതിനു നടത്തിയ യുദ്ധത്തിൽ ഈ അടവ് പ്രയോഗിക്കുന്നത് ഉദാഹരണസഹിതം വെളിപ്പെടുത്തുന്നുണ്ട്. മലബാറിലെ *മാതൃഭൂമി*യുടെ ആധിപത്യത്തെ നേ

രിടുന്നതിനു *മനോരമ* ഉപയോഗിച്ച പ്രധാന സംഭവം പുൽപ്പള്ളി പൊലീസ് സ്റ്റേഷൻ ആക്രമണമായിരുന്നു. ക്രൈംത്രില്ലറിന്റെ ഞരമ്പുമുറുക്കുന്ന ത്രസിപ്പിക്കലായി വാർത്താവതരണം മാറി. നക്സൽ ആക്രമണത്തിന്റെ രാഷ്ട്രീയവും ഇതരവുമായ എല്ലാത്തലങ്ങളെയും നിരാകരിച്ചു. അന്നു പ്രസിദ്ധീകരിച്ച അജിതയുടെ ചിത്രംപോലും ഈ ലക്ഷ്യത്തോടെയായിരുന്നു. അതോടെ പത്രത്തിന്റെ പ്രചാരം ഒറ്റയടിക്ക് 50,000 കോപ്പിയോളം വർധിച്ചു. ഉപരിപ്ലവകരമായ അവതരണ രീതിയിലൂടെ വായനക്കാരനെ എങ്ങനെ മയക്കിക്കിടത്താമെന്നു പഠിപ്പിക്കുകയായിരുന്നു ആ പത്രം.

മാധ്യമം സമ്മതം നിർമിക്കുന്നത് നേരിട്ടുള്ള ഇടപെടലുകളിലൂടെയല്ല. പകരം തന്ത്രപരമായാണ്. പഴയകാല മാധ്യമ ദൗത്യനിർവഹണത്തിൽ ചില അംഗീകൃത രീതികളുണ്ടായിരുന്നു. വാർത്ത സത്യസന്ധമായി നൽകുകയും അതു സംബന്ധിച്ച അഭിപ്രായം സ്വതന്ത്രമായി പ്രകടിപ്പിക്കുകയുമാണ് ലോകത്താകെ അംഗീകരിച്ചിരുന്ന പഴയ രീതി. എന്നാൽ, ഇന്ന് ആ വ്യത്യാസം അപ്രത്യക്ഷമായി. വാർത്തയും വിശകലനവും അഭിപ്രായപ്രകടനവും തമ്മിൽ അതിർവരമ്പുകളില്ലാതായി. തങ്ങളുടെ താൽപ്പര്യം സംരക്ഷിക്കുന്നതിനു കൃത്രിമമായി വാർത്തകൾ പടച്ചുവിടുന്നത് അംഗീകരിക്കപ്പെട്ട രീതിയായി.

സമ്മത നിർമാണത്തിന് നിരവധി രീതികൾ മാധ്യമം സ്വീകരിക്കുന്നുണ്ട്. അതിലൊന്ന് പർവതീകരണവും തമസ്കരണവുമാണ്. തങ്ങൾക്ക് ഇഷ്ടപ്പെട്ട വാർത്തകൾക്ക് അമിതപ്രാധാന്യം നൽകി അവതരിപ്പിക്കുന്ന മാധ്യമം താൽപ്പര്യത്തിനു എതിരായ വാർത്തകളെ ബോധപൂർവം തമസ്കരിക്കും. കോടതിയിൽ നൽകുന്ന സ്വകാര്യ അന്യായങ്ങളിൽ മേൽകീഴ് നോക്കാതെ കേസ് ചാർജ് ചെയ്യാൻ വിധിക്കുന്ന ചില ന്യായാധിപന്മാരുണ്ട്. ചിലർ ഇതിനായി അവസരം കാത്തിരിക്കും. ലാവ്‌ലിനുമായി ബന്ധപ്പെട്ട കേസിൽ അഭ്യന്തരമന്ത്രിക്കും പിണറായിക്കുമെതിരെ കേസെടുക്കണമെന്ന് ഒരു കോടതി വിധിക്കുകയുണ്ടായി. *മാതൃഭൂമി*ക്കും *മലയാളമനോരമ*യ്ക്കും ഇത് ലീഡ് വാർത്തയായി. സാധാരണഗതിയിൽ ചില കോടതികൾ സ്വീകരിക്കുന്ന നടപടിക്രമമെന്ന രീതിയിൽ നൽകേണ്ട പ്രാധാന്യത്തെക്കാൾ അധിക പരിഗണന നൽകുന്നത് അഭിപ്രായ രൂപികരണത്തെ തെറ്റായ രീതിയിൽ സ്വാധീനിക്കുന്നതിനാണ്. സമാനമായ മറ്റൊരു വിധി കണ്ണൂർ ജില്ലയിൽനിന്ന് ലോകസഭാ തിരഞ്ഞെടുപ്പിന്റെ പോളിങ്ങിനുശേഷമുണ്ടായി. ക്വട്ടേഷൻസംഘവുമായി ബന്ധപ്പെട്ട സംഭവത്തിൽ ഉമ്മൻചാണ്ടിക്ക് എതിരെ നൽകിയ കേസിലും കോടതി കേസെടുത്ത് അന്വേഷിക്കാൻ വിധിക്കുകയുണ്ടായി. പിണറായിക്കെതിരായ വാർത്ത വൻ തലക്കെട്ടോടെ ലീഡാക്കിമാറ്റിയവർ ഈ വാർത്ത മുക്കി.

ലാവ്‌ലിൻ കേസിൽ കാർത്തികേയന്റെ പങ്ക് പ്രത്യേകം അന്വേഷിക്കണമെന്ന സി ബി ഐ കോടതിയുടെ സമീപകാല നിർദേശത്തിന്റെ അവതരണത്തിലും ഈ പങ്ക് കാണാം. സി ബി ഐ കുറ്റപത്രം സമർ

പ്പിച്ച കേസിൽ സമൻസ് അയക്കാൻ തീരുമാനിക്കുന്നത് സാധാരണ നടപടിക്രമത്തിന്റെ ഭാഗമാണ്. അതുകൊണ്ടുതന്നെ അതിനു വാർത്താ പ്രാധാന്യം കുറയും. എന്നാൽ, പ്രതിപ്പട്ടികയിൽ ഇല്ലാത്തയാളെ സംബന്ധിച്ച് വീണ്ടും അന്വേഷിക്കാൻ ആവശ്യപ്പെടുന്നത് അസാധാരണമാണ്. അതുകൊണ്ടുതന്നെ അതിനു വാർത്താമൂല്യം കൂടും. ഇത് നന്നായി അറിയാവുന്ന പത്രമാണ് *ഹിന്ദു*. എന്നാൽ, പിണറായിക്ക് സമൻസ് അയച്ചതിനായിരുന്നു ആ പത്രത്തിൽ മുൻതൂക്കം. മലിനീകരണ നിയന്ത്രണബോർഡിലെ ഒരഴിമതിക്കാരനുമായി ബന്ധപ്പെട്ട് ഹൈക്കോടതി നടത്തിയ പരാമർശങ്ങൾ (അഴിമതിക്കാരെ സർക്കാർ സംരക്ഷിക്കുന്നുവെന്നും മറ്റും) പ്രമുഖ പത്രങ്ങൾ റിപ്പോർട്ട് ചെയ്തപ്പോൾ, സംഭവം നടന്നത് യു ഡി എഫ് സർക്കാരിന്റെ കാലത്താണ് എന്നത് മാത്രം മറച്ചുവച്ചു– എൽ ഡി എഫിനെതിരെയാണ് കോടതി പറഞ്ഞതെന്ന തെറ്റിദ്ധാരണ ഉൽപ്പാദിപ്പിക്കുകയായിരുന്നു ലക്ഷ്യം.

രണ്ടാമത്തെ രീതി നുണകളുടെ നിർമാണമാണ്. നിർമിത കഥകളിലൂടെ മനുഷ്യമനസിനെ സ്വാധീനിക്കാനാണ് ശ്രമിക്കുന്നത്. രണ്ടാം ലോകമഹായുദ്ധകാലത്തെ പ്രചാരണതന്ത്രങ്ങളെ സമർഥമായി അപഗ്രഥിച്ച മൈക്കേൽ ബാൽഫർ അഞ്ചുതരത്തിലുള്ള നിർമിത കഥകളെ അവതരിപ്പിക്കുന്നുണ്ട്. സത്യമാണെന്ന ആത്മാർഥ ധാരണയോടെ നടത്തുന്ന വ്യാജപ്രസ്താവനകളാണ് അതിലൊന്ന്. കൽപ്പിച്ചുകൂട്ടി പറയുന്ന നുണകളാണ് രണ്ടാമത്തേത്. സൂചനകളിലൂടെ പരത്തുന്ന തെറ്റിദ്ധാരണകളാണ് അടുത്തത്. സത്യത്തിന്റെ തമസ്കരണമാണ് നാലാമത്തേത്. വാർത്തകളിലെ പക്ഷപാതിത്വത്തിന് ഉപയോഗിക്കുന്ന വസ്തുതകളാണ് അവസാനത്തേത്. അകത്തുനിന്ന് വരുന്ന രീതിയിലാണ് മിക്കവാറും നിർമിതകഥകൾ സൃഷ്ടിക്കുന്നത്.

മലയാളിയുടെ സാംസ്കാരിക ജീവിതത്തെ വല്ലാതെ മലീമസമാക്കുംവിധമാണ് മാധ്യമങ്ങൾ ചീഞ്ഞളിഞ്ഞ നുണകളുടെ മലവെള്ളപ്പാച്ചിൽ അഴിച്ചുവിടുന്നത്. തോമസ് ഐസക്കിന്റെ മുംബൈ സന്ദർശനവുമായി ബന്ധപ്പെട്ട വാർത്ത ഇതിന്റെ ഉദാഹരണങ്ങളിലൊന്നും. മഹാരാഷ്ട്രയിൽനിന്നുള്ള കേന്ദ്ര കമ്മിറ്റി അംഗങ്ങളെ സ്വാധീനിക്കുന്നതിനായി ഐസക് രഹസ്യ സന്ദർശനം നടത്തിയെന്നത് *മാതൃഭൂമി*യിലെ ബൈലൈൻ വാർത്തയായിരുന്നു. അമേരിക്കയിൽനിന്ന് വരുന്ന മകളെ സ്വീകരിക്കുന്നതിനായി ഐസക് മുംബൈയിൽ എത്തിയിരുന്നുവെന്നതിൽനിന്ന് നിർമിച്ചെടുത്ത നുണ എത്ര വിശ്വാസ്യതയോടെയാണ് *മാതൃഭൂമി* അവതരിപ്പിച്ചത്. ഐസക് മുംബൈയിൽ എത്തിയ സമയത്ത് മഹാരാഷ്ട്രയിൽനിന്നുള്ള കേന്ദ്ര കമ്മിറ്റി അംഗങ്ങൾ ഡൽഹിയിലേക്കുള്ള യാത്രയിൽ രാജധാനി എക്സ്പ്രസിലായിരുന്നെന്നതുപോലും മനസിലാക്കാതെ നുണ അച്ചടിച്ചുവിട്ട രീതി മഞ്ഞപ്പത്രങ്ങളെപ്പോലും ലജ്ജിപ്പിക്കുന്നതാണ്.

മറ്റൊരു ഉദാഹരണമാണ് വരദാചാരിയുടെ തലപരിശോധന. ലാവ്ലിൻ കേസിൽ പിണറായി അമിത താൽപ്പര്യമെടുത്തു എന്നതിന് ആധി

കാരിക തെളിവായി ഉപയോഗിച്ചിരുന്ന കാര്യം തെറ്റാണ് എന്ന് അതേ പത്രങ്ങളുടെ കോപ്പികളോടെ *ദേശാഭിമാനി* വെളിപ്പെടുത്തിയപ്പോൾ അത് കണ്ടില്ലെന്നു നടിക്കുകയാണ് സത്യത്തിന്റെ സന്ദേശവാഹകരെന്ന് സ്വയം പ്രഖ്യാപിക്കുന്ന പത്രങ്ങൾ ചെയ്തത്. യഥാർഥത്തിൽ കഠിനമായ ശിക്ഷ അർഹിക്കുന്ന ക്രിമിനൽ കുറ്റമാണിത്. ലാവ്‌ലിൻ കേസിൽ അഡ്വക്കറ്റ് ജനറലിനെ സ്വാധീനിക്കുന്നതിന് സി പി ഐ (എം) നേതൃത്വം ശ്രമിച്ചെന്നു വരുത്തുന്നതിനായി നിർമിച്ച മറ്റൊരു നുണയായിരുന്നു ഫോൺ ചോർത്തൽ. യഥാർഥത്തിൽ പിണറായി കുറ്റവാളിയാണെന്നും കുറ്റവിചാരണയിൽനിന്ന് രക്ഷപ്പെടുന്നതിനായി അഡ്വക്കറ്റ് ജനറലിനെപ്പോലും സ്വാധീനിക്കുന്നെന്ന് വരുത്തിത്തീർക്കാനുമാണ് അതുവഴി ശ്രമിച്ചത്. ഗത്യന്തരമില്ലാതെ സി ബി ഐക്ക് ഇത് നിഷേധിക്കേണ്ടി വന്നപ്പോൾ ആ വാർത്ത പാർശ്വവൽക്കരിക്കുകയുംചെയ്തു.

അങ്ങേയറ്റം ആസൂത്രിതമായ നുണനിർമാണത്തിന്റെയും തന്ത്രപരമായ പ്രചാരവേലയുടെയും പ്രധാന ഉദാഹരണമാണ് ലാവ്‌ലിൻ കേസ്. ഭരണകൂടത്തിന്റെ വ്യത്യസ്ത സ്വഭാവത്തിലുള്ള ഉപകരണങ്ങളെ സമർഥമായി കൂട്ടിയിണക്കി ഉപയോഗിക്കുന്ന ആധുനിക ഗീബൽസിയൻ തന്ത്രത്തിന്റെ പ്രയോഗമായിരുന്നു അത്. കോടതിയിൽ പൊതുതാൽപ്പര്യ ഹർജി നൽകുകയും അത് പ്രധാന വാർത്തയാക്കി മാധ്യമങ്ങളിൽ ഉപയോഗിക്കുകയുംചെയ്യുക, അതിനെ ആസ്പദമാക്കി വിശകലനങ്ങളും അഭിപ്രായപ്രകടനങ്ങളും നടത്തുക എന്നീ രീതികളിലൂടെ കൃത്രിമമായി പൊതുബോധത്തെ നിർമിക്കാനാണ് ശ്രമിച്ചത്. തകർന്നുവീണ നുണകളുടെ നീണ്ട നിരയെ അവഗണിക്കുകയുംചെയ്തു. ആരാണ് കരാറിന് ഉത്തരവാദി, ധാരണപത്രത്തിന്റെ അനുബന്ധമായി പറയുന്ന ഉപകരണങ്ങളുടെ വിലയേക്കാൾ കുറഞ്ഞ വിലയ്ക്ക് സപ്ലൈ കരാർ ഒപ്പുവയ്ക്കുന്നത് എങ്ങനെയാണ് കുറ്റമാകുന്നത്, എന്താണ് പിണറായിയുടെ വ്യക്തിപരമായ നേട്ടം, സർക്കാർ നിയന്ത്രണത്തിലുള്ള മലബാർ ക്യാൻസർ സെന്റർ എങ്ങനെ വ്യക്തിയുടെ നേട്ടമായി മാറും എന്നിങ്ങനെയുള്ള ചോദ്യങ്ങളൊന്നും മാധ്യമങ്ങളെ അലോസരപ്പെടുത്തിയില്ല.

വാക്കുകളുടെ സമർഥമായ പ്രയോഗമാണ് സമ്മതിനിർമാണത്തിന്റെ മറ്റൊരു രീതി. ഓരോ വാക്കും കൃത്യമായ അർഥം ഉൽപ്പാദിപ്പിക്കുന്നുണ്ട്. വാക്കിനു രാഷ്ട്രീയവും പ്രത്യയശാസ്ത്രപരവുമായ ഉള്ളടക്കമുണ്ട്.

വില കൂടി എന്നു വായിക്കുന്ന ഒരാൾക്ക് പ്രത്യേകിച്ച് ഒരു വികാരവും പെട്ടെന്നു തോന്നിയെന്നു വരില്ല. വില സ്വാഭാവികമായി കയറിയതാണെന്നുവരെ തോന്നിയെന്നുവരാം. എന്നാൽ, വില കൂട്ടി എന്നാണ് പ്രയോഗിക്കുന്നതെങ്കിൽ സ്ഥിതി മാറുന്നു. ആരാണ് കൂട്ടിയതെന്ന സ്വാഭാവിക ചോദ്യം ഉയരും. കൂടി എന്ന വാക്ക് സമരസപ്പെടുത്തുകയാണ് ചെയ്യുന്നതെങ്കിൽ കൂട്ടി എന്ന പദം വായനക്കാരനെ സമരോത്സുകമാ

ക്കും. അക്ഷരത്തിന്റെ വളവുകളിൽപ്പോലും രാഷ്ട്രീയം ഒളിഞ്ഞിരിപ്പുണ്ടെന്നു ചുരുക്കം. സംഘർഷം, ഏറ്റുമുട്ടൽ, ആക്രമണം എന്നീ വാക്കുകളും താൽപ്പര്യങ്ങളുടെ അടിസ്ഥാനത്തിൽ വ്യത്യസ്ത ഘട്ടങ്ങളിൽ പ്രയോഗിക്കുന്നവയാണ്.

ലാവ്‌ലിൻ കേസിന്റെ അന്വേഷണം നടക്കുന്ന സന്ദർഭത്തിൽ വാക്കിന്റെ സൂക്ഷ്മമായ പ്രയോഗം തെളിഞ്ഞുകാണുകയുണ്ടായി. കേസ് അന്വേഷിക്കുന്ന സി ബി ഐ മുൻ വൈദ്യുതി മന്ത്രിമാരായിരുന്ന പിണറായി വിജയൻ, എസ് ശർമ്മ, ജി കാർത്തികേയൻ, കടവൂർ ശിവദാസൻ എന്നിവരുടെ മൊഴി എടുക്കുകയുണ്ടായി. നാലുപേരും ഒരേ തലത്തിലുള്ളവരാണ്. ആ സന്ദർഭത്തിൽ പിണറായി കേസിൽ പ്രതിയായിരുന്നില്ല. എന്നാൽ, പിണറായിയെ ചോദ്യംചെയ്തു എന്നതായിരുന്നു *മാതൃഭൂമി* ലീഡ് വാർത്തയ്ക്ക് നൽകിയ തലക്കെട്ട്. ശർമ്മയുടെയും കടവൂർ ശിവദാസന്റെയും ജി കാർത്തികേയന്റെയും മൊഴിയെടുത്തു എന്ന് വാർത്തയിൽ എഴുതിയ പത്രം പിണറായിയെ ചോദ്യംചെയ്തെന്നും വ്യക്തമാക്കി. തിരക്കിനിടയിൽ തലക്കെട്ട് മാത്രം വായിക്കുന്ന ഒരാൾ അതിൽനിന്ന് എത്തിച്ചേരുന്ന നിഗമനം വ്യക്തമാണ്. ചോദ്യം ചെയ്യുന്നത് പ്രതിയെയും മൊഴിയെടുക്കുന്നത് സാക്ഷിയിൽനിന്നുമാണെന്ന സാധാരണ ധാരണയിൽ നിൽക്കുന്ന വായനക്കാരനിൽ തങ്ങളുടെ താൽപ്പര്യങ്ങൾക്ക് അനുസരിച്ച് സമ്മതം നിർമിക്കുകയാണ് ഇതുവഴി ചെയ്യുന്നത്.

തലക്കെട്ട്, ചിത്രങ്ങൾ, കാർട്ടൂൺ എന്നിവയും സമ്മതിനിർമാണത്തിനുള്ള ഉപകരണങ്ങളായി മാധ്യമങ്ങൾ ഉപയോഗിക്കുന്നുണ്ട്. ബിംബനിർമാണമാണ് മാധ്യമങ്ങൾ സ്വീകരിക്കുന്ന മറ്റൊരു രീതി. ഗോർബച്ചേവിനെ മഹാനായി ചിത്രീകരിക്കാൻ ലോകമാധ്യമങ്ങൾ ശ്രമിച്ച കാലം മറക്കേണ്ട സമയമായിട്ടില്ല. പെരിസ്ട്രോയിക്കയും ഗ്ലാസ്ത്നസ്തും സോഷ്യലിസ്റ്റ് സാമൂഹ്യവ്യവസ്ഥയുടെ അടിത്തറ തകർക്കാൻ സഹായകരമായിരിക്കുമെന്ന് ശരിയായി തിരിച്ചറിഞ്ഞ സാമ്രാജ്യത്വശക്തികൾ ഗോർബച്ചേവിനെ അതിനു സഹായകരമാകുന്ന രീതിയിൽ ഉയർത്തപ്പിടിച്ചു. ചെഷസ്ക്യൂവിനെക്കുറിച്ചുള്ള പർവതീകരിച്ച അവതരണങ്ങൾ ഇതിന്റെ മറ്റൊരു ഉദാഹരണമായിരുന്നു. ക്യാൻസർ ബാധിതനായി ചികിത്സപോലും ശരിയായി ലഭിക്കാതെ അദ്ദേഹം മരിച്ചത് മാധ്യമങ്ങൾ കണ്ടില്ലെന്നു നടിച്ചു.

കമ്യൂണിസ്റ്റ് പ്രസ്ഥാനത്തെ തകർക്കാൻ ശ്രമിക്കുന്ന വലതുപക്ഷ മാധ്യമങ്ങൾ പലപ്പോഴും ഇടതുപക്ഷമുഖം അണിയാറുണ്ടെന്ന കാര്യവും ശ്രദ്ധേയമാണ്. അതിതീവ്ര ഇടതുപക്ഷ മുഖംമൂടി അണിഞ്ഞ് അനുഭാവികളിൽ ആശയക്കുഴപ്പമുണ്ടാക്കാനാണ് ഇവർ ശ്രമിക്കുന്നത്. കടുത്ത വലതുപക്ഷ സംഘടനയായ ജമാഅത്തെ ഇസ്ലാമിയുടെ മുഖപത്രമായ *മാധ്യമം* പലപ്പോഴും കടുത്ത ഇടതുപക്ഷ തീവ്രവാദത്തിന്റെ മുഖംമൂടിയണിയുന്നത് ആശയക്കുഴപ്പമുണ്ടാക്കാനും തങ്ങൾക്ക് കടന്നുകയറുന്നതിനുള്ള വഴിയൊരുക്കുന്നതിനുമാണ്.

സംഭവങ്ങളെ വ്യക്തികളിലേക്ക് കേന്ദ്രീകരിക്കുന്നതാണ് മറ്റൊരു തന്ത്രം. വ്യക്തിയെ അടർത്തിയെടുത്ത് അവതരിപ്പിക്കുന്ന രീതി ഇതിന്റെ ഭാഗമാണ്. വ്യക്തി ശരിയാണെന്നും പ്രസ്ഥാനം തെറ്റാണെന്നും ഇവർ പ്രചരിപ്പിക്കുന്നു. വ്യക്തികൾ ഇന്നുണ്ടാവുകയും നാളെ ഇല്ലാതിരിക്കുകയും ചെയ്യും. എന്നാൽ, പ്രസ്ഥാനം തുടർച്ചയാണ്. അതിനെ തകർക്കുന്നതിനായി അടർത്തിയെടുത്ത് മഹത്വവൽക്കരണം നടത്തും. ഒരാളെ ഒറ്റ തിരിച്ച് മഹത്വവൽക്കരിക്കുന്നതും മറ്റൊരാളെ അടർത്തിയെടുത്ത് അവഹേളിക്കുന്നതും ഒരു നാണയത്തിന്റെ രണ്ടുവശംമാത്രമാണ്. അതുകൊണ്ടാണ് വിപ്ലവകാരികൾ വലതുപക്ഷത്തിന്റെ മഹത്വവൽക്കരണത്തെ ഭയപ്പെടുന്നത്. *മനോരമ* തന്നെക്കുറിച്ച് നല്ലതു പറഞ്ഞാൽ തനിക്ക് എന്തെങ്കിലും തെറ്റുപറ്റിയോയെന്ന് സംശയിക്കണമെന്ന് ഇ എം എസ് പറഞ്ഞത് പ്രസക്തം.

ഇത്തരം ശ്രമങ്ങൾ പലപ്പോഴും ധൃതരാഷ്ട്രാലിംഗനമാണ്. അത് സ്നേഹത്തിന്റെ ആശ്ലേഷമല്ല, ഞെരിച്ചുകൊല്ലുന്നതിനുള്ള ശ്രമമാണ്. നേരിട്ടുള്ള ആക്രമണത്തെ എളുപ്പം തിരിച്ചറിയാൻ കഴിയുമെന്നതുകൊണ്ടാണ് മാധ്യമങ്ങൾ ഈ തന്ത്രം പ്രയോഗിക്കുന്നത്. ഗീബൽസ് ഇതിനെ ശരിയായി നിർവചിച്ചിട്ടുണ്ട്. വിപ്ലവം നടത്താൻ രണ്ടു വഴിയുണ്ട്. പ്രതിപക്ഷത്തെ, തോക്കുകാരുടെ മേന്മ അവരെക്കൊണ്ട് അംഗീകരിപ്പിക്കുന്നതുവരെ യന്ത്രത്തോക്കുകൾ കൊണ്ട് വെടിവച്ചുകൊണ്ടിരിക്കും. അതാണ് ലളിതമായ മാർഗം. മറിച്ച് രാഷ്ട്രത്തെ ഒരു മാനസികവിപ്ലവത്താൽ മാറ്റിമറിക്കുകയും അങ്ങനെ പ്രതിപക്ഷത്തെ ഉന്മൂലനം ചെയ്യുന്നതിനുപകരം സ്വപക്ഷമാക്കി മാറ്റുകയും ചെയ്യാം. ഞങ്ങൾ നാഷണൽ സോഷ്യലിസ്റ്റുകൾ രണ്ടാമത്തെ വഴിയാണ് സ്വീകരിച്ചിരിക്കുന്നത്. ഗീബൽസിന്റെ സിദ്ധാന്തം സമർഥമായി പ്രയോഗിക്കാൻ ശ്രമിക്കുന്നതാണ് മലയാളത്തിലെ നല്ലൊരു പങ്ക് മാധ്യമങ്ങളും.

വിവരങ്ങളുടെ ശകലീകരണമാണ് സമ്മതിനിർമാണത്തിന്റെ അടുത്തരീതി. സമഗ്രതയെയും പരസ്പര ബന്ധത്തെയും തകർക്കാനാണ് ശ്രമിക്കുന്നത്. ഹേബർമാസ് നിരീക്ഷിച്ചതുപോലെ അറിവിനു മൂന്നുതലമുണ്ട്. വിവരം, വ്യാഖ്യാനം, വിമർശം എന്നിവ. കേവലം വിവരങ്ങൾ മാത്രം നിരത്തിവയ്ക്കുകയാണ് ചില സന്ദർഭങ്ങളിൽ മാധ്യമങ്ങൾ ചെയ്യുന്നത്. പ്രശ്നത്തെ സമഗ്രമായി സമീപിക്കുന്നതിൽനിന്ന് ശരിയായ വ്യാഖ്യാനങ്ങളിലേക്ക് നയിക്കുന്നതിനുള്ള സാധ്യതകളെ ഇത്തരം വാർത്തകൾ തകർത്തുകളയുന്നു. കേവലമായ വിവരങ്ങളിൽനിന്ന് തിരിച്ചറിവിലേക്ക് എത്തുന്നതിന് അനുവദിക്കാതിരിക്കുന്നതിനാണ് മാധ്യമം ശ്രമിക്കുന്നത്.

മനുഷ്യന്റെ മറവിയെ നന്നായി ഉപയോഗിക്കുന്നതിൽ വിജയിച്ചവരാണ് മാധ്യമങ്ങൾ. പുതിയ വാർത്തകളുടെ തള്ളിക്കയറ്റം പഴയതിനെ മറവിയിലേക്കു ഇറക്കിവിടും. പി ഡി പിയുമായി ബന്ധപ്പെട്ട വാർത്തകൾ ഇതിനു നല്ല ഉദാഹരണമാണ്. കളമശേരിയിൽ ബസ് കത്തിച്ച സം

ഭവം പ്രധാന വാർത്തയായി കുറെ ദിവസം നിറഞ്ഞുനിന്നു. മഅ്ദനിയെയും അദ്ദേഹത്തിന്റെ ഭാര്യയെയും രക്ഷപ്പെടുത്തുന്നതിന് ഇടതുപക്ഷം ശ്രമിക്കുന്നെന്ന പ്രതീതിയാണ് ഈ വാർത്ത വഴി സൃഷ്ടിച്ചത്. എന്നാൽ, ബസ് കത്തിക്കുന്ന സമയത്ത് കേരളത്തിൽ യു ഡി എഫ് ഭരണമായിരുന്നെന്നും ഉമ്മൻചാണ്ടിയാണ് ആഭ്യന്തരവകുപ്പ് കൈകാര്യം ചെയ്തതെന്നുമുള്ള യാഥാർഥ്യം ആളുകളിലേക്ക് എത്താതിരിക്കുന്നതിന് മാധ്യമം നന്നായി ശ്രമിച്ചു. മറവികൾക്കെതിരായ ഓർമകളുടെ വീണ്ടെടുക്കലിന്റെ സമരംകൂടിയാണ് രാഷ്ട്രീയം എന്ന മിലൻ കുന്ദേരയുടെ വാക്കുകൾ ഓർമിപ്പിക്കുന്നതാണ് ഈ അനുഭവം.

വ്യാമോഹനിർമാണമാണ് മാധ്യമങ്ങൾ സ്വീകരിക്കുന്ന മറ്റൊരു രീതി. ഇന്ത്യയെ രക്ഷപ്പെടുത്തുന്നതിന് ഉദാരവൽക്കരണത്തിന്റെ വഴി മാത്രമേയുള്ളെന്ന് വലതുപക്ഷ മാധ്യമങ്ങൾ തുടർച്ചയായി പ്രചരിപ്പിച്ചുകൊണ്ടിരുന്നു. മാർഗരറ്റ് താച്ചറുടെ പ്രസംഗത്തിൽ ആദ്യമായി പ്രയോഗിച്ച 'തിന' ഒരു സിദ്ധാന്തമായി ലോകത്താകെ വികസിപ്പിക്കുന്നതിൽ സമ്മതനിർമാണം പ്രധാന പങ്കാണ് വഹിച്ചത്. ഇന്ത്യയിലെ വർഗീയതയുടെ വളർച്ചയിലും കേരളത്തിലെ ക്യാമ്പസുകളെ അരാഷ്ട്രീയവൽക്കരിക്കാനുള്ള ശ്രമത്തിലും ഈ തന്ത്രത്തിന്റെ പ്രയോഗം തെളിഞ്ഞുകാണാം.

സമ്മതിനിർമാണത്തിന്റെ സമീപകാലരൂപങ്ങളിൽ പ്രധാനമാണ് ചർച്ചകളും ജനങ്ങളുടെ അഭിപ്രായവും. സാംസ്കാരിക നായകൻ, രാഷ്ട്രീയ നിരീക്ഷകൻ, മുതിർന്ന പത്രപ്രവർത്തകൻ എന്ന ലേബലിൽ നിഷ്പക്ഷ മുഖത്തോടെ ചില സ്ഥിരം മുഖങ്ങളെ മലയാള ചാനലുകളിലും കാണാം. കടുത്ത കമ്യൂണിസ്റ്റ് വിരുദ്ധ സംഘടനകളുടെ തലപ്പത്തിരിക്കുന്നവർ ഇടതുപക്ഷ ചിന്തകന്റെ ലേബലിൽ പ്രത്യക്ഷപ്പെടും. സി പി ഐ യുടെ അഭിഭാഷക സംഘടനയുടെ നേതാവും എൽ ഡി എഫ് സർക്കാരിനു കീഴിൽ ഒരു വകുപ്പിന്റെ അഭിഭാഷകനുമായിരിക്കുന്ന സി പി ഐ (എം) വിരുദ്ധതയുടെ ആൾരൂപമായ സ്ത്രീനാമധാരി സ്വതന്ത്ര വിമർശകനായി വേഷംകെട്ടും. ഇവരുടെ അഭിപ്രായമാണ് നിഷ്പക്ഷരുടെ അഭിപ്രായമെന്ന മട്ടിൽ അവതരിപ്പിക്കുന്നത്. അതുപോലെതന്നെയാണ് പൊതുജനാഭിപ്രായ അവതരണവും. കൃത്യമായ രാഷ്ട്രീയമുള്ളവരെയാണ് സാധാരണ ജനമായി രംഗത്തിറക്കുന്നത്.

എല്ലാം കണക്കാണെന്നു വരുത്തിത്തീർക്കുന്ന പൊതുവൽക്കരണത്തിന്റെ രീതിയും മാധ്യമ തന്ത്രാണ്. സി പി ഐ (എം) ഉം കോൺഗ്രസും തമ്മിൽ വ്യത്യാസമില്ലെന്ന പ്രതീതി സൃഷ്ടിക്കുന്നതിനുള്ള തുടർച്ചയായ ശ്രമം അതിന്റെ ഭാഗമാവും.

മാധ്യമത്തിന്റെ ഇത്തരം ശ്രമങ്ങളുടെ അളവിനെ നിർണയിക്കുന്നതിൽ ഉടമസ്ഥത പ്രധാന പങ്കുവഹിക്കുന്നുണ്ട്. മാധ്യമരംഗത്തെ കുത്തകകളെ സംബന്ധിച്ച് പുസ്തകം എഴുതിയ ബ്യാൻഗഡി ക്യാൻ ഈ മേഖലയിൽ വർധിച്ചുവരുന്ന സംയോജനങ്ങളെയും ഏറ്റെടുക്കലിനെയും വിശദീകരിക്കുന്നുണ്ട്. ലോകത്തെ പ്രധാന കുത്തക കമ്പനികളുടെ കൈ

യിലാണ് പ്രധാന മാധ്യമങ്ങളെല്ലാം. അവ പ്രതിനിധാനംചെയ്യുന്ന വർഗ രാഷ്ട്രീയംതന്നെയാണ് ഉള്ളടക്കത്തെ നിർണയിക്കുന്നത്. ഒരു മാധ്യമ വും യഥാർഥത്തിൽ സ്വതന്ത്രമല്ല. തങ്ങൾ നിഷ്പക്ഷമാണെന്ന് പ്രയോ ഗത്തിലൂടെ വായനക്കാരനിലോ കാഴ്ചക്കാരനിലോ തോന്നിപ്പിക്കാൻ ഒ രു മാധ്യമത്തിനു കഴിഞ്ഞാൽ അത് അവരുടെ പ്രൊഫഷണൽ മികവി ന്റെ വിജയമാണ്.

ഇന്നത്തെ മലയാളിയുടെ ജീവിതത്തിന്റെ സമസ്ത തലങ്ങളെയും പ്രതിലോമപരമായി സ്വാധീനിച്ച് കൃത്രിമമായ പൊതുബോധം രൂപപ്പെ ടുത്താനാണ് മാധ്യമങ്ങൾ ശ്രമിക്കുന്നതെന്നു തിരിച്ചറിയേണ്ടതും ബദൽ മാധ്യമ സംസ്കാരത്തെ ശക്തിപ്പെടുത്തേണ്ടതും പരമപ്രധാനമാണ്.

പുതിയകാലത്തെ യുദ്ധങ്ങളും അദൃശ്യമായ ആയുധങ്ങളും

സമൂഹത്തിന്റെ പൊതുബോധത്തെ നിർണയിക്കുന്നതിൽ ഏറ്റവും പ്രധാന പങ്ക് വഹിക്കുന്ന ഉപകരണമാണ് മാധ്യമം. പഴയ നിർവചനത്തിനകത്ത് ഒതുങ്ങി നിൽക്കുന്നില്ല ഇന്ന് അവ. അച്ചടിയുടെ കാലത്തിൽനിന്നും മാധ്യമരൂപങ്ങളും മാറി. ദൃശ്യമാധ്യമങ്ങൾക്കാണ് ഇന്ന് ഏറ്റവും കൂടുതൽ ആധിപത്യം. മൊബൈൽ പുതിയ കാലത്തിന്റെ മാധ്യമമാണ്. ഇന്റർനെറ്റിലെ പുതിയ സാധ്യതകൾ നവമാധ്യമ നിർവചനത്തിനകത്താണ്. ഏതുരൂപത്തിലാണെങ്കിലും മാധ്യമം ചെയ്യുന്നത് ഒരേ ദൗത്യമാണ്. സമൂഹത്തിൽ ആധിപത്യമുള്ള വർഗത്തിന്റെ താൽപ്പര്യങ്ങൾക്ക് അനുസരിച്ച് പൊതുബോധത്തെ നിർമിക്കുന്ന പ്രക്രിയ. ഭരണവർഗസ്വഭാവം മാറുന്നതിനനുസരിച്ച് മാധ്യമരീതികളും മാറും. എന്നാൽ, ഭരണവർഗ ജിഹ്വയെന്നമട്ടിൽ നേരിട്ട് ഇടപെടുകയല്ല മാധ്യമം ചെയ്യുന്നത്. സമർഥമായ നിഷ്പക്ഷ നാട്യത്തിൽ തങ്ങളുടെ താൽപ്പര്യങ്ങൾക്ക് സമ്മതം ചാർത്തുന്നവരായി വായനക്കാരെ മാറ്റുകയാണ് അവ.

ഇന്നത്തെ കാലം ആഗോളവൽക്കരണത്തിന്റേതാണ്. അത് പുതിയ രൂപത്തിലുള്ള സാമ്രാജ്യത്വമാണ്. കഴുത്തറപ്പൻ മത്സരമാണ് എവിടെയും. വിജയികൾക്കു മാത്രമേ പിടിച്ചുനിൽക്കാൻ കഴിയുകയുള്ളെന്ന പ്രാകൃതമുതലാളിത്ത ദർശനം തന്നെയാണ് അത് പിന്തുടരുന്നത്. *കമ്യൂണിസ്റ്റ് മാനിഫെസ്റ്റോ*യിൽ മാർക്സും എംഗൽസും വിശദീകരിച്ചപോലെ എല്ലാ തൊഴിലിന്റെയും പ്രഭാവലയത്തെയും അത് പിച്ചിച്ചീന്തി. എല്ലാത്തിനെയും സ്വന്തം കൂലിവേലക്കാരാക്കി മാറ്റി. മാധ്യമവും ഈ ചരക്കുവൽക്കരണത്തിനും കച്ചവടവൽക്കരണത്തിനും ഇരയായി. ലക്ഷണമൊത്ത ഒരു ചരക്കുകൂടിയാണ് ഇന്നത്. ഇന്നലത്തെ മാധ്യമത്തിനുണ്ടായിരുന്നു എന്നു കരുതുന്ന ധാർമിക മൂല്യങ്ങൾ ഇന്നത്തെ കാലത്തെ മാധ്യമത്തിൽനി

ന്നും പ്രതീക്ഷിക്കേണ്ടതില്ല. മുതലാളിത്തത്തിന്റെ സ്വഭാവത്തിലുണ്ടായ മാറ്റങ്ങൾ മാധ്യമത്തിലും പ്രതിഫലിക്കും.

ഇന്നത്തെ മാധ്യമരീതികളുടെ രണ്ടു പ്രവണതകൾ സമീപകാലത്ത് ഇന്ത്യയിൽ പ്രതിഫലിക്കുകയുണ്ടായി. പത്രം പൂർണമായും ഒരു ചരക്കാണെന്നു പ്രഖ്യാപിച്ച *ടൈംസ് ഓഫ് ഇന്ത്യ*യാണ് ഇന്ത്യയിൽ അതിന്റെ പ്രയോഗം നടത്തിയത്. ഏതൊരു സ്ഥാപനത്തിന്റെയും ഉൽപ്പന്നത്തിനു കമ്പോളം ഉറപ്പുവരുത്തുന്ന കാര്യം തങ്ങൾ ഏറ്റെന്നായിരുന്നു അവരുടെ പ്രഖ്യാപനം. അതിനുവേണ്ടി ഇത്തരം സ്ഥാപനങ്ങൾ തങ്ങളുമായി കരാറിൽ ഏർപ്പെടണം. സ്വകാര്യ ഉടമ്പടി എന്നാണ് *ടൈംസ്* അതിനെ വിശേഷിപ്പിച്ചത്. ഇതു രഹസ്യമായ ഇടപാടല്ല. പരസ്യമായി പ്രത്യേകം വെബ്സൈറ്റ് തുടങ്ങി നിബന്ധനകളും നേട്ടങ്ങളും അതിൽ അവതരിപ്പിച്ചാണ് കച്ചവടം. ബാംഗ്ലൂരിൽ ഒരപകടം ഉണ്ടായി തൊഴിലാളികൾ മരിച്ച വാർത്ത പ്രസിദ്ധീകരിച്ചപ്പോൾ എന്തേ ആ സ്ഥാപനത്തിന്റെ പേര് കൊടുക്കാത്തത് എന്ന് ചിലർ അന്വേഷിച്ചപ്പോഴാണ് *ടൈംസിന്* അവരുമായി സ്വകാര്യ ഉടമ്പടിയുണ്ടെന്ന് സൈറ്റിൽ കാണുന്നത്.

അവരുമായി കരാറിൽ ഏർപ്പെടുന്ന ഏതു സ്ഥാപനത്തിനും എതിരായ വാർത്തകൾ പ്രസിദ്ധീകരിക്കുകയില്ലെന്നതാണ് പ്രധാന വ്യവസ്ഥ. അതുപോലെ അത്തരം സ്ഥാപനങ്ങളുടെ ഉൽപ്പന്നങ്ങളുടെ പ്രചാരവും ഇവർ നിർവഹിക്കും. പരസ്യമായല്ല ഇത് ചെയ്യുന്നത്, വാർത്തയായി തന്നെയാണ്. വാർത്തയാണോ പരസ്യമാണോയെന്ന വ്യത്യാസം വായനക്കാർക്ക് ബോധ്യപ്പെടാത്ത രൂപത്തിൽ സമർഥമായാണ് അത് നിർവഹിക്കുന്നത്. *ടൈംസു*മായി സ്വകാര്യഉടമ്പടിയിൽ ഏർപ്പെട്ട സ്ഥാപനങ്ങളുടെ വളർച്ചയുടെ ചിത്രവും അവർ പരസ്യമായി വിശദീകരിക്കുന്നുണ്ട്. ഈ സ്ഥാപനങ്ങൾ പകരം പണം നൽകണമെന്നില്ല. നിശ്ചിതശതമാനം ഓഹരി അനുവദിച്ചാൽ മതി. ലോകത്തിലെ നിരവധി വ്യവസായസ്ഥാപനങ്ങളിൽ ഉടമസ്ഥതയുള്ള വൻകിട മാധ്യമസ്ഥാപനമായി അവർ മാറിയിരിക്കുന്നു. ഇങ്ങനെയൊരു സ്ഥാപനം എങ്ങനെയാണ് ജനാധിപത്യത്തിന്റെ നാലാംതൂണിന്റെ ദൗത്യം നിർവഹിക്കുക എന്ന ചോദ്യത്തിലൂടെ കടന്നുപോകാതെ ഇന്നത്തെ ചർച്ചകൾ പൂർണമാവുകയില്ല. *ടൈംസ്* മാത്രമല്ല ഇത്തരം സ്വകാര്യ ഉടമ്പടികളിൽ ഏർപ്പെടുന്നത്. മിക്കവാറും അച്ചടി/ദൃശ്യമാധ്യമങ്ങൾക്ക് വ്യവസായസ്ഥാപനങ്ങളുമായി ഉടമ്പടികളുണ്ട്. വാർത്തയെന്ന നിലയിൽ ഇവർ വിളമ്പുന്ന കാര്യങ്ങളിൽ നല്ലൊരു പങ്കും വ്യവസായസ്ഥാപനങ്ങളുടെ ഉൽപ്പന്നങ്ങളുടെ കമ്പോളം വിപുലപ്പെടുത്തുന്നതിനായാണ്.

പരസ്യം വാർത്തയെ സ്വാധീനിക്കാൻ പാടില്ലെന്ന പഴയ ആപ്തവാക്യം മരിച്ചിരിക്കുന്നു. പരസ്യം തന്നെ വാർത്തയായി മാറുന്നു. എഡിറ്റോറിയൽ എന്ന വാക്ക് അപ്രത്യക്ഷമാകുന്നു. അഡ്വറ്റോറിയൽ എന്ന പുതിയ പദം ഇടം പിടിച്ചിരിക്കുന്നു. പരസ്യമാനേജർമാരാണ് പത്രത്തിന്റെ അവസാനവാക്കെന്ന് പ്രഖ്യാപിക്കുന്ന കാലത്താണ് ഇന്നത്തെ മാധ്യമങ്ങൾ പുറത്തിറങ്ങുന്നത്.

മാധ്യമസ്വഭാവമാറ്റത്തിന്റെ മറ്റൊരു ഉദാഹരണമാണ് പെയ്ഡ് ന്യൂസും പാക്കേജ് കവറേജും. 2010 ലെ ലോകസഭാ തിരഞ്ഞെടുപ്പിലും മഹാരാഷ്ട്ര ഹരിയാന നിയമസഭാ തിരഞ്ഞെടുപ്പുകളിലുമാണ് ഈ പ്രവണത ഏറ്റവുമധികം ശക്തിപ്പെട്ടത്. ഒരേ വാർത്ത വള്ളിപുള്ളി വ്യത്യാസമില്ലാതെ നാലു പത്രങ്ങളിൽ വ്യത്യസ്ത ബൈലൈനുകളിൽ പ്രത്യക്ഷപ്പെട്ടപ്പോഴാണ് സായിനാഥ് അതിന്റെ പിന്നാമ്പുറങ്ങൾ അന്വേഷിച്ചത്. അതിനുമുമ്പ് തലമുതിർന്ന ചില പത്രപ്രവർത്തകർ ഇത്തരം പ്രവണത സംബന്ധിച്ച് മുന്നറിയിപ്പുകൾ നൽകിയിരുന്നു. ഒരു കേന്ദ്രത്തിൽനിന്നും തയാറാക്കിക്കൊടുക്കുന്ന വാർത്ത മാധ്യമങ്ങൾ അപ്പടി നൽകുകയാണ്. ഈ പ്രവണതയെയാണ് കേരളത്തിൽ മാധ്യമസിണ്ടിക്കേറ്റ് എന്ന വാക്കുകൊണ്ട് വിശേഷിപ്പിച്ചത്. ഒരേ അടുക്കളയിൽനിന്നും ചുട്ടെടുക്കുന്ന വാർത്തകൾ വ്യത്യസ്ത പാത്രങ്ങളിൽ വിളമ്പുകയാണ്. പ്രൈംടൈമിലെ കവറജു തുടങ്ങി തത്സമയ സംപ്രേഷണം വരെ വ്യത്യസ്ത നിരക്കിൽ ലഭിക്കും. ലക്ഷങ്ങളാണ് ഇതിനു മുടക്കേണ്ടത്. പണം നൽകുന്നില്ലെങ്കിൽ വാർത്തയില്ല. കുടുതൽ പണം നൽകിയാൽ എതിരാളിക്കെതിരായ വാർത്തയും നല്ല പ്രാധാന്യത്തോടെ നൽകും പണത്തിന്റെ വലുപ്പമാണ് വാർത്തയുടെ പ്രാധാന്യം നിശ്ചയിക്കുന്നത്.

പെയ്ഡ് ന്യൂസ് മാധ്യമങ്ങളുടെ വിശ്വാസ്യതക്ക് മാത്രമല്ല കോട്ടം ഏൽപ്പിക്കുന്നത്. അതു ജനാധിപത്യസംവിധാനത്തിന്റെ നിലനിൽപ്പിനു ഭീഷണിയാണ്. കുടുതൽ പണം മുടക്കാൻ കഴിയാത്ത സ്ഥാനാർഥികൾ മത്സരിക്കുന്നെന്ന വിവരം പോലും വോട്ടർമാർ അറിഞ്ഞെന്നുവരില്ല. പണത്തിന്റെ കുത്തൊഴുക്കിനുശേഷിയില്ലാത്ത അങ്ങനെയൊരു സമീപനമില്ലാത്ത പാർട്ടികൾക്കും ജനാധിപത്യപ്രക്രിയയിൽ ഇടംകിട്ടാതെ പോകും. പാർലമെന്ററി സംവിധാനത്തിന്റെ നിലനിൽപ്പിന് ഇത് ഭീഷണിയായിരിക്കും. മഹാരാഷ്ട്രയിൽ തിരഞ്ഞെടുപ്പു കഴിഞ്ഞപ്പോൾ നിയമസഭാ സമാജികരിൽ മുന്നിൽ രണ്ടും മഹാകോടിശ്വരൻമാരാണ്. ഹരിയാനയിൽ നാലിൽ മൂന്നുപേരും ഈ ഗണത്തിൽപ്പെട്ടവർ. ലോകസസഭാ തിരഞ്ഞെടുപ്പിലെ സ്ഥിതിയും വ്യത്യസ്തമായിരുന്നില്ല. നല്ലൊരു പങ്കും വൻകുത്തകകളാണ്. ഒരു പാർലമെന്റ് അംഗത്തിന്റെ ശരാശരി ആസ്തി 55 കോടി രൂപയാണെന്നും ക്യാബിനറ്റ് മന്ത്രിയുടേത് 75 കോടിയാണെന്നും ഇലക്ഷൻ വാച്ച് റിപ്പോർട്ട് ചെയ്തിരുന്നു. സമ്പന്നൻമാർക്ക് മാത്രമുള്ള വേദിയായി തിരഞ്ഞെടുപ്പുകൾ മാറുന്നതിലേക്കാണ് പെയ്ഡ് ന്യൂസ് വിരൽചൂണ്ടുന്നത്.

മാധ്യമരംഗത്തെ കുത്തകവൽക്കരണവും കേന്ദ്രീകരണവും ഈ കാലത്തിൽ ശക്തിപ്പെട്ടിരിക്കുന്നു. അച്ചടി രംഗത്തുള്ള സ്ഥാപനം ടെലിവിഷൻ ചാനൽ തുടങ്ങുന്നു. ഇവർ തന്നെ സിനിമാനിർമാണ വിതരണസ്ഥാപനവും ആരംഭിക്കും. ഇന്റർനെറ്റ്, മൊബൈൽ രംഗത്തേക്ക് കുടി പ്രവർത്തനം വ്യാപിപ്പിക്കും. അവിടെ മാത്രമായി ഒതുങ്ങണമെന്നില്ല. സംഗീതം തുടങ്ങി എല്ലാ രംഗങ്ങളും കൈകാര്യം ചെയ്യുന്ന വൻകിട കു

ത്തകകളാണ് ഈ രംഗം ഭരിക്കുന്നത്. ഈ നൂറ്റാണ്ടിലെ തന്നെ മഹാ സംയോജനമെന്ന് അറിയപ്പെടുന്നത് *ടൈംവാർണറും* അമേരിക്ക ഓൺ ലൈനുമായുള്ള സംയോജനമാണ്. *ടൈം* അച്ചടി രംഗത്തെ പ്രധാന കുത്തകയാണ്. വാർണർ ഹോളിവുഡ് സിനിമാരംഗത്തെ പ്രധാനസ്ഥാപനമാണ്. അമേരിക്ക ഓൺ ലൈൻ ഇന്റർനെറ്റ് രംഗത്തെ കുത്തകയാണ്. ഇവ തമ്മിൽ ലയിച്ചതോടെ കാഴ്ചയുടെയും കേൾവിയുടെയുമായ എല്ലാ മാധ്യമസാധ്യതകളും ഒന്നിലേക്ക് കേന്ദ്രീകരിച്ചു. നമ്മൾ എന്തു കാണണമെന്നും കേൾക്കണമെന്നും നിശ്ചയിക്കുന്നത് ഇവരാണ്. വിനോദം ഇന്ന് വ്യവസായമാണ്. വിവര–വിനിമയ–വിനോദ സാങ്കേതിക വിദ്യയുടെ കാലമാണിത്.

മാധ്യമരംഗത്തെ കുത്തകകളെ സംബന്ധിച്ച് ആഴത്തിലുള്ള പഠനം നടത്തിയ വ്യക്തിയാണ് ബെൻഗിഡി ക്യാൻ. അദ്ദേഹത്തിന്റെ പുസ്തകത്തിന്റെ പുതിയ പതിപ്പുകൾ ഇറങ്ങുമ്പോൾ കുത്തകകളുടെ എണ്ണം കുറയുകയാണെന്ന് എടുത്തുപറഞ്ഞു. സംയോജനങ്ങളിലൂടെയും ഏറ്റെടുക്കലിലൂടെയും ഉടമസ്ഥത ചിലരിൽ മാത്രമായി കേന്ദ്രീകരിക്കുകയാണ്.

മിക്കവാറും എല്ലാ രാജ്യങ്ങളിലും വൻകിട വ്യവസായ കുത്തകകളാണ് മാധ്യമങ്ങളുടെ നടത്തിപ്പുകാർ. അവരുടെ താൽപ്പര്യങ്ങൾ ഏറ്റെടുക്കുകയാണ് മാധ്യമം. അങ്ങനെയാരു സംവിധാനം എങ്ങനെയാണ് ജനാധിപത്യത്തിന്റെ നാലാംതൂണായി പ്രവർത്തിക്കുന്നത്? അതിന് എങ്ങനെയാണ് നിഷ്പക്ഷമാകാൻ കഴിയുന്നത്. മാധ്യമം എക്കാലത്തും ഭരണവർഗതാൽപ്പര്യങ്ങളെയാണ് പ്രതിനിധാനം ചെയ്യുന്നത്. കുറെക്കൂടി വ്യക്തമായി പറഞ്ഞാൽ അത് ഭരണവർഗത്തിന്റെ പ്രത്യയശാസ്ത്ര ഉപകരണമാണ്. മാധ്യമം ഭരണവർഗത്തിന്റെ ഉപകരണമാണെന്ന് ഇ എം എസ് അർഥശങ്കക്കിടയില്ലാത്തവിധം വ്യക്തമാക്കിയിട്ടുണ്ട്. ഗ്രാംഷിയുടേയും മറ്റ് ആധുനിക മാർക്സിസ്റ്റുകളുടെ ചിന്തയെ പരിചയപ്പെടാതെ തന്നെ ഇത് തിരിച്ചറിയുന്നതിന് ഇ എം എസിനു കഴിഞ്ഞിരുന്നു. എങ്ങനെയാണ് മാധ്യമം ഒരു ഉപകരണമെന്നനിലയിൽ ഭരണകുട താൽപ്പര്യങ്ങളെ സംരക്ഷിക്കുന്നതെന്ന ചോദ്യവും പ്രസക്തം. മറ്റു ഉപകരണങ്ങളെപ്പോലെയല്ല മാധ്യമം പ്രവർത്തിക്കുന്നത്. നേരിട്ട് ഇടപെട്ട് പൗരനെ പരുവപ്പെടുത്തിയെടുക്കുന്ന ഉപകരണങ്ങളിൽനിന്നും തീർത്തും വ്യത്യസ്തമാണ് പ്രത്യയശാസ്ത്ര ഉപകരണങ്ങൾ. അനുഭവിക്കേണ്ടവന് അങ്ങനെയൊന്ന് തോന്നുന്നതിനുള്ള വിദൂരസാധ്യത മാത്രം അവശേഷിപ്പിച്ചാണ് സമർഥമായി ഇവർ സമ്മതം ചുട്ടെടുക്കുന്നത്.

ഒരു വശത്ത് വാർത്ത തന്നെ ഇക്കാലത്ത് ചരക്കായി മാറുന്നു. പണം നൽകുന്നവന്റെ താൽപ്പര്യങ്ങൾ അനുസരിച്ച് വാർത്തകൾ നിർമിക്കപ്പെടുന്നു. മറുവശത്ത് മാധ്യമം ഭരണവർഗമെന്ന നിലയിൽ പൊതുബോധത്തെ നിർമിക്കാൻ ശ്രമിക്കുകയും ചെയ്യുന്നു. ജനാധിപത്യത്തിന്റെ തുണയായി മാധ്യമം പരിഗണിക്കപ്പെട്ടിരുന്ന കാലം ഭരണവർഗ താൽപ്പര്യം ജനാ

ധിപത്യ സംവിധാനത്തിനു അനുകൂലമായിരുന്നു. മുതലാളിത്ത വളർച്ചക്ക് അത്തരമൊരു സാമൂഹ്യ സംവിധാനത്തിന്റെ ആവശ്യമുണ്ടായിരുന്നു. സ്വതന്ത്ര്യാനന്തരകാലത്തിലെ ഇന്ത്യൻ മുതലാളിത്തം സർക്കാർ ഇടപ്പെടലുകൾക്കു വേണ്ടിയാണ് നിലയുറപ്പിച്ചിരുന്നത്. അതു പൊതുമേഖലക്ക് ഒപ്പമായിരുന്നു. അന്നത്തെ മുതലാളിമാരുടെ പുരോഗമന സ്വഭാവത്തിന്റെ പ്രതിഫലമായി ചിലരെങ്കിലും അതിനെ തെറ്റിദ്ധരിക്കാറുണ്ട്. എന്നാൽ, ഇന്ത്യൻ മുതലാളിത്തവളർച്ചക്ക് അവശ്യമായ പരിസരം ഒരുക്കുകയാണ് ഇതെല്ലാം വഴി ചെയ്തിരുന്നത്. അതുകൊണ്ട് അന്നത്തെ മാധ്യമസ്വാഭാവവും അതിന് അനുസരിച്ചായിരുന്നു. ഇന്നത്തെ മാധ്യമം നിർവഹിക്കുന്നത് ആഗോളമൂലധനത്തിന്റെ താൽപ്പര്യങ്ങൾക്ക് അനുസൃതമായ അവബോധവും അഭിരുചിയും നിർമിക്കുകയാണ്.

ഈ നിർവഹണപ്രകിയയുടെ സമകാലിക സവിശേഷതകൾ എല്ലാം പ്രകടിപ്പിക്കുന്നവയാണ് മലയാള മാധ്യമങ്ങൾ. മലയാളിക്ക് മാധ്യമങ്ങളോട് കൂടുതൽ താൽപ്പര്യമുണ്ട്. കേരളീയപൊതുബോധനിർമിതിയിൽ മാധ്യമം വഹിക്കുന്ന പങ്ക് വളരെ പ്രധാനമാണ്. കേരളം മാധ്യമസമൂഹമാണെന്ന് ഡോക്ടർ കെ എൻ പണിക്കർ പറഞ്ഞത് പ്രസക്തമാണ്. എല്ലാ രാഷ്ട്രീയാഭിപ്രായങ്ങളെയും മാധ്യമം നിർണയിക്കുന്നുവെന്ന് തെറ്റിദ്ധരിക്കേണ്ടതില്ല. എന്നാൽ, സമൂഹത്തിൽ ചെറുതല്ലാത്ത സ്വാധീനം ചെലുത്തുന്നതിനു കഴിയുന്നെന്ന കാര്യം പ്രധാനമാണ്.

പൂർണമായും നിർമിച്ച കഥയ്ക്കുപോലും കുറച്ചുപേരിലെങ്കിലും ആശയക്കുഴപ്പം സൃഷ്ടിക്കാൻ കഴിയും. ഭരണവർഗതാൽപ്പര്യമനുസരിച്ച് മാധ്യമം ഇടപ്പെടുന്നത് ഇടതുപക്ഷത്തെ ദുർബലപ്പെടുത്തുന്നതിനാണ്. നിലവിലെ വ്യവസ്ഥ മാറ്റിമറിക്കുന്നതിന് നിലയുറപ്പിച്ച രാഷ്ട്രീയധാരയാണ് ഇടതുപക്ഷം, വിശിഷ്യാ കമ്യൂണിസ്റ്റ് പ്രസ്ഥാനം. ആഗോളമൂലധനത്തിന്റെ കടന്നുവരവിനെ തുടർച്ചയായി പ്രതിരോധിക്കുന്നതും കമ്യൂണിസ്റ്റുകാരാണ്. അതുകൊണ്ട് കമ്യൂണിസ്റ്റ് പ്രസ്ഥാനത്തെ ദുർബലപ്പെടുത്തുകയെന്ന ഭരണവർഗ അജണ്ടയാണ് മാധ്യമം സമർഥമായി നിർവഹിക്കുന്നത്. വലതുപക്ഷത്തുനിന്നുള്ള ആക്രമണം കൊണ്ട് ഇത് എളുപ്പത്തിൽ നിർവഹിക്കാൻ കഴിയില്ല. കമ്യൂണിസ്റ്റ് പ്രസ്ഥാനത്തിന് ശക്തമായ വൈകാരിക സ്വാധീനമുള്ള പ്രദേശം കൂടിയാണ് കേരളം. അതുകൊണ്ട് പുതിയ രീതിയാണ് ഈ കാലത്ത് മാധ്യമം സ്വീകരിച്ചത്.

ലാറ്റിനമേരിക്കയിലെ ഇടതുപക്ഷത്തെ തകർക്കുന്നതിനുള്ള സാമ്രാജ്യത്വ പ്രചാരവേലയിൽ അവർ സ്വീകരിച്ച മുദ്രാവാക്യമുണ്ട്. നിങ്ങൾക്ക് വലതുവശത്തുകൂടെ കമ്യൂണിസ്റ്റുകാരെ മറികടക്കാൻ കഴിയുന്നില്ലെങ്കിൽ ഇടതുവശം ചേർന്നുതന്നെ അവരെ തകർക്കുക എന്നതായിരുന്നുവത്. കടുത്ത ഇടതുപക്ഷ മുഖമുള്ള പ്രചാരവേല വഴി ഇടതുപക്ഷത്തിനകത്തുപോലും ആശയക്കുഴപ്പമുണ്ടാക്കാൻ കഴിയുമെന്ന് അവർ തിരിച്ചറിഞ്ഞിരുന്നു. മാർക്സിസത്തെ തകർക്കാൻ ഇറങ്ങിയിരുന്നവർ ശക്തമായ മാർക്സിസ്റ്റ് പ്രത്യയശാസ്ത്ര ശാഠ്യക്കാരായി വേഷമാറ്റം

നടത്തി. കടുത്ത വലതുപക്ഷ സ്വഭാവമുള്ള ജമാ അത്തെ ഇസ്ലാമിയുടെ മുഖപത്രം മാർക്സിസത്തിന്റെ വക്താക്കളായി നടിച്ചു. കമ്യൂണിസ്റ്റുകാർ അധികാരത്തിൽവന്നാൽ വിഷം കുടിച്ച് ആത്മഹത്യ ചെയ്യുമെന്ന് പ്രഖ്യാപിച്ച *മനോരമ* ഉടമയ്ക്കും മാർക്സിസം നന്നായി ബോധിച്ചു! കമ്യൂണിസ്റ്റുകാർക്ക് കേരളത്തിൽ വിപ്ലവബോധം പോരെന്ന് അവർ തുടർച്ചയായി പ്രചരിപ്പിച്ചു. ഇതിനാണ് ജനകീയാസൂത്രണത്തിനെതിരെ കോലാഹലമുയർത്തിയത്.

ഭാഗം നാല്

അയോധ്യ: വിധിയുടെ മാനങ്ങൾ

കാത്തിരുന്ന വിധി കൂടുതൽ ചോദ്യങ്ങളുയർത്തുന്നതാണെങ്കിലും രാജ്യം ശാന്തമായി വിധിദിനങ്ങളിലൂടെ കടന്നുപോയെന്നത് ആശ്വാസകരമാണ്. അവസാനവിധി വരുന്നതുവരെ ഒരു വിധിയും അവസാനവാക്കല്ലെന്ന നീതിന്യായ വ്യവസ്ഥയുടെ നിലപാടിലാണ് പലരും ആശ്വാസത്തിന്റെ വഴി കണ്ടെത്തിയത്. പഴയകാലാനുഭവങ്ങളിൽനിന്നും പാഠം ഉൾക്കൊണ്ട് പൊതുസമൂഹം പതുക്കെ സമാധാനത്തിന്റെ വഴിയുടെ പക്വത കണ്ടെത്തിയിരിക്കുന്നു. നീതിപീഠത്തിന്റെ വിധി ഒരുകാലത്തും എല്ലാവർക്കും ഒരുപോലെ ആശ്വാസം നൽകുന്നതായിരിക്കുകയില്ല. എന്നാൽ, ലഭ്യമായ തെളിവുകളുടെ അടിസ്ഥാനത്തിൽ നിഷ്പക്ഷമായി പ്രശ്നത്തെ സമീപിച്ചെന്ന ബോധം എല്ലാവരിലും സൃഷ്ടിക്കുന്നതിലാണ് വിശ്വാസ്യത കുടികൊള്ളുന്നത്. രാജ്യത്തിന്റെ മതനിരപേക്ഷസ്വഭാവത്തിനു തുടർച്ചയായി ഭീഷണി സൃഷ്ടിക്കുന്ന പ്രശ്നത്തിന് എങ്ങനെയെങ്കിലും സ്വീകാര്യമായ പരിഹാരം ഉണ്ടാകട്ടെയെന്ന ആഗ്രഹത്തിന്റെ സ്വാധീനവും വിധിയിൽ പ്രകടമായെന്നുവരാം. അതുകൊണ്ടായിരിക്കണം കെ എൻ പണിക്കരെപ്പോലുള്ളവർ ഇത് മധ്യസ്ഥതയുടെ വിധിയെന്ന് അഭിപ്രായപ്പെട്ടത്.

ബാബറി മസ്ജിദിനെ തർക്കമന്ദിരമായി പരിവർത്തനം ചെയ്യിപ്പിച്ചിട്ട് അധികകാലമായില്ല. ബ്രിട്ടീഷ് ആധിപത്യത്തിന്റെ നാളിലും ആരാധന സംബന്ധിച്ച് തർക്കങ്ങൾ ഉയർന്നെങ്കിലും എൺപതുകളിലാണ് തർക്കമന്ദിരം എന്ന പദത്തിനു കൂടുതൽ പ്രചാരം ലഭിക്കുന്നത്. അതിനുപിന്നിൽ അങ്ങേയറ്റം ആസൂത്രിതമായ ഗൂഢപദ്ധതിയുണ്ടായിരുന്നു. തർക്കമന്ദിരം തകർക്കപ്പെടുന്നതിൽ തെറ്റില്ലെന്ന പൊതുബോധം രൂപപ്പെടുത്തുന്നതിനുള്ള ശ്രമത്തിന്റെ ഭാഗമായാണ് ആ വാക്ക് തെരഞ്ഞെടുക്കു

ന്നത്. ബാബറിപ്പള്ളി തകർത്തതു സംബന്ധിച്ച് എൻ എസ് മാധവൻ എഴുതിയ 'തിരുത്ത്' എന്ന കഥ വാക്കിന്റെ ഫാസിസ്റ്റ് പ്രയോഗം ഹൃദയസ്പൃക്കായി അവതരിപ്പിക്കുന്നുണ്ട്. പലരുമെഴുതിയ നെടുങ്കൻ ലേഖനങ്ങളെക്കാളും ഭംഗിയായി പ്രശ്നം അവതരിപ്പിക്കുന്നതിന് അദ്ദേഹത്തിനുകഴിഞ്ഞു. രാജ്യത്തെ പിടിച്ചുകുലുക്കിയ പല കലാപങ്ങളെയും ഇതിവൃത്തമാക്കി കഥയെഴുതിയിട്ടുള്ള അപൂർവം മലയാളി എഴുത്തുകാരിൽ പ്രമുഖനാണ് മാധവൻ. ബാബറിപ്പള്ളി തകർത്തെന്ന വാർത്ത കേട്ട് ഏറെ ദുഃഖിതനായ *തിരുത്തി*ലെ പത്രാധിപർ തന്റെ മുറിയിൽനിന്നും പുറത്തേക്കിറങ്ങിയില്ല. അസ്വസ്ഥതയോടെ നടന്നുകൊണ്ടിരുന്ന അദ്ദേഹം ഒടുവിൽ പത്രം തയാറാക്കുന്ന മുറിയിലേക്ക് ചെല്ലുകയാണ്. അപ്പോഴാണ് ലീഡ് വാർത്തയുടെ തലക്കെട്ട് ശ്രദ്ധയിൽപ്പെടുന്നത്. തർക്കമന്ദിരം തകർത്തുവെന്ന തലക്കെട്ടിലെ ആദ്യവാക്ക് വായിച്ച് അദ്ദേഹം ഞെട്ടി. എഡിറ്ററുടെ നീലപ്പെൻസിൽ എടുത്ത് അദ്ദേഹം ആദ്യവാക്ക് വെട്ടിക്കളഞ്ഞു. വിറയ്ക്കുന്ന കൈകളോടെ പകരം ബാബറിമസ്ജിദ് എന്ന് എഴുതി.

എന്നാൽ, അതിനുശേഷവും യഥാർഥത്തിൽ തർക്കമന്ദിരം എന്ന വാക്കിനാണ് മാധ്യമങ്ങളിലും പൊതുചർച്ചകളിലും കൂടുതൽ ഇടം കിട്ടുന്നത്. ഇത് ഒരു തർക്കമന്ദിരമാണെന്ന് കോടതി ആധികാരികമായി പ്രഖ്യാപിക്കുകയും മൂന്നു വിഭാഗങ്ങൾക്കായി ആ പ്രദേശം പകുത്ത് നൽകുകയുംചെയ്തിരിക്കുന്നു. 8189 പേജുകളുള്ള വിധിയുടെ പ്രധാനഭാഗം അതാണ്. ഉടമസ്ഥത തെളിയിക്കുന്നതിനുള്ള രേഖകളുടെ അഭാവത്തിലാണ് പല വിധികളുടെയും അടിസ്ഥാനത്തിൽ വീതംവെപ്പിന്റെ വഴി കോടതി തേടുന്നത്. ഇന്നത്തെ സാഹചര്യത്തിൽ കൂടുതൽ സ്വീകാര്യമെന്നു കരുതാവുന്ന ഒത്തുതീർപ്പിന്റെവഴി തേടിയതായിരിക്കാം. എന്നാൽ, ബ്രിട്ടീഷ് ഇന്ത്യയിൽ സമാനമായ പ്രശ്നം 1885ൽ പരിശോധിക്കുകയുണ്ടായി. ബാബറിപ്പള്ളി നിൽക്കുന്ന പ്രദേശത്ത് രാമാരാധന നടത്തുന്നതിന് അനുമതി വേണമെന്ന ആവശ്യം ഫൈസാബാദ് കോടതിയിൽ ഉന്നയിക്കുകയുണ്ടായി. രാമൻ ജനിച്ചെന്ന് വിശ്വാസമുള്ളിടത്ത് പൂജ നടത്തണമെന്ന വികാരത്തെ മാനിച്ചെങ്കിലും അത് അനുവദിക്കുന്നതിന് കഴിയില്ലെന്ന നിലപാടാണ് കോടതി സ്വീകരിച്ചത്. ഇതിനെതിരായ അപ്പീലിൽ ജില്ലാകോടതി ഒന്നുകൂടി വ്യക്തമായി കാര്യംപറഞ്ഞു. 356 വർഷമായി നിലനിൽക്കുന്ന പള്ളിയിൽ ആരാധന വേണമെന്ന ആവശ്യം അംഗീകരിച്ച് ഹർജിക്കാരന് ആശ്വാസംനൽകാൻ കഴിയില്ലെന്നതാണ്.

അന്ന് ഹർജിക്കാരന് ആശ്വാസംനൽകാൻ ബ്രിട്ടീഷ് ഇന്ത്യയിലെ കോടതിക്ക് കഴിയാതെപോയതിനുള്ള കാരണം 1992ൽ സംഘപരിവാരം തകർത്തു. ബാബറിപ്പള്ളി തകർത്തതോടെ നൂറ്റാണ്ടുകളായി നിലനിൽക്കുന്ന പള്ളി എന്ന വാചകത്തിനും ആ ന്യായത്തിനും പ്രസക്തിയില്ലാതായി! ബാബറിപ്പള്ളി തകർത്തഘട്ടത്തിൽ നമ്മുടെ നീതിന്യായസംവിധാനം നിശബ്ദമായിരുന്നു. നിയമം കൈയിലെടുത്തും ആൾക്കൂട്ടത്തിന്റെ ഫാസിസ്റ്റ്

മനഃശാസ്ത്രം സമർഥമായി ഉപയോഗിച്ചും നടത്തിയ പ്രവർത്തനത്തിലൂടെ തകർത്തുകളഞ്ഞ ന്യായത്തെ ഇപ്പോൾ നീതിന്യായസംവിധാനം മറ്റൊരു വിധിയിലൂടെ അംഗീകരിച്ചിരിക്കുന്നു! വിഗ്രഹങ്ങൾ 1949 ൽ അവിടെ കൊണ്ടുവന്നതാണോ എന്ന ചോദ്യത്തിന് മൂന്നു ജഡ്ജിമാരും ഒരേ ഉത്തരമാണ് നൽകിയത്. സമീപകാല ചരിത്രത്തിലെ ജീവനുള്ള അധ്യായമായതുകൊണ്ട് മറ്റൊരു ഉത്തരം അസാധ്യവുമാണ്. എന്നാൽ, അതിക്രമിച്ചും കൈയേറിയും കൊണ്ടുവച്ചതാണെന്ന് കണ്ടെത്തിയ സ്ഥലത്തിന്റെ ഉടമസ്ഥാവകാശം ഹിന്ദുമഹാസഭയ്ക്ക് നൽകുകവഴി ആ കൈയേറ്റത്തിനു കോടതിവിധി സാധുത നൽകി.

കോടതി ഇടപെടലുകൾ പലപ്പോഴും പ്രശ്നത്തെ വഴിതിരിച്ചുവിട്ടിട്ടുണ്ട്. 1949 ൽ അന്നത്തെ കലക്ടറും ജില്ലാ മജിസ്ട്രേട്ടുമായിരുന്ന കെ കെ നായർ വിഗ്രഹങ്ങൾ എടുത്തുമാറ്റേണ്ടതില്ലെന്ന അഭിപ്രായത്തിലാണെത്തിയത്. മതനിരപേക്ഷമായ നിലപാട് സ്വീകരിച്ച്, ജവഹർലാൽ നെഹ്റു വിഗ്രഹങ്ങൾ എടുത്തുമാറ്റണമെന്ന് കൂട്ടിച്ചേർത്തു. എന്നാൽ, നായരുടെ സമീപനമാണ് വിജയിച്ചത്. വിഭജിത ഇന്ത്യയുടെ രാഷ്ട്രീയത്തിൽ സ്വാധീനമുറപ്പിക്കുന്നതിനുള്ള ശ്രമങ്ങളുടെ തുടർച്ചയായി ഈ നീക്കങ്ങളെ വ്യാഖ്യാനിക്കുന്നവരുണ്ട്.

ഹിന്ദുമഹാസഭയുടെ നിലപാടുകൾക്ക് സാധൂകരണം നൽകുന്ന കോടതി ഇടപെടലുകൾ പിന്നീട് വരുന്നത് 1986 ലാണ്. അന്ന് ആരാധനക്കായി വിഗ്രഹമിരിക്കുന്നിടം തുറന്നുകൊടുക്കാൻ ജില്ലാ ജഡ്ജി ഉത്തരവിട്ടു. രാമക്ഷേത്രം പ്രധാനമുദ്രാവാക്യമായി സ്വീകരിച്ച് ബി ജെ പി രാഷ്ട്രീയ നേട്ടത്തിനായി ശ്രമിക്കുന്ന സന്ദർഭത്തിൽ തന്നെയാണ് ഈ ഉത്തരവ് വന്നതെന്ന കാര്യവും ശ്രദ്ധേയമാണ്. ഇതിന്റെകൂടി പിൻബലത്തിൽ ശിലാന്യാസത്തിന് അനുമതി നൽകി രാജീവ്ഗാന്ധി വർഗീയകാർഡിറക്കി. അന്നത്തെ ആഭ്യന്തരമന്ത്രി ബൂട്ടാസിങ്ങിനെ ശിലാന്യാസച്ചടങ്ങിലേക്ക് അയക്കുകയുംചെയ്തു. ഈ വിധി കലാപത്തിന് അനുകൂലമായ സാഹചര്യം ഒരുക്കുന്നതിൽ ഒരു ഘടകമായിരുന്നെന്ന് പിന്നീട് ചരിത്രം വിലയിരുത്തി.

ഇതെല്ലാംകൂടി സൃഷ്ടിച്ച പുതിയ സാഹചര്യം അലഹബാദ് ഹൈക്കോടതിയുടെ വിധിയെ എത്രമാത്രം സ്വാധീനിച്ചിട്ടുണ്ടാകുമെന്ന കാര്യവും വിലയിരുത്തേണ്ടതുണ്ട്. മത വിശ്വാസത്തെ സംബന്ധിച്ച് ഈശ്വരന്റെ ആധികാരികത മുൻനിർത്തിയും ചില നിരീക്ഷണങ്ങൾ ജസ്റ്റിസ് ശർമ നടത്തിയിട്ടുണ്ട്. ഭരണകൂടം മതത്തിൽനിന്നും വേറിട്ടുനിൽക്കണമെന്നതാണ് ഭരണഘടന ഉയർത്തിപ്പിടിക്കുന്ന വീക്ഷണം. അയോധ്യയിൽ തർക്കത്തിലുള്ള സ്ഥലം ശ്രീരാമന്റെ ജന്മസ്ഥലമാണെന്ന് അദ്ദേഹം ആധികാരികമായി പറയുന്നു. ശ്രീരാമൻ എന്ന അവതാരപുരുഷൻ ജന്മമെടുത്തിട്ടുണ്ടെന്ന കാര്യത്തിൽ ആധുനികയുഗത്തിലും സംശയമില്ലാത്ത അദ്ദേഹം ഇഷ്ടമുള്ളപ്പോൾ ആഗ്രഹിക്കുന്ന സ്ഥലത്ത് ജന്മമെടുക്കാനും ഇഷ്ടമുള്ള രൂപം സ്വീകരിക്കാനും ഈശ്വരനു കഴിയുമെന്നും വിധിയിൽ പ്രത്യേകം

പ്രസ്താവിക്കുന്നു. ഒരുപക്ഷേ, ഈശ്വരനെ ആധികാരികമായി അംഗീകരിക്കുന്ന ഒരു ഹൈക്കോടതി വിധി ആദ്യമായിട്ടായിരിക്കും. തർക്കമുള്ള വിശാലമായ സ്ഥലത്ത് എവിടെയോ ശ്രീരാമന്റെ ജന്മസ്ഥലമാണെന്ന വിശ്വാസം നേരത്തെ മുതൽ ഉണ്ടായിരുന്നെന്ന ജസ്റ്റിസ് ഖാന്റെ അഭിപ്രായത്തിൽനിന്നും ശ്രീരാമ ജന്മസ്ഥലമാണെന്ന ഹിന്ദുക്കളുടെ വിശ്വാസമെന്ന ജസ്റ്റിസ് അഗർവാളിന്റെ അഭിപ്രായത്തിൽനിന്നോ തീർത്തും വ്യത്യസ്തമായ സമീപനത്തിലേക്ക് എത്തുന്നതിന് ജസ്റ്റിസ് ശർമ്മയെ നയിച്ച കാരണങ്ങൾ ഇനിയും മനസിലാക്കേണ്ടിയിരിക്കുന്നു!

രാമക്ഷേത്രം തകർത്താണോ പള്ളിപണിതതെന്ന പ്രശ്നത്തിലും വ്യത്യസ്തമായ ഉത്തരങ്ങളാണ് ജഡ്ജിമാർ കണ്ടെത്തിയിരിക്കുന്നത്. അവിടെ നിലനിന്നിരുന്ന ക്ഷേത്രം തകർത്താണ് പള്ളിപണിതതെന്നാണ് ജസ്റ്റിസ് ശർമ്മ പറയുന്നത്. അതിന് പിൻബലം നൽകുന്നതിന് ആർക്കിയോളജിക്കൽ സർവേയുടെ റിപ്പോർട്ടാണ് അദ്ദേഹം ഉദ്ധരിക്കുന്നത്. എന്നാൽ, അതിന്റെ ആധികാരികത സംബന്ധിച്ച് ചരിത്രലോകം ഉയർത്തിയ സംശയങ്ങൾ വിമർശനാത്മകമായി കോടതി പരിശോധിച്ചോ എന്നു വ്യക്തമല്ല. പുരാവസ്തുവകുപ്പിന്റെ വിവാദമായ അന്നത്തെ റിപ്പോർട്ടിലും ക്ഷേത്രം നിന്നിരുന്ന സ്ഥലത്തുതന്നെയാണ് പള്ളിപണിതതെന്ന കാര്യം പറഞ്ഞിട്ടില്ലെന്ന കാര്യം മാധ്യമചർച്ചകളിൽ പലരും ഉന്നയിക്കാറുണ്ട്. മസ്ജിദ് നിർമിക്കുന്നതിനായി ക്ഷേത്രം തകർത്തിട്ടില്ലെന്നാണ് ജസ്റ്റിസ് ഖാൻ പറയുന്നത്. മാത്രമല്ല സത്യത്തിന്റെ നിധിതേടി ചെല്ലുമ്പോൾ ആശയക്കുഴപ്പത്തിന്റെ ഭൂതത്തെയാണ് കണ്ടുമുട്ടുന്നതെങ്കിലുള്ള സ്ഥിതി ആലോചിക്കാവുന്നതാണെന്ന് അഭിപ്രായപ്പെട്ട അദ്ദേഹം പുരാവസ്തു വകുപ്പിന്റെ വിവാദ റിപ്പോർട്ടിനെ ആശ്രയിച്ചില്ല. എന്തായാലും ഇക്കാര്യത്തിലും വ്യത്യസ്ത അഭിപ്രായങ്ങൾ ഉണ്ടെങ്കിലും 1949 ൽ അനധികൃതമായി സ്ഥാപിച്ച വിഗ്രഹങ്ങൾ ഇരിക്കുന്ന സ്ഥലം തന്നെ ഹിന്ദുമഹാസഭക്ക് വിട്ടുകൊടുക്കുന്നതിൽ ഏകാഭിപ്രായമായിരുന്നു കോടതിക്ക്.

വിധിക്കെതിരെ അപ്പീൽ പോകുമെന്ന് യു പി സുന്നി വഖഫ് ബോർഡ് വ്യക്തമാക്കിയിട്ടുണ്ട്. അപ്പീൽ പോകുന്നതിനായി മൂന്നുമാസത്തെ സാവകാശവും കോടതി നൽകിയിട്ടുണ്ട്. അതുവരെ തൽസ്ഥിതി തുടരും. സ്വാഭാവികമായും സുപ്രിംകോടതിയായിരിക്കും അടുത്ത വേദി. അപ്പീലിന്മേലുള്ള വിധിയിൽ പിന്നീട് റിവ്യൂവിനുള്ള അവകാശവും കക്ഷികൾക്കുണ്ട്. അതുവരെ സമാധാനം പുലർത്തുകയാണ് പ്രധാനം. തെരുവിൽ നടത്തുന്ന ഏറ്റുമുട്ടലുകളും തലനാരിഴ കീറിയുള്ള വിലയിരുത്തലുകളും വിധിയെ മാറ്റിയെഴുതില്ല. ജസ്റ്റിസ് ഖാൻ ചൂണ്ടിക്കാട്ടിയതു മതങ്ങൾ ഉയർത്തിപ്പിടിക്കുന്ന സഹിഷ്ണുതയാണ്. ത്യാഗമനോഭാവമാണ് രാമന്റെ സ്വഭാവത്തിൽ ഏറ്റവും ഉയർന്നുനിൽക്കുന്നതെന്ന് അദ്ദേഹം ഓർമിപ്പിച്ചു. പിതാവ് നൽകിയ വാക്ക് പാലിക്കുന്നതിന് അധികാരത്തിന്റെ എല്ലാ സുഖസൗകര്യങ്ങളും ഉപേക്ഷിച്ച് കാടിന്റെ ഭീകരതയിലേക്ക് സ്വയം പലായനംചെയ്ത രാമന്റെ കഥ പുരാണങ്ങളിലൂടെ വായിച്ചറിഞ്ഞ വിശ്വാസി

കൾക്ക് ഇത്തരം അധികാരതർക്കങ്ങളോട് യഥാർഥത്തിൽ വിരക്തിയാണ് ഉണ്ടാവുക. ഹുദൈബിയുമായി ഉണ്ടാക്കിയ കരാറിനെ കീഴടങ്ങലായി വ്യാഖ്യാനിച്ച പ്രവാചകന്റെ കൂടെയുള്ളവരെപ്പോലും സഹിഷ്ണുതയുടെ അത്തരം ഒത്തുതീർപ്പുകൾ എങ്ങനെയാണ് യഥാർഥവിജയമായി മാറുന്നതെന്ന് പ്രവാചകൻ പഠിപ്പിച്ച കാര്യവും അദ്ദേഹം ഓർമിപ്പിക്കുന്നു.

ബാബറിപ്പള്ളിയുമായി ബന്ധപ്പെട്ട തർക്കങ്ങൾ എക്കാലത്തും ഉയർന്നിട്ടുള്ളത് ചില സങ്കുചിത രാഷ്ട്രീയ താൽപ്പര്യങ്ങൾ സംരക്ഷിക്കുന്നതിനാണ്. ഒന്നാം സ്വാതന്ത്ര്യസമരത്തിലെ വിശാലമായ ഹിന്ദു-മുസ്ലീം ഐക്യം തകർക്കുന്നതിന് ആദ്യമായി ബ്രിട്ടീഷ് സാമ്രാജ്യത്വമാണ് ഈ തർക്കം ഉയർത്തുന്നത്. ഫൈസാബാദ് അന്നത്തെ സമരത്തിന്റെ പ്രധാനകേന്ദ്രമായിരുന്നു. അതിനു നേതൃത്വം നൽകിയ മൗലവി അഹമ്മുള്ളയെയും മഹന്ത് രാംചരൺ ദാസിനെയും ഒരേ ആൽമരത്തിൽ കെട്ടിത്തൂക്കി കൊല്ലുകയാണ് ബ്രിട്ടൺ ചെയ്തത്. അത്തരം പ്രയോഗങ്ങൾ കൊണ്ടുമാത്രം എക്കാലത്തും ആധിപത്യം നിലനിർത്താൻ കഴിയില്ലെന്ന ധാരണയിലാണ് ബാബറിപ്പള്ളിയുടെ തർക്കം കെട്ടഴിച്ചുവിടുന്നത്. 1859ൽ വേലികെട്ടി പ്രദേശം തിരിച്ച് ഉൾഭാഗം മുസ്ലീം വിഭാഗത്തിനും പുറംഭാഗം ഹിന്ദുക്കൾക്കും വിട്ടുകൊടുത്ത് തർക്കം പുകഞ്ഞുനിർത്തുന്നതിനു സൗകര്യമൊരുക്കി.

ഇന്ത്യാവിഭജനത്തിനുശേഷം മുസ്ലീം വിരുദ്ധവികാരം ഉണർത്തുന്നതിനായാണ് 1949 ലെ നാടകങ്ങൾ അരങ്ങേറുന്നത്. എൺപതുകളിൽ ഹിന്ദുത്വ ശക്തികൾ രാഷ്ട്രീയലക്ഷ്യങ്ങൾക്കായി പുതിയ വിവാദം കെട്ടഴിച്ചുവിട്ടു. 1991 ൽ പുത്തൻ സാമ്പത്തിക നയം ആരംഭിച്ചതോടെ അതിനെതിരായ എതിർപ്പ് ശക്തമായി ഉയർന്നു. ആഗോളമൂലധനശക്തികൾക്കെതിരെ പോരാട്ടം വിശാലമായ ഐക്യത്തോടെ ശക്തിപ്പെട്ടപ്പോൾ ബാബറിപ്പള്ളി തകർത്തതും യാദൃച്ഛികമാകാൻ ഇടയില്ല. ഇത്തരം അനുഭവങ്ങളിൽനിന്നും പാഠം ഉൾക്കൊള്ളുകയും ജനതയുടെ ഐക്യം തകരാതിരിക്കുന്നതിനുള്ള ജാഗ്രത കാത്തുസൂക്ഷിക്കുകയുമാണ് പ്രധാനം

വിദ്യാഭ്യാസ നയത്തിന്റെ പുനർവായന

വിദ്യാഭ്യാസമേഖലയിലെ ഉദാരവൽക്കരണ നയങ്ങളുടെ പ്രധാന പരീക്ഷണശാലയായി ഇന്ത്യ മാറുകയാണ്. 2001ൽ എന്താണോ ധനകാര്യമേഖലയിൽ മൻമോഹൻസിങ് നടപ്പിലാക്കിയത് അതേ നയങ്ങൾ വിദ്യാഭ്യാസരംഗത്ത് കൊണ്ടുവരുന്നതിനാണ് താൻ ശ്രമിക്കുന്നതെന്ന് കേന്ദ്ര മാനവവിഭവശേഷിമന്ത്രി കപിൽ സിബൽ അധികാരമേറ്റയുടൻ പ്രഖ്യാപിക്കുകയുണ്ടായി. വിദ്യാഭ്യാസത്തെക്കുറിച്ചുള്ള അടിസ്ഥാനസങ്കൽപ്പങ്ങൾ അട്ടിമറിക്കപ്പെട്ടു. അറിവ് ഉൽപ്പാദനപ്രക്രിയ കേവലം ചരക്കുൽപ്പാദനപ്രക്രിയക്ക് തുല്യമായി മാത്രം പരിഗണിക്കപ്പെടുന്ന ആഗോളമൂലധന ചിന്തക്ക് ഒപ്പമാണ് ഇന്ത്യൻ ഭരണാധികാരികളും. വിദ്യാഭ്യാസസ്ഥാപനങ്ങൾ വ്യവസായവും കച്ചവടവും നടത്തുന്നതുപോലെയാണിപ്പോൾ.

ഇതിന് അനുസൃതമായ പൊതുബോധം സമൂഹത്തിൽ സൃഷ്ടിക്കുന്നതിനുള്ള ശ്രമവും ശക്തമാണ്. മാധ്യമവും നീതിപീഠവും ഇക്കാര്യത്തിൽ തങ്ങളുടേതായ പങ്ക് നിർവഹിക്കുന്നുണ്ട്. പിന്നിട്ട ദശകത്തിൽ പുറത്തുവന്ന കോടതി വിധികൾ ഇതിന്റെ മികച്ച ഉദാഹരണങ്ങളാണ് വിദ്യാഭ്യാസസ്ഥാപനങ്ങൾ ഭരണഘടനയുടെ 19(1)(ജി) അനുച്ഛേദം അനുശാസിക്കുംവിധം ഇഷ്ടമുള്ള കച്ചവടവും വ്യവസായവും നടത്തുന്നതിനുള്ള അവകാശത്തിന്റെ പട്ടികയിൽ ഉൾപ്പെടുന്നതല്ലെന്ന ഉണ്ണികൃഷ്ണൻ കേസിലെ സുപ്രിംകോടതി വിധി പൈ ഫൗണ്ടേഷൻ കേസിലും ഇസ്ലാമിക അക്കാദമി കേസിലും ഇനാംദർ കേസിലും അട്ടിമറിക്കപ്പെട്ടു. ഇഷ്ടമുള്ള തൊഴിൽചെയ്യുന്നതിനും അവകാശപ്പട്ടികയിൽ വിദ്യാഭ്യാസ സ്ഥാപനങ്ങളുടെ നടത്തിപ്പും ഉൾപ്പെടുമെന്ന് നീതിപീഠം വ്യക്തമാക്കി. ഉന്നതവിദ്യാഭ്യാസം പൊതുനന്മയല്ലെന്നും അതു സ്വകാര്യനന്മയാണെന്നും കോടതി വിധിയെഴുതി.

ഇതെല്ലാം സൃഷ്ടിച്ച സാഹചര്യം ഉപയോഗിച്ച് വിദ്യാഭ്യാസരംഗത്തെ മാറ്റിയെഴുതുന്നതിനാണ് കേന്ദ്രം ശ്രമിക്കുന്നത്. ആർക്കും വിദ്യാഭ്യാസസ്ഥാപനം നടത്താൻ അവകാശവും സഹായവും നൽകുന്ന രീതിയിൽ പുതിയ നിയമനിർമാണങ്ങൾ നടത്തുന്നു. ഒരുവശത്ത് വിദേശ മൂലധനം കടന്നുവരുന്നതിന് അവസരമൊരുക്കുന്നു. മറുവശത്ത് വിദ്യാഭ്യാസസ്ഥാപനങ്ങൾ നടത്തുന്നതിന് പണം വായ്പയായി നൽകുന്നതിന് സർക്കാർ നേരിട്ട് ധനകാര്യസ്ഥാപനം തുടങ്ങുന്നു. സർക്കാർ വകയിരുത്തലുകൾ വർധിപ്പിക്കുകയും വിദ്യാഭ്യാസത്തിനുള്ള പൊതുചെലവ് ശക്തിപ്പെടുത്തുകയും ചെയ്യുക എന്ന ദൗത്യത്തിൽനിന്നും പിൻവാങ്ങുന്ന സമീപനം ശക്തിപ്പെടുത്തുകയുംചെയ്യുന്നു.

വിദ്യാഭ്യാസം ആദ്യകാലത്ത് സംസ്ഥാന പട്ടികയിൽ ഉൾപ്പെട്ടിരുന്നതായിരുന്നു. ഇന്ത്യപോലെ വൈവിധ്യങ്ങളുള്ള രാജ്യത്ത് അങ്ങനെയൊരു രീതിയാണ് അഭികാമ്യം. വ്യത്യസ്തഭാഷയും സംസ്കാരവും വിജ്ഞാനസമ്പാദനരീതികളും നിലവാരവും നിലനിൽക്കുന്ന സംസ്ഥാനങ്ങൾക്ക് ആ സവിശേഷതകൾ അനുസരിച്ച് വിദ്യാഭ്യാസമേഖലയെ ശക്തിപ്പെടുത്തുന്നതിന് ഇത് സഹായകരമായിരുന്നു. ഒരു ഘട്ടംകഴിഞ്ഞപ്പോൾ വിദ്യാഭ്യാസം കൺകറന്റ് ലിസ്റ്റിലേക്ക് മാറ്റി.

കൺകറന്റ് ലിസ്റ്റാണെങ്കിലും ഫലത്തിൽ അത് കേന്ദ്ര നിയന്ത്രണത്തിലാണെന്നതാണ് വസ്തുത. വിവിധ സംഘടനാസംവിധാനങ്ങൾ വഴിയാണ് കേന്ദ്രം തങ്ങളുടെ നിയന്ത്രണവും അധികാരവും ഉറപ്പിച്ചിരിക്കുന്നത്. എൻ സി ഇ ആർ ടി, സി ബി എസ് ഇ, എ ഐ സി ടി ഇ, യു ജി സി, മെഡിക്കൽ കൗൺസിൽ എന്നിങ്ങനെയുള്ള വിവിധ ഏജൻസികളായിരുന്നു ഇതിന്റെ ഉപകരണങ്ങൾ.

വിദ്യാഭ്യാസത്തിന്റെ നയവും പരിപാടിയും നിർണയിക്കുന്നത് കേന്ദ്രമാണെങ്കിലും ചെലവിന്റെ നല്ല പങ്കും വഹിക്കേണ്ടിവരുന്നത് സംസ്ഥാനങ്ങളാണ്. 2004–05 ലെ കണക്കുപ്രകാരം കേന്ദ്രം വിദ്യാഭ്യാസത്തിന് ചെലവഴിച്ചത് 19,141 കോടി രൂപയാണ്. ഇതു മൊത്തം ചെലവിന്റെ 19:12 ശതമാനംവരും. സംസ്ഥാനങ്ങളുടെ ചെലവ് 80796 കോടിയാണ്. ഇത് മൊത്തം ചെലവിന്റെ 81.8 ശതമാനവും.

മൊത്തം വികസനച്ചെലവുകളുടെ 61 ശതമാനവും വഹിക്കുന്ന സംസ്ഥാനങ്ങൾക്ക് റവന്യൂ വരുമാനത്തിന്റെ കേവലം 38 ശതമാനം മാത്രമാണ് ലഭിക്കുന്നത്. കേന്ദ്ര വരുമാനത്തിൽനിന്നും സംസ്ഥാനങ്ങൾക്ക് കൈമാറുന്ന നികുതി വിഹിതം 1990–91 ൽ 32.7 ശതമാനമായിരുന്നെങ്കിൽ 2004–05 ൽ അത് 29.5 ശതമാനമായി. ഇത് ഫെഡറൽ തത്വങ്ങൾക്ക് എതിരും സംസ്ഥാനങ്ങളെ കൂടുതൽ പ്രതിസന്ധിയിലാക്കുന്നതുമാണ്.

കേന്ദ്രത്തിൽനിന്നും ആസൂത്രണ കമീഷൻ – ധനകമ്മീഷൻ വഴി നൽകുന്ന സാമ്പത്തിക സഹായങ്ങൾ സംസ്ഥാനങ്ങളുടെ സവിശേഷതകളും ആവശ്യങ്ങളും പരിഗണിക്കാതെയാണ്. 13–ാം ധനകാര്യ കമ്മീഷൻ പ്രാഥമിക വിദ്യാഭ്യാസത്തിന് അനുവദിച്ചത് 24,068 കോടി രൂ

പയായിരുന്നു. ഇതിൽ കേരളത്തിന്റെ വിഹിതം 140 കോടിയായിരുന്നു. ഇത് കേവലം 0.6 ശതമാനം മാത്രമാവും. കേരളം എത്രമാത്രം അവഗണിക്കപ്പെടുന്നുവെന്നതിന് അധികം തെളിവ് ആവശ്യമില്ല.

രണ്ടാം യു പി എ സർക്കാരിന്റെ കാലത്ത് കൊണ്ടുവന്ന നിയമങ്ങൾ സംസ്ഥാനങ്ങളുടെ താൽപ്പര്യങ്ങൾ പരിഗണിക്കാതെയാണ്. ന്യൂനപക്ഷ കമ്മീഷന്റെ ഭേദഗതി നിയമത്തിലും വിദ്യാഭ്യാസ ട്രിബ്യൂണൽ നിയമത്തിലും വിദ്യാഭ്യാസവകാശനിയമത്തിലുമെല്ലാം ഇത് പ്രകടമാണ്. ഇതുതന്നെയാണ് കേന്ദ്രാവിഷ്കൃത പദ്ധതികളുടെ സ്ഥിതിയും. ഇവ സംസ്ഥാനത്തിന്റെ സവിശേഷതകൾ പരിഗണിക്കുന്നില്ല. പദ്ധതിച്ചെലവിന്റെ നല്ലൊരു പങ്കും സംസ്ഥാനങ്ങൾ വഹിക്കേണ്ടിവരുന്നു. അതു തുടർച്ചയായും ഏകപക്ഷീയമായും സംസ്ഥാനം വഹിക്കേണ്ടിവരും. ഫലത്തിൽ വിദ്യാഭ്യാസം നയരൂപീകരണങ്ങളുടെ കാര്യത്തിൽ കേന്ദ്രലിസ്റ്റിലും പ്രയോഗത്തിന്റെ പ്രധാനഭാരം സംസ്ഥാനങ്ങൾക്കുമാണ്.

വിദ്യാഭ്യാസാവകാശനിയമം ഒന്നാം യു പി എ സർക്കാരിന്റെ കാലത്ത് തീരുമാനിച്ചതായിരുന്നെങ്കിലും ഈ സർക്കാരാണ് അത് നടപ്പിലാക്കിയത്. എന്നാൽ, മൈനസ് രണ്ടുമുതൽ പ്ലസ് രണ്ടുവരെ നിർബന്ധിതവും സൗജന്യവുമായ വിദ്യാഭ്യാസമെന്നതിലേക്ക് ഉയർത്തണമെന്ന ആവശ്യം അംഗീകരിച്ചില്ല. നിർബന്ധിതവും സൗജന്യവുമായ വിദ്യാഭ്യാസപദ്ധതി നടപ്പിലാക്കുന്നതിനുള്ള മുഴുവൻ ചെലവും കേന്ദ്രം വഹിക്കണമെന്ന് 1999ൽ തപസ് മജ്ജുംദാർ കമ്മിറ്റി ശുപാർശചെയ്തിരുന്നെങ്കിലും അത് പരിഗണിച്ചില്ല. മാനവവിഭവശേഷി വകുപ്പുമായി ബന്ധപ്പെട്ട പാർലമെന്ററി സ്റ്റാൻഡിങ്കമ്മിറ്റിയും ഇതേ നിലപാട് ആവർത്തിച്ചെങ്കിലും സർക്കാർ അതും പരിഗണിച്ചില്ല. സംസ്ഥാനങ്ങളുടെമേൽ കൂടുതൽ ഭാരവും അടിച്ചേൽപ്പിക്കുകയായിരുന്നു കേന്ദ്രം.

കേരളം സാർവത്രികമായ സ്കൂൾ വിദ്യാഭ്യാസം നേരത്തെ ആർജിച്ചതാണ്. ഹയർസെക്കൻഡറി സ്കൂൾ വിദ്യാഭ്യാസം നിർബന്ധവും സാർവത്രികമാക്കലുമാണ് സംസ്ഥാനത്തിന്റെ ആവശ്യം. ഇത് പരിഗണിക്കപ്പെട്ടില്ല. ആർ ടി ഇ നിയമമാകട്ടെ കേരളത്തിൽ നടപ്പിലാക്കുന്നതിനു പല തടസങ്ങളും സൃഷ്ടിച്ചു. പൊതുവിദ്യാഭ്യാസം ശക്തമായ സംസ്ഥാനത്ത് സ്വകാര്യ അൺഎയ്ഡഡ് സ്ഥാപനങ്ങളിൽ സീറ്റുകൾ സംവരണംചെയ്യുന്നതും സാമ്പത്തികസഹായം നൽകുന്നതും പ്രതികൂല ഫലങ്ങളുണ്ടാക്കും. ഒന്നാംക്ലാസിലെ പ്രവേശനം ആറുവയസാക്കി ഉയർത്തുന്നതും എൽ പി, യു പി, ഹൈസ്കൂൾ ഘടനകൾ മാറ്റുന്നതും പുതിയ പ്രശ്നങ്ങൾ സൃഷ്ടിക്കും.

പുതിയ നിയമം നടപ്പിലാക്കുമ്പോൾ കേരളത്തിന്റെ നേട്ടങ്ങൾ പരിഗണിക്കാത്തതുകൊണ്ട് ആവശ്യമായ സാമ്പത്തിക സഹായം ലഭിക്കില്ല. ഇത്തരം പദ്ധതികൾ നടപ്പിലാക്കുമ്പോൾ ഓരോ സംസ്ഥാനത്തിന്റെയും വിദ്യാഭ്യാസാവകാശത്തിന്റെ കാലികാവസ്ഥ നിർണയിക്കണമെന്ന ആവശ്യം പരിഗണിക്കാത്തതാണ് പ്രധാന കുഴപ്പം.

ന്യൂനപക്ഷ കമീഷന് കൂടുതൽ അധികാരം നൽകുന്ന നിയമഭേദഗതി നിയമവും കേരളതാൽപ്പര്യത്തിന് എതിരാണ്. ഇന്ത്യയിലെ എല്ലാ സംസ്ഥാനങ്ങളിലും ന്യൂനപക്ഷങ്ങളുടെ വിദ്യാഭ്യാസാവസ്ഥ ഒരുപോലെയല്ല. അതുകൊണ്ട് സംസ്ഥാനങ്ങളുടെ അഭിപ്രായത്തിന് പ്രത്യേക പ്രാധാന്യമുണ്ട്. പുതിയ നിയമഭേദഗതി അനുസരിച്ച് കേന്ദ്രകമ്മീഷന് സംസ്ഥാനങ്ങളുടെ അഭിപ്രായത്തിന് പ്രത്യേക പ്രാധാന്യമുണ്ട്. പുതിയ നിയമഭേദഗതി അനുസരിച്ച് കേന്ദ്രകമീഷന് സംസ്ഥാനങ്ങളുടെ അഭിപ്രായം കേൾക്കാതെ പദവി അനുവദിക്കാൻ അധികാരമുണ്ട്.

വിദ്യാഭ്യാസ ട്രിബ്യൂണൽ നിയമം സംസ്ഥാനങ്ങളുടെ താൽപ്പര്യം ഒട്ടും പരിഗണിക്കാതെയാണ് പാസാക്കാൻ ശ്രമിച്ചത്. കൺകറന്റ് ലിസ്റ്റിൽപ്പെട്ട വിഷയത്തിൽ സംസ്ഥാനത്ത് എങ്ങനെയാണ് ട്രിബ്യൂണൽ രൂപീകരിക്കണമെന്നതിന്റെ സൂക്ഷ്മാംശങ്ങളും അതിന്റെ ചട്ടങ്ങളുംവരെ നിർണയിക്കുന്ന നിയമം രാജ്യസഭയിൽ പാസാക്കിയെടുക്കാൻ കപിൽ സിബലിനു കഴിഞ്ഞില്ല.

ഉന്നത വിദ്യാഭ്യാസ മേഖലയിൽ വിവിധ ഏജൻസികളെ ഏകോപിപ്പിച്ച് പുതിയ കമീഷൻ രൂപീകരിക്കാനുള്ള നിയമവും ഫെഡറൽ തത്വങ്ങൾക്കും സംസ്ഥാനത്തിന്റെ താൽപ്പര്യങ്ങൾക്കും എതിരാണ്. സർവകലാശാലകളുടെ വൈസ്ചാൻസലറുൾപ്പെടെയുള്ള ഉന്നതസ്ഥാനീയർ ആരായിരിക്കണമെന്ന് നിശ്ചയിക്കുന്നതിനുള്ള അധികാരവും കവർന്നെടുക്കുന്നതിനും സംസ്ഥാനങ്ങളുടെ പ്രത്യേകതകളും സർവകലാശാലകളുടെ ജനാധിപത്യസ്വഭാവവും തകർക്കുന്നതിനാണ് കേന്ദ്രം ശ്രമിക്കുന്നത്. ഇതു കേരളത്തിൽ ഗുരുതര പ്രത്യാഘാതമായിരിക്കും ഉണ്ടാക്കുക.

ഉന്നത വിദ്യാഭ്യാസമേഖലയിൽ വിദേശ മൂലധനം അനുവദിക്കുന്നതിനുള്ള നീക്കവും പൊതുവിദ്യാഭ്യാസത്തെ തകർക്കുന്നതിലേക്ക് നയിക്കും. കടുത്ത മത്സരത്തിന്റെ വേദിയായി രംഗംമാറും. സാധാരണക്കാരുടെ കുട്ടികൾക്ക് പഠിക്കാൻ സൗകര്യമൊരുക്കുന്ന കോളേജുകളും സർവകലാശാലകളും അടച്ചുപൂട്ടലിലേക്ക് നയിക്കും.

ബദൽനയങ്ങൾക്കായി

സംസ്ഥാനത്തിന്റെ താൽപ്പര്യം സംരക്ഷിക്കുന്നതിന് വലിയ രീതിയിൽ ഇടപെടുന്നതിനു കഴിയേണ്ടതുണ്ട്. കഴിഞ്ഞ കുറെ കാലങ്ങളിൽ നിന്നും വ്യത്യസ്തമായി സംസ്ഥാനത്ത് കേന്ദ്ര നിക്ഷേപം വർധിപ്പിക്കുന്നതിനു സമീപകാലത്ത് കഴിഞ്ഞിട്ടുണ്ട്. എന്നാൽ, ന്യായമായ അവകാശങ്ങൾ അനുവദിക്കുന്നതിനു തയാറാകുന്നില്ല. അപ്പോഴാണ് കുനിൻമേൽ കുരുവെന്നപോലെ പുതിയ നിയമങ്ങൾ കൊണ്ടുവരുന്നത്.

അതോടൊപ്പം പ്രധാനമാണ് നിയമനിർമാണപ്രക്രിയയുടെ ഘട്ടത്തിൽത്തന്നെ സാധ്യമായ ഇടപെടലുകൾ നടത്തുകയെന്നത്. വിവിധ ബില്ലുകളുടെ അവതരണത്തിനു മുമ്പ് സംസ്ഥാനത്തിന്റെ താൽപ്പര്യം സംരക്ഷിക്കുന്നതിന് പരമാവധി ശ്രമിക്കേണ്ടതുണ്ട്.

സംസ്ഥാനത്തിന്റെ സവിശേഷതകൾ കണക്കിലെടുത്ത് ബദൽ നിർദേശങ്ങളും ക്രിയാത്മക പദ്ധതികളും മുന്നോട്ടുവെയ്ക്കാൻ സമയബന്ധിതമായി കഴിയേണ്ടതുണ്ട്. ഉദാഹരണത്തിന് എസ് എസ് എ അധ്യാപക നിയമനത്തിന് അനുവദിച്ച പണം കേരളത്തിനു ചെലവാക്കാൻ കഴിയില്ല. കാരണം മറ്റു സംസ്ഥാനങ്ങളിൽനിന്നും വ്യത്യസ്തമായി കേരളത്തിൽ ആവശ്യത്തിന് അധ്യാപകരെ നേരത്തെ നിയമിച്ചിട്ടുണ്ട്. അതുകൊണ്ട് ഇതിന് അനുവദിച്ച ഫണ്ട് അധ്യാപകരുടെയും അധ്യാപനത്തിന്റെയും നിലവാരം ഉയർത്താൻ ഉപയോഗിക്കുന്ന ബദൽ പദ്ധതി മുന്നോട്ടുവെച്ച് ശ്രമിക്കേണ്ടതുണ്ട്. അതുപോലെ രാജ്യത്തെ ബ്ലോക്കുകളിൽ മാതൃകാ സ്കൂളുകൾ ഉണ്ടാക്കുന്നതിനുള്ള പദ്ധതിയിൽ കേരളം ഉൾപ്പെടുന്നതേയില്ല. ഇവിടെ എല്ലാ ബ്ലോക്കുകളിലും സ്കൂളുകൾ പ്രവർത്തിക്കുന്നതാണ് തടസ്സമായി മാറിയത്. കേന്ദ്രം നിർദേശിക്കുന്ന നിലവാരത്തിലേക്ക് കേരളത്തിലെ സ്കൂളുകളെ ഉയർത്തുന്നതിനുള്ള ബദൽ പദ്ധതി സമർപ്പിക്കാൻ കഴിയേണ്ടതുണ്ട്.

അതിലാഭം കൊയ്യുന്ന പ്രൊഫഷണൽ വിദ്യാഭ്യാസം

ട്രെയിൻ യാത്രയിൽ ഒരു കുടുംബത്തെ പരിചയപ്പെട്ടു. അച്ഛനും അമ്മയും മകളും. മകളുടെ മെഡിക്കൽ കോളേജ് പ്രവേശനത്തിന് അലയുകയാണ്. മുപ്പതും നാൽപ്പതും ലക്ഷം രൂപയാണ് ഓരോ കോളേജും സീറ്റിനായി ചോദിക്കുന്നതെന്ന് അവർ പറഞ്ഞു. എങ്ങനെ കൂട്ടിയിട്ടും കൂടുന്നില്ല. മകൾ എങ്ങനെയെങ്കിലും ഒരു ഡോക്ടർ ആകണമെന്ന് അതിയായി ആഗ്രഹിച്ചുപോയെന്ന് അമ്മ പകുതി വിതുമ്പലോടെ പറഞ്ഞു. ആ മകളുടെ ആഗ്രഹം എന്താകാനായിരുന്നെന്ന ചോദ്യത്തിനു മറുപടി കിട്ടിയില്ല. തനിക്കുവേണ്ടി ഇങ്ങനെ കഷ്ടപ്പെടുന്നവരെ വേദനിപ്പിക്കേണ്ടെന്ന് ആ കുട്ടി കരുതിയിട്ടുണ്ടാകണം! ഉദരസംബന്ധിയായ രോഗങ്ങളുടെ ചികിത്സയിൽ കേരളത്തിലെ പ്രശസ്ത ഡോക്ടർ ഫിലിപ്പ് അഗസ്റ്റിനുമായി ഒരിക്കൽ സംസാരിച്ചപ്പോൾ കുടുംബകാര്യങ്ങളും കടന്നുവന്നു. അദ്ദേഹത്തിന്റെ മകളുടെ മേഖല വയലിനാണ്. റഹ്മാന്റെ മ്യൂസിക്ക് അക്കാദമിയിൽ പഠിപ്പിക്കുകയാണ്. ഇപ്പോൾ ജർമനിയിൽ പോകുന്നതിന് തയാറെടുക്കുന്നു. മറ്റൊരു മകൾ ചിത്രകലയിലാണ്. അവർ അമേരിക്കയിലോ മറ്റോ തന്റെ ചിത്രരചനയുമായി നന്നായി മുന്നോട്ടു പോകുന്നു. ഇതുപോലുള്ള നിരവധി ഉദാഹരണങ്ങൾ വേറെയുമുണ്ടാകും.

കുട്ടികളുടെ ഇഷ്ടങ്ങൾ തിരിച്ചറിയുക പ്രധാനമാണ്. അഭിരുചികൾ മനസിലാക്കി വിദ്യാർഥികളെ വഴി തിരിച്ചിവിടുന്നതിനുള്ള സമ്പ്രദായം നമ്മുടെ നാട്ടിൽ ഇല്ല. ക്യൂബ സന്ദർശിച്ച സന്ദർഭത്തിൽ അവിടത്തെ വിദ്യാഭ്യാസസമ്പ്രദായം ശ്രദ്ധിക്കുകയുണ്ടായി. പ്ലേ സ്കൂൾ മുതലുള്ള കളികളിലൂടെ അവന്റെ/ അവളുടെ അഭിരുചികൾ മനസിലാക്കുകയാണ്. ശേഷം അങ്ങോട്ടു വഴി തിരിച്ചുവിടുന്നു. വിദ്യാഭ്യാസത്തിന്റെ കാര്യത്തിൽ കുടുംബത്തിന്റെ താൽപ്പര്യത്തിനു വലിയ സ്ഥാനമില്ല. വിദ്യാഭ്യാസമാ

കട്ടെ പൂർണമായും സൗജന്യം. സോവിയറ്റ് യൂണിയൻ ഉണ്ടായിരുന്ന കാലത്ത് അവിടെ നടപ്പിലാക്കിയ വിദ്യാഭ്യാസസമ്പ്രദായത്തിന്റെ ഇത്തരം മഹിമയെക്കുറിച്ച് വിമർശകർ വരെ പ്രകീർത്തിച്ചിരുന്നു. എന്നാൽ, വിദ്യാഭ്യാസത്തിൽ സർക്കാർ നിയന്ത്രണം ശക്തമാകുന്നത് സോഷ്യലിസത്തിൽ മാത്രമല്ല. സ്കാൻഡിനേവിയൻ രാജ്യങ്ങൾ ഇതിന്റെ മികച്ച ഉദാഹരണമാണ്. സ്വീഡനിലും ഡെൻമാർക്കിലും സ്വകാര്യ സർവകലാശാല പോലുമില്ല. ഉന്നതവിദ്യാഭ്യാസത്തിനായി ഒരു ഫീസും അവിടത്തെ പൗരൻമാർ നൽകേണ്ടതില്ല. വിദ്യാഭ്യാസവുമായി ബന്ധപ്പെട്ട പാഠ്യേതര ചെലവുകൾ കുട്ടികൾ വഹിക്കണം. ഡെൻമാർക്കിൽ ഞാൻ സഞ്ചരിച്ചിരുന്ന കാറിന്റെ ഡ്രൈവർ എലൻ കോപ്പൻഹേഗൻ സർവകലാശാലയിൽ ഇന്ത്യൻ സംസ്കാരത്തിൽ ഗവേഷണ വിദ്യാർഥിയാണ്. പഠനത്തിന്റെ ഇതര ചെലവുകൾ സ്വയം കണ്ടെത്തുകയാണ്. നമ്മുടെ നാട്ടിൽ ഇത്തരം സംഭവങ്ങൾ അപൂർവമാകുന്നതുകൊണ്ടാണ് ആരെങ്കിലും ജോലിയെടുത്ത് പഠിച്ചാൽ അത് പ്രധാന വാർത്തയായി മാറുന്നത്. ഇന്ത്യയിലും ചില തുടക്കങ്ങളുണ്ട്. കഴിഞ്ഞ സി ബി എസ് ഇ പരീക്ഷയിൽ ഏറ്റവും ഉയർന്ന മാർക്കു നേടിയ പ്ലസ് ടു വിദ്യാർഥികൾക്ക് അടിസ്ഥാന സയൻസ് വിഷയങ്ങൾ പഠിക്കുന്നതിനു പ്രതിമാസം 80,000 രൂപയാണ് സർക്കാർ നൽകുന്നത്.

ഞങ്ങൾ എസ് എഫ് ഐയിൽ പ്രവർത്തിക്കുമ്പോൾ പ്രവേശനപ്പരീക്ഷ പരിഷ്കരണത്തിന് നൽകിയ നിർദേശങ്ങളിൽ ഒരെണ്ണം അഭിരുചി പരിക്ഷയാണ്. ഇപ്പോൾ ആർക്കിടെക്ച്ചറിനു മാത്രമാണ് അതുള്ളത്. ഡോക്ടറാകുന്ന ഒരാൾക്ക് നിർബന്ധമായും വേണ്ടതാണ് അഭിരുചി നിർണയം. ഈ രീതി പിന്തുടരുന്ന നിരവധി രാജ്യങ്ങളുണ്ട്. ഇപ്പോൾ കേരളത്തിൽ പണമാണ് പ്രധാന പ്രവേശന മാനദണ്ഡം. മുപ്പതും നാൽപ്പതും ലക്ഷങ്ങൾകൊണ്ട് എം ബി ബി എസ് ബിരുദം നേടിയതുകൊണ്ട് എന്തുകാര്യം! പിന്നെ കോടികൾ മുടക്കി ബിരുദാനന്തബിരുദം. ഇതിനായി മുടക്കുന്ന പണം എങ്ങനെയാണ് തിരിച്ചുപിടിക്കുന്നത്? അതുകൊണ്ടാണ് സ്വാശ്രയവിദ്യാഭ്യാസം ആരോഗ്യരംഗം ഉൾപ്പെടെ സമസ്തമേഖലകളെയും മലീമസമാക്കുന്നുവെന്ന വിമർശനം പ്രസക്തമാകുന്നത്.

മെഡിക്കൽകോളേജുകളിലെ കഴുത്തറുപ്പൻ കച്ചവടവും അതിനു വഴിയൊരുക്കുന്ന ബാബുമാരുടെ പ്രവർത്തനവും നന്നായി മനസിലാക്കാൻ കഴിഞ്ഞത് പാർലമെന്റിൽ ഇതു സംബന്ധിച്ച് ശ്രദ്ധക്ഷണിക്കൽ പ്രമേയം അവതരിപ്പിച്ചപ്പോഴാണ്. പ്രമേയത്തിന്റെ ചർച്ചക്കുള്ള മറുപടിയിലാണ് അന്നുണ്ടായിരുന്ന മെഡിക്കൽ കൗൺസിൽ പരിച്ചുവിട്ടതായി പ്രഖ്യാപിച്ചത്. മെഡിക്കൽ വിദ്യാർഥിക്കു പഠനത്തിനായുള്ള ചെലവുകൾ കണക്കിലെടുക്കുമ്പോൾ കെട്ടിടം നിർമിച്ചതുൾപ്പെടെ എല്ലാ കാര്യങ്ങളും ഉൾപ്പെടുത്തുന്നവരാണ് മാനേജ്മെന്റുകൾ. പഠനവുമായി ബന്ധപ്പെട്ട ആവർത്തനചെലവുകളും മറ്റു പശ്ചാത്തലസൗകര്യങ്ങളുടെ തേയ്മാനച്ചെലവുമാണ് യഥാർഥത്തിൽ കണക്കാക്കേണ്ടത്. ഇതെല്ലാം മാറ്റി

വെച്ച് കൊള്ളലാഭത്തിന് ആശുപത്രി നടത്തിപ്പിന്റെ ചെലവും ഉൾപ്പെടെ എല്ലാം അവതരിപ്പിക്കുന്നവരാണ് മാനേജ്മെന്റുകൾ.

വിദ്യാഭ്യാസം കച്ചവടമാക്കിയത് പുതിയ സാമ്പത്തിക നയം രാജ്യത്ത് ആരംഭിച്ചതിനുശേഷമാണ്. അതിനു പറ്റുന്ന രീതിയിൽ നീതിപീഠവും മാറി. ഭരണഘടനയുടെ അനുച്ഛേദം 19(1)ജി ഉറപ്പുനൽകുന്ന ഇഷ്ടമുള്ള തൊഴിൽ ചെയ്യുന്നതിനും മറ്റുമുള്ള നിർവചനത്തിന്റെ പരിധിയിൽ വിദ്യാഭ്യാസം ഉൾപ്പെടുന്നില്ലെന്ന് ഉണ്ണിക്കൃഷ്ണൻ കേസിൽ സുപ്രീംകോടതി വിധിച്ചിരുന്നു. എന്നാൽ, പൈ ഫൗണ്ടേഷൻ കേസിൽ ഈ നിരീക്ഷണം അതേ ഉന്നതനീതിപീഠം തന്നെ അസാധുവാക്കി. അതിന്റെ മറ്റു ചരിത്രത്തിലേക്ക് കടക്കുന്നില്ല. നമ്മുടെ നീതിപീഠങ്ങളിൽ വിദ്യാഭ്യാസസ്ഥാപനങ്ങൾ നടത്തുന്നവരുണ്ടോയെന്ന പരിശോധനയും നല്ലതുതന്നെ.

എ കെ ആന്റണിയുടെ കാലത്ത് സ്വാശ്രയകോളേജുകൾ ആരംഭിച്ചപ്പോൾ അമ്പത് അമ്പത് എന്ന രീതി നടപ്പിലാക്കുമെന്നാണ് പ്രഖ്യാപിച്ചത്. എന്നാൽ, ഒരു കോളേജും അത് നടപ്പിലാക്കിയില്ല. മാനേജ്മെന്റുകൾ തന്നെ പറ്റിച്ചെന്ന് പറഞ്ഞ് വിലപിക്കുക മാത്രമാണ് എ കെ ആന്റണി ചെയ്തത്. 2006–11 ലെ എൽ ഡി എഫ് സർക്കാരിന് മഹാഭൂരിപക്ഷം കോളേജുകിലും ഈ രീതി നടപ്പാക്കാൻ കഴിഞ്ഞു. ഇന്റർചർച്ച് കൗൺസിൽ നടത്തുന്ന സ്ഥാപനങ്ങൾ ഒഴികെയുള്ള എല്ലായിടങ്ങളിലും ഏകദേശം ഈ പാറ്റേണാണ് നിലവിൽവന്നത്. അതുവഴി നൂറുകണക്കിന് എസ് സി എസ് ടി കുട്ടികൾക്ക് അധികമായി പ്രവേശന അവസരം കിട്ടി. മറ്റു സംവരണവിഭാഗങ്ങൾക്കും ഈ ആനുകൂല്യം ലഭിക്കുകയുണ്ടായി. നമ്മുടെ മാധ്യമങ്ങൾ ഇത്തരം കാര്യങ്ങൾ വേണ്ടത്ര പഠിച്ച് അവതരിപ്പിക്കുന്നില്ല.

ഇന്റർചർച്ച് കൗൺസിലിനെ ധാരണയിലേക്ക് കൊണ്ടുവരുന്നതിനു പല തരത്തിലും ശ്രമിച്ചിരുന്നു. രണ്ടു ഘട്ടങ്ങളിലെങ്കിലും ചർച്ചയിൽ പങ്കെടുത്തിരുന്ന രണ്ടു ഭാഗത്തുള്ളവരും ഏകദേശം പൊതുധാരണയിലേക്ക് എത്തി. എന്നാൽ, അവസാന നിമിഷം ഏകപക്ഷീയമായി പിൻമാറുകയെന്ന രീതിയാണ് അവർ സ്വീകരിച്ചിരുന്നത്. നിയമോപദേശം എതിരാണെന്നും അടുത്തവർഷം ധാരണയിൽ എത്താൻ നോക്കാമെന്നുമായിരുന്നു എല്ലായ്പ്പോഴും പല്ലവി. കേരളത്തിലെ വിദ്യാഭ്യാസമേഖലയിൽ വലിയ സംഭാവനചെയ്ത ക്രിസ്ത്യൻ മാനേജ്മെന്റിന്റെ പങ്കെങ്കിലും ഇക്കൂട്ടർ പഠിക്കേണ്ടതായിരുന്നു. ആതുരസേവനത്തിന്റെ കാര്യത്തിൽ ഇന്ത്യയിൽ മാതൃകയായിട്ടുള്ള വെല്ലൂർ ക്രിസ്ത്യൻ മെഡിക്കൽ കോളേജിനെയെങ്കിലും മാതൃകയാക്കിക്കൂടെ?

കേരളീയ സമൂഹത്തെ പരസ്യമായി വെല്ലുവിളിക്കുകയാണ് സ്വാശ്രയ മാനേജ്മെന്റുകളിൽ നല്ലൊരു വിഭാഗവും. കക്ഷി രാഷ്ട്രീയത്തിന് അതീതമായി നാട് ഇക്കാര്യത്തിൽ പ്രതികരിക്കേണ്ടതുണ്ട്.

പാർലമെന്റും പൗരസമൂഹവും

അഴിമതിക്കെതിരെ അണ്ണാ ഹസാരെ നടത്തിയ സമരം വലിയ തോതിൽ ജനപിന്തുണ നേടുകയുണ്ടായി. ആഗോളീകരണത്തിന്റെ രണ്ടു പതിറ്റാണ്ട് ശക്തിപ്പെടുത്തിയ അഴിമതിക്കെതിരായ ജനവികാരമാണ് ഇതിനു പ്രധാന കാരണമായത്. ഈ സാഹചര്യം തിരിച്ചറിഞ്ഞ് സമരപരിപാടി ആവിഷ്കരിക്കുന്നതിനു ടീം അണ്ണയ്ക്കു കഴിഞ്ഞു. ശക്തമായ ലോക്പാൽ എന്ന ആവശ്യം തള്ളിക്കളയാൻ കഴിയാത്തവിധം ഉയർത്താനുമായി. പക്ഷേ, അഴിമതി ശക്തിപ്പെടുത്തുന്ന നയങ്ങളെ വിമർശിക്കുന്നതിന് ഒരു ഘട്ടത്തിലും ഇവർ തയാറായില്ല. ആകാശവും ഭൂമിയും അതിനടിയിലും തുടങ്ങി എല്ലായിടങ്ങളും അഴിമതി തുരുത്തുകളാക്കിയത് ഈ നയങ്ങളാണ്. രാഷ്ട്രീയ നേതൃത്വവും ബ്യൂറോക്രസിയും കോർപ്പറേറ്റുകളും ഒരു സംഘം മാധ്യമങ്ങളും ചേരുന്ന ചങ്ങാതിക്കൂട്ടം ഇന്ത്യയെ അഴിമതിയിൽ മുക്കി. ഉദാരവൽക്കരണത്തിന്റെ നേട്ടങ്ങൾ അനുഭവിക്കുകയും ഞെട്ടിപ്പിക്കുംവിധം ആസ്തി വർധിപ്പിക്കുകയും ചെയ്ത കോർപ്പറേറ്റുകൾ പലതും ടീം അണ്ണയുടെ ഭാഗമാവുകയുംചെയ്തു.

ഉദാരവൽക്കരണനയങ്ങളുടെ ഗൗരവമായ ചർച്ചക്ക് വഴിയൊരുക്കിയില്ലെങ്കിലും മറ്റു ചില സംവാദങ്ങൾക്ക് ഈ ഘട്ടത്തിൽ നടക്കുകയുണ്ടായി. അതിൽ പ്രധാനപ്പെട്ട ഒന്ന് പാർലമെന്ററി സംവിധാനവും പൗരസമൂഹവും തമ്മിലുള്ള ബന്ധത്തെ കുറിച്ചാണ്. നിയമനിർമാണത്തിലും നയരൂപീകരണത്തിലും പാർലമെന്റിനുള്ള അവകാശത്തെയും അപ്രമാദിത്വത്തെയും ചോദ്യം ചെയ്യാൻ അനുവദിക്കില്ലെന്ന് രാഷ്ട്രീയ സമൂഹം അഭിപ്രായവ്യത്യാസങ്ങൾക്ക് അതീതമായി പ്രഖ്യാപിച്ചു. എന്നാൽ, തങ്ങൾക്ക് ജനങ്ങളുടെ പിന്തുണയുണ്ടെന്ന് പറഞ്ഞ ടീം അണ്ണ തങ്ങളുടെ ജനലോക്പാൽ ബിൽ നിയമമാക്കി പ്രഖ്യാപിക്കണമെന്ന് അന്ത്യശാസനം നൽകി.

പരിമിതികൾ ഏറെയുണ്ടെങ്കിലും ഇന്ത്യൻ പാർലമെന്ററി സംവിധാനത്തിന് നിരവധി പുരോഗമനപരമായ വശങ്ങളുണ്ട്. ഞങ്ങൾ, ഇന്ത്യയിലെ ജനങ്ങൾ എന്നു പറഞ്ഞ് ആരംഭിക്കുന്ന ഭരണഘടന ആർക്കാണ് പരമാധികാരമെന്ന് വ്യക്തമാക്കുന്നു. ജനങ്ങളാണ് നയവും നിയമവും രൂപികരിക്കേണ്ടത്. എന്നാൽ, പ്രയോഗത്തിൽ ഇത് അസാധ്യമായതുകൊണ്ടാണ് ജനങ്ങൾ നിശ്ചിത കാലയളവിൽ തങ്ങളുടെ പ്രതിനിധികളെ തിരഞ്ഞെടുക്കുന്ന രീതി വന്നത്. ജനപ്രതിനിധികൾ പ്രകടിപ്പിക്കേണ്ടത് തങ്ങളെ തിരഞ്ഞെടുത്ത ജനങ്ങളുടെ അഭിപ്രായമാണ്. ജനങ്ങളുടെ അഭിപ്രായമെന്താണെന്ന് മനസിലാക്കുന്നതിനു കഴിയുന്നവരായിരിക്കും ജനപ്രതിനിധികൾ എന്നതാണ് പൊതുകാഴ്ചപ്പാട്. ഓരോ പ്രശ്നങ്ങളിലും ഇടപെടുന്നവർ ജനത്തിന്റെ അഭിപ്രായം ഇതാണെന്ന് പ്രഖ്യാപിക്കുമെങ്കിലും അത് മനസിലാക്കുന്നതിന് തിരഞ്ഞെടുപ്പ് അല്ലാതെ മറ്റൊരു മാർഗം രാജ്യത്തില്ല. ഹസാരെയും സംഘവും മൈബൈൽ സന്ദേശങ്ങളുടെയും ഇ–മെയിലുകളുടെയും കണക്കുകൾ അവതരിപ്പിക്കുന്നുവെങ്കിലും അത്തരം സൗകര്യങ്ങൾ സ്വന്തമായി ഇല്ലാത്തവരാണ് ജനതയിൽ ഭൂരിപക്ഷവും. ഇന്ത്യയിലെ അണ്ണാ ടീം 120 കോടി വരുന്ന ഇന്ത്യൻ ജനതക്ക് തുല്യമല്ല. ജനത അഭിപ്രായം പ്രകടിപ്പിക്കുന്നത് വോട്ടിലൂടെ തന്നെയാണ്.

പാർലമെണ്ട് പാസാക്കുന്ന എല്ലാ നിയമങ്ങളും ജനഹിതത്തിന്റെ പ്രകടനമാകാറില്ല. പലതും ജനതാൽപ്പര്യത്തിന് എതിരുമായിരിക്കും. അത്തരം നിയമനിർമാണം നടക്കുന്ന സന്ദർഭങ്ങളിൽ തങ്ങൾ തിരഞ്ഞെടുത്തവർ അതെല്ലാം ചെയ്തുകൊള്ളുമെന്ന് ആശ്വസിക്കുകയല്ല ചെയ്യേണ്ടത്. തങ്ങളുടെ ആവശ്യങ്ങൾ മുൻനിർത്തി വിവിധ വിഭാഗങ്ങൾ പാർലമെന്റിന് പുറത്തുനടത്തുന്ന പ്രചാരണവും പ്രക്ഷോഭവും ജനാധിപത്യ പ്രക്രിയിൽ പ്രധാന പങ്കാണ് വഹിക്കുന്നത്. രണ്ടാംതലമുറ പരിഷ്കാരങ്ങളുടെ ഭാഗമായ ധനമേഖലയിലെ ഉദാരവൽക്കരണം ശക്തിപ്പെടുത്തുന്ന നിയമങ്ങൾ പാസാക്കുന്നതിന് ഇതുവരെയും കഴിയാതെ പോയതിൽ അത്തരം സമരങ്ങൾ പ്രധാനപങ്ക് വഹിച്ചിട്ടുണ്ട്. വനിതാസംവരണബിൽ രാജ്യസഭ പാസാക്കുന്നതിൽ വനിതാസംഘടനകളും മറ്റും പുറത്തു നടത്തിയ സമരങ്ങൾ നല്ല പങ്ക് വഹിച്ചിട്ടുണ്ട്. മാധ്യമരംഗത്ത് വിദേശമുലധനം അനുവദിക്കുന്നതിന്റെ അതിർവരമ്പുകൾ ഇല്ലാതാക്കുന്ന നയം പ്രഖ്യാപിക്കുന്നതിൽനിന്നും ഭരണസംവിധാനത്തെ തടയുന്നതിന് മാധ്യമങ്ങൾ നടത്തിയ ഇടപ്പെടലുകൾ സംഭാവന നൽകി. ചില്ലറ വ്യാപാരരംഗത്ത് വ്യത്യസ്ത ബ്രാൻഡുകളിൽ വിദേശമൂലധനം അനുവദിക്കുന്നതിനെ വൈകിപ്പിക്കുന്നതിലും വ്യാപാരസമൂഹം ഉൾപ്പെടുന്ന വിവിധ വിഭാഗം നടത്തുന്ന സമരങ്ങൾ ചെറുതല്ലാത്ത പങ്ക് വഹിക്കുന്നുണ്ട്. അതുകൊണ്ട് തങ്ങൾ ഒരു ബിൽ അവതരിപ്പിച്ചുകഴിഞ്ഞെന്നും ഇനി അതു സംബന്ധിച്ച് എല്ലാം പാർലമെന്റ് തീരുമാനിക്കുമെന്നും മറ്റുള്ളവർക്ക് അതു സംബന്ധിച്ച് അഭിപ്രായം പറയുന്നതിനും സമരം ചെയ്യുന്നതിനും

അവകാശമില്ലെന്നും ശഠിക്കുന്നത് ജനാധിപത്യത്തിന്റെ നിഷേധമാണ്. ഇങ്ങനെ നടക്കുന്ന പ്രചാരണങ്ങളിലും പ്രക്ഷോഭങ്ങളിലും ഉന്നയിക്കുന്ന ആവശ്യം പൂർണമായും ഉൾക്കൊള്ളുന്ന നിയമങ്ങൾ തന്നെ പാർലമെന്റ് പാസാക്കണമെന്നുമില്ല.

ഭൂരിപക്ഷം പാർലമെന്റ് അംഗങ്ങളും രാഷ്ട്രീയ പാർട്ടികളുടെ പ്രതിനിധികളാണെങ്കിലും അവർ പ്രതിനിധീകരിക്കുന്നത് രാഷ്ട്രീയ സമൂഹത്തെ മാത്രമല്ല, പൗരസമൂഹത്തെ കൂടിയാണ്. പൊതുസമൂഹത്തിന്റെ പ്രതിനിധികളാണ് അവർ. നമ്മുടെ പാർലമെന്ററി സംവിധാനത്തിൽ പൗരസമൂഹത്തിന്റെ അഭിപ്രായങ്ങൾ ഉൾക്കൊള്ളിക്കുന്നതിനുള്ള അവസരങ്ങളുണ്ട്. അതിൽ പ്രധാനം പാർലമെന്ററി കമ്മിറ്റികളാണ്. ബില്ലുകൾ അവതരിപ്പിച്ചുകഴിഞ്ഞാൽ സ്റ്റാൻഡിങ് കമ്മിറ്റിയുടെ പരിഗണനയ്ക്ക് വിടുകയാണ് പതിവ്. എന്നാൽ, അങ്ങനെയല്ലാത്ത സന്ദർഭങ്ങളുമുണ്ടാകാറുണ്ട്. ലോകസഭ ചർച്ച കൂടാതെയും കമ്മിറ്റികളുടെ പരിഗണനക്ക് വിടാതെയും പാസാക്കിയ രണ്ടു ബില്ലുകളാണ് ടോർച്ചർ ബില്ലും ഹൈക്കോടതികളിൽ കമേഴ്സ്യൽ ബെഞ്ച് രൂപീകരിക്കുന്ന നിയമവും. ഇത്തരം നടപടികൾ പാർലമെന്ററി സംവിധാനത്തിന്റെ വിശ്വാസ്യത നഷ്ടപ്പെടുത്തും. പക്ഷേ, രാജ്യസഭ സെലക്ട് കമ്മിറ്റികൾ രൂപീകരിച്ച് ഈ ബില്ലുകൾ അവയുടെ പരിഗണനക്ക് വിട്ടു. പാർലമെന്റിന്റെ രണ്ടു സഭകളുടെ പ്രസക്തി ബോധ്യപ്പെട്ട സന്ദർഭം കൂടിയായിരുന്നുവത്. സെലക്ട് കമ്മിറ്റികൾ ഗൗരവമായ മാറ്റങ്ങളാണ് രണ്ടു ബില്ലുകൾക്കും നിർദേശിച്ചത്.

ഹസാരെയെപ്പോലെ അടുത്തകാലത്ത് അന്ത്യശാസനം നൽകിയത് അമേരിക്കയായിരുന്നു. ആണവകരാറിന്റെ തുടർച്ചയിൽ ആണവബാധ്യതാനിയമം പാസാക്കണമെന്ന് അവർ നിർദേശം നൽകി. അവരുടെ തിട്ടൂരങ്ങൾ അനുസരിച്ച് ബിൽ കൊണ്ടുവരികയാണ് സർക്കാർ ചെയ്തത്. എന്നാൽ, പാർലമെന്റിന് അകത്തും പുറത്തും നടന്ന വലിയ സമ്മർദം സ്റ്റാൻഡിങ് കമ്മിറ്റിയുടെ ചർച്ചകളിൽ പ്രതിഫലിച്ചു. ഇടതുപക്ഷം മുന്നോട്ടുവെച്ച കാര്യങ്ങൾ പൂർണമായും അംഗീകരിച്ചില്ലെങ്കിലും കാതലായ മാറ്റങ്ങൾ നിയമത്തിൽ വരുത്താൻ പൊതു അഭിപ്രായത്തിനു കഴിഞ്ഞു. പൗരസമൂഹത്തിന്റെ അഭിപ്രായങ്ങൾ ക്രിയാത്മകമായി പരിഗണിക്കപ്പെട്ട മറ്റൊരു സന്ദർഭം വിവരാവകാശ നിയമമാണ്.

സ്റ്റാന്റിങ് കമ്മിറ്റി മുമ്പാകെ വരുന്ന ബില്ലുകളെക്കുറിച്ച് അഭിപ്രായം രേഖപ്പെടുത്തുന്നതിനു സാധാരണഗതിയിൽ ഏതു പൗരനും അവസരം ലഭിക്കും. അതിനായി വരുന്ന യാത്രാച്ചെലവും പാർലമെന്റ് നൽകും. പൗരസമൂഹത്തിനും വിദഗ്ധർക്കുമെല്ലാം അഭിപ്രായം രേഖപ്പെടുത്തുന്നതിനും ലഭിക്കുന്ന അവസരങ്ങളിലൂടെ പാർലമെന്ററി സംവിധാനം കുറെക്കൂടി വികസിതമാവുകയാണ്. എന്നാൽ, ഇപ്പോൾ നടക്കുന്ന ചർച്ചകളിൽ ശ്രദ്ധിക്കാതെ പോകുന്ന പ്രധാനസംഗതി സ്റ്റാൻഡിങ് കമ്മിറ്റികളുടെ റിപ്പോർട്ടുകളോടുള്ള സർക്കാരിന്റെ തെറ്റായ സമീപനമാണ്. വികസിത ജനാധിപത്യ രാജ്യങ്ങളിൽ സ്റ്റാൻഡിങ് കമ്മിറ്റികളുടെ നിർ

ദേശങ്ങൾ തള്ളിക്കളയുന്നതിന് പാർലമെണ്ടിന് മാത്രമാണ് അധികാരമുള്ളത്. എന്നാൽ, ഇന്ത്യയിൽ എക്സിക്യൂട്ടിവ് ഈ അധികാരം കൈയടക്കി. വിദ്യാഭ്യാസ ട്രിബ്യൂണൽ ബില്ലിനെ സംബന്ധിച്ച് സ്റ്റാൻഡിങ് കമ്മിറ്റി നൽകിയ എല്ലാ ശുപാർശകളും തള്ളിക്കളഞ്ഞാണ് കപിൽ സിബൽ ബിൽ രണ്ടാമതും അവതരിപ്പിച്ചത്. ജനാധിപത്യവിരുദ്ധമായി ഇങ്ങനെ ചെയ്തപ്പോൾ പാർലമെന്റ് ഉയർന്നു പ്രവർത്തിക്കുകയും ചർച്ചകൾക്കുശേഷം ബിൽ മാറ്റിവെയ്ക്കുകയും ചെയ്തു. എന്നാൽ, എപ്പോഴും ഇങ്ങനെതന്നെ നടക്കണമെന്നില്ല. ഇപ്പോൾ അവതരിപ്പിച്ച വിദ്യാഭ്യാസഭേദഗതി ബില്ലിലും ഹൈക്കോടതികളിലെ കമേഴ്സ്യൽ ബെഞ്ചിന്റെ ബില്ലിലും ഇതു കാണാൻ കഴിയും. സ്റ്റാൻഡിങ് കമ്മിറ്റികളുടെ ശുപാർശ തള്ളിക്കളയുന്നതിനു പാർലമെന്റിനു മാത്രമാണ് അധികാരമെന്ന് വ്യവസ്ഥചെയ്യേണ്ടത് അടിയന്തരാവശ്യമാണ്. പൗരസമൂഹത്തിന്റെ അഭിപ്രായത്തിനു നിയമനിർമാണപ്രക്രിയിൽ ഇടമുണ്ടെന്ന് ഉറപ്പുവരുത്താൻ ഇത് നിർബന്ധവും.

ജനാധിപത്യസംവിധാനത്തിൽ തെരഞ്ഞെടുക്കപ്പെടുന്ന സംവിധാനങ്ങൾ ആവശ്യമില്ലെന്നും അതെല്ലാം സന്നദ്ധസംഘടനകളെ ഏൽപ്പിച്ചാൽ മതിയെന്നുമുള്ള ആഗോളവൽക്കരണ ദർശനത്തിന്റെ പ്രയോഗം ഹസാരെ സമരത്തിലും കാണാൻ കഴിയും. അരാഷ്ട്രീയ സമൂഹ നിർമിതിയുടെ ഭാഗമാണ് ഈ കാഴ്ചപ്പാട്. പങ്കാളിത്ത ജനാധിപത്യമെന്ന ആഗോളമൂലധന താൽപ്പര്യം തന്നെയാണ് മറ്റൊരു രീതിയിൽ പ്രചരിപ്പിക്കുന്നത്. ഫോർഡ് ഫൗണ്ടേഷന്റെ വൻസാമ്പത്തിക സഹായം ലഭിക്കുന്ന സന്നദ്ധസംഘടനയാണ് അണ്ണയുടെ പ്രധാന സംഘാടകരെന്നത് കാണാതിരുന്നുകൂടാ. ഹസാരെയുടെ ഗ്രാമത്തിൽ കാൽ നൂറ്റാണ്ടായി പഞ്ചായത്തിലേക്കോ സഹകരണസംഘത്തിലേക്കോ തിരഞ്ഞെടുപ്പുകൾ പോലും നടത്താറില്ലെന്നതും യാദൃച്ഛികമല്ല. ഹസാരെക്കുള്ള അംഗീകാരത്തിന്റെ ഭാഗമായി ഇതിനെ ചിലർ അവതരിപ്പിക്കുന്നെങ്കിലും ദീർഘകാലത്തേക്ക് അത് സൃഷ്ടിക്കുന്ന അപകടം ചെറുതല്ല.

നമ്മുടെ ജനാധിപത്യം നേരിടുന്ന പ്രധാന വെല്ലുവിളികളിൽ ഒന്ന് പണാധിപത്യത്തിന്റേതാണ്. ലോകസഭയിൽ 345 എം പിമാരും രാജ്യസഭയിൽ നൂറുപേരും കോടിപതികളാണ്. അമ്പതു കോടിരൂപയിലധികം തിരഞ്ഞെടുപ്പിനായി ചെലവഴിച്ച നിരവധിയാളുകളുണ്ട്. പെയ്ഡ് ന്യൂസ് മാധ്യമ അപചയത്തിന്റെ പ്രശ്നം മാത്രമല്ല ജനാധിപത്യത്തെ ദുർബലപ്പെടുത്തുന്നതു കൂടിയാണ്. സാധാരണക്കാർക്ക് തിരഞ്ഞെടുപ്പിൽ മത്സരിക്കുന്നതിനെ കുറിച്ച് ചിന്തിക്കാൻ പോലും കഴിയാത്ത സാഹചര്യമാണ് ഇതുവഴി സൃഷ്ടിക്കപ്പെടുന്നത്. ലോകസഭയിൽ മുപ്പതുവയസിനുതാഴെയുള്ള മുഴുവർ എം പിമാരും വരുന്നത് പ്രബലമായ രാഷ്ട്രീയ കുടുംബങ്ങളിൽനിന്നുമാണ്. നാൽപ്പതുവയസിനു താഴയുള്ളവരിൽ മുന്നിൽ രണ്ടുപേരും ഈ ഗണത്തിലാണ്. ജനാധിപത്യത്തിന്റെ പഴയകാല നിർവചനങ്ങൾ അപ്രസക്തമാവുകയാണ്.

പാർലമെന്റ് സമ്മേളിക്കുന്ന സമയവും കുറയുകയാണ്. ചുരുങ്ങിയത് നൂറുദിവസമെങ്കിലും സഭ സമ്മേളിക്കണമെന്ന പൊതുധാരണയും പ്രായോഗികമാകാറില്ല. വികസിത ജനാധിപത്യ രാജ്യങ്ങളിൽ വർഷത്തിൽ ഇരുന്നൂറിലധികം ബില്ലുകളാണ് പാസാകാറുള്ളത്. എന്നാൽ, ഇന്ത്യയിൽ പലപ്പോഴും രണ്ടക്കം തികയാറില്ല. പാർലമെന്റ് അംഗങ്ങൾക്ക് സ്വകാര്യബില്ലുകൾ അവതരിപ്പിക്കുന്നതിനുള്ള അവകാശമുണ്ടെങ്കിലും 1970 നുശേഷം ഒരു സ്വകാര്യബില്ലും പാർലമെന്റ് പാസാക്കിയിട്ടില്ല. അങ്ങനെയൊരു സാഹചര്യത്തിൽ ജനലോക്പാൽ ഉൾപ്പെടെയുള്ള ബില്ലുകളുടെ ഉള്ളടക്കം ചർച്ച ചെയ്യാവുന്ന പ്രമേയം അവതരിപ്പിക്കുക വഴി ജനാധിപത്യത്തിൽ പുതിയ പ്രയോഗ സാധ്യത കൂടി തുറക്കുകയാണ്.

പാർലമെന്റിന്റെ അപ്രമാദിത്വത്തെ കുറിച്ച് പ്രധാനമന്ത്രി പറഞ്ഞ പൊതുകാര്യങ്ങളോട് യോജിക്കുമ്പോൾ തന്നെ ആരാണ് പാർലമെന്റിനെ ദുർബലപ്പെടുത്തിക്കൊണ്ടിരിക്കുന്നതെന്ന സ്വയംവിമർശനവും നടത്തേണ്ടതുണ്ട്. മുഴുവൻ ജനങ്ങളെയും ബാധിക്കുന്ന അന്താരാഷ്ട്ര കരാറുകളിൽ ഒപ്പിടുമ്പോൾ അതിനുശേഷമെങ്കിലും പാർലമെന്റിന്റെ അനുമതി വാങ്ങുന്ന വ്യവസ്ഥയില്ലാത്ത രാജ്യമാണ് നമ്മുടേത്. അതിന്റെ പരിണത ഫലങ്ങൾ ഇപ്പോൾ രാജ്യം അനുഭവിക്കുകയാണ്. തിരഞ്ഞെടുക്കപ്പെട്ട സംസ്ഥാന സർക്കാരുകളെ രാഷ്ട്രീയതാൽപ്പര്യങ്ങളാൽ പിരിച്ചുവിട്ട് പാർലമെന്ററി സംവിധാനത്തിന്റെ അന്തഃസത്ത തകർത്തതിന്റെ ചരിത്രവും കോൺഗ്രസിന് സ്വന്തം. അടിയന്തരാവസ്ഥ ഇതിന്റെ മറ്റൊരു ഉദാഹരണമാണ്. പാർലമെന്ററി സംവിധാനത്തിനു നേരെ വെല്ലുവിളികൾ കുടുതൽ ഉയരുന്നത് ഭരണക്കാരിൽനിന്നു തന്നെയാണ്.

ചരിത്രത്തിലെ വഴിത്തിരിവ്

കേരളത്തിൽ അധികാരമേറ്റ ഇ എം എസ് നേതൃത്വംനൽകിയ സർക്കാരിന് മുൻ മാതൃകകൾ ഉണ്ടായിരുന്നില്ല. മുതലാളിത്ത വികസനപാത നടപ്പാക്കുന്നതിന് ശ്രമിക്കുന്ന വൻകിട ബൂർഷ്വാസിയാൽ നയിപ്പെടുക്കുന്ന ബൂർഷ്വ- ഭൂപ്രഭു വർഗ ഭരണത്തെ അട്ടിമറിക്കുന്നതിന് നിരന്തരം പ്രവർത്തിക്കുക, അതേസമയം ഈ ഭരണകൂടഘടനയ്ക്കുള്ളിൽ നിന്ന് പ്രവർത്തിക്കുന്ന സംസ്ഥാന സർക്കാരിനു നേതൃത്വംനൽകുക ഇതായിരുന്നു കേരളത്തിലെ സർക്കാരിനു നേതൃത്വംനൽകുമ്പോൾ കമ്യൂണിസ്റ്റ് പാർട്ടി അഭിമുഖീകരിച്ച അടിസ്ഥാനപ്രശ്നം. പാർലമെന്റിനെ സമരായുധമാക്കി ഉപയോഗിക്കണമെന്ന കാര്യം ലെനിൻ *ഇടതുപക്ഷ കമ്യൂണിസം ഒരു ബാലാരിഷ്ടത* എന്ന കൃതിയിൽ എടുത്തുപറഞ്ഞിരുന്നു. റഷ്യയിലെയും മറ്റു പല രാജ്യങ്ങളിലെയും കമ്യൂണിസ്റ്റ് പാർട്ടികൾ ഈ അടവ് പ്രായോഗികമായി സ്വീകരിക്കുകയും ചെയ്തിരുന്നു. ഈ സമര അടവിന്റെ പ്രയോഗത്തിനിടെ ഒരു പ്രവിശ്യക്കകത്തു മാത്രമായോ സംസ്ഥാനത്തിനകത്തു മാത്രമായോ അധികാരത്തിൽ കയറാൻ അവസരം ലഭിക്കുന്ന സന്ദർഭത്തെ ഇവിടെയെങ്ങും അഭിമുഖീകരിക്കേണ്ടിവന്നിട്ടില്ല. കേരളത്തിലെ തിരഞ്ഞെടുപ്പുവിജയത്തോടെ പാർലമെന്ററി പ്രവർത്തനത്തിന്റെ പുതിയ മുഖമാണ് തുറന്നുകിട്ടിയത്. സർക്കാർ ഭരണകൂടത്തിന്റെ ഉപകരണമാണ്. വിപ്ലാവനന്തരം ഇതിനെ കൈകാര്യം ചെയ്യുന്നതിനെ സംബന്ധിച്ച് വ്യക്തമായ അടിസ്ഥാനധാരണ ലോകത്തെമ്പാടുമുള്ള കമ്യൂണിസ്റ്റുകാർക്കുണ്ട്. എന്നാൽ, വർഗശത്രുവിന്റെ ഉപകരണത്തെ അവരുടെ ഭരണഘടനയ്ക്കകത്തു നിന്ന് പ്രവർത്തിപ്പിക്കുന്നതിനു നേതൃത്വംനൽകുമ്പോൾ അതിനെയും പാർലമെന്ററി സമരത്തിന്റെ ആയുധമായി ഉപയോഗിക്കാൻ കഴിയുമോ? ഈ ചോദ്യം ലോകത്ത് ആരും അതേവരെ പ്രായോഗികമായും പ്രത്യയശാ

സ്ത്രപരമായും കൈകാര്യംചെയ്തിരുന്നില്ല. സംസ്ഥാന സർക്കാരിനെ പാർലമെന്ററി സമരത്തിന്റെ ഉപകരണമാക്കി മാറ്റുകയെന്ന കാഴ്ചപ്പാടോടെയാണ് കേരളത്തിൽ തിരഞ്ഞെടുപ്പിൽ ഭൂരിപക്ഷം കിട്ടിയ കമ്യൂണിസ്റ്റ് പാർട്ടി പുതിയ സാഹചര്യം ഉപയോഗിക്കാൻ തീരുമാനിച്ചത്.

ഇതു പുതിയ പ്രയോഗം അതിന് ആവശ്യമായ ആശയരൂപീകരണത്തിലേക്കും നയിച്ചു. എങ്ങനെയായിരിക്കും സമരായുധമായി സംസ്ഥാനസർക്കാരിനെ ഉപയോഗപ്പെടുത്തുന്നത് എന്നത് സങ്കീർണമായ പ്രശ്നമാണ്. ഭരണകൂട നയങ്ങൾക്കെതിരായ പ്രചാരവേല നടത്തുകയും അതിനെതിരെയുള്ള സമരങ്ങൾക്ക് ജനങ്ങളെ തയാറാക്കൽ മാത്രമായിരിക്കുമോ പ്രധാന ചുമതല. അതോ ഭരണകൂടനയങ്ങൾ വെള്ളംചേർക്കാതെ നടപ്പാക്കുകയാണോ? രണ്ടു ചുമതലകളെയും വ്യത്യസ്ത അളവിൽ സമന്വയിപ്പിക്കുന്ന വൈരുധ്യാത്മക പ്രയോഗത്തിനു സാധ്യതയുണ്ടോ? ഇപ്പോൾ കേരളത്തിൽ അധികാരം കിട്ടിയിരിക്കുന്നു. പടിപടിയായി മറ്റു സംസ്ഥാനങ്ങളിലും പിന്നെ കേന്ദ്രത്തിലും അധികാരം പിടിച്ചെടുക്കാൻ ഇതേ രീതിയിലൂടെ കഴിയുമായിരിക്കുമെന്ന വ്യാമോഹത്തെയും കമ്യൂണിസ്റ്റ് പാർട്ടിക്ക് അഭിമുഖീകരിക്കേണ്ടി വന്നു.

തങ്ങളുടെ സർക്കാർ അധികാരത്തിൽ വന്നതിനെ കമ്യൂണിസ്റ്റ് പാർട്ടി പ്രവർത്തകരും അനുഭാവികളും അങ്ങേയറ്റം ആഹ്ലാദത്തോടെയാണ് കണ്ടത്. എതിരാളികളാണെങ്കിൽ ശക്തമായ നുണപ്രചാരവേലയിലായിരുന്നു. മതവിശ്വാസികൾക്കിടയിൽ പ്രത്യേകിച്ചും അവർ തെറ്റായ സന്ദേശങ്ങൾ നൽകി. കമ്യൂണിസം വന്നെന്നും ഇനി മതവിശ്വാസികൾക്കൊന്നും രക്ഷയില്ലെന്നും പ്രചരിപ്പിച്ചു. സ്വകാര്യസ്വത്ത് മുഴുവനും കണ്ടുകെട്ടുമെന്നും പ്രവചിച്ചു. ഇതിനിടെ കമ്യൂണിസ്റ്റ് പാർട്ടി നേതൃത്വംനൽകുന്ന സർക്കാർ എന്താണ് ചെയ്യാൻ പോകുന്നതെന്ന കാര്യം ജനങ്ങളെയും പഠിപ്പിക്കേണ്ടതുണ്ടായിരുന്നു. ഈ ദൗത്യമാണ് സത്യപ്രതിജ്ഞ ചെയ്യുന്നതിനു തൊട്ടുമുമ്പും അതിനുശേഷവുമുള്ള ലേഖനങ്ങളിലും പ്രസംഗങ്ങളിലും ഇ എം എസ് നിർവഹിച്ചത്.

കമ്യൂണിസ്റ്റ് പാർട്ടിയുടെ നേതാവ് മുഖ്യമന്ത്രിയാകുന്നതോടെയോ കമ്യൂണിസ്റ്റ് പാർട്ടി അധികാരത്തിൽ വരുന്നതോടെയോ സോഷ്യലിസമോ കമ്യൂണിസമോ സ്ഥാപിക്കപ്പെടുന്നില്ല. സംസ്ഥാനത്ത് അധികാരത്തിലിരിക്കുന്ന ഇടതുപക്ഷ സർക്കാരുകൾ കമ്യൂണിസത്തിന്റെ പരിപാടി നടപ്പാക്കുമെന്നതാണ് ഇപ്പോഴും പലരുടെയും ധാരണ. പല ബുദ്ധിജീവികളും എഴുതുന്ന ലേഖനങ്ങളിലും മറ്റും ഈ ധാരണ തെളിഞ്ഞുകാണാൻ കഴിയും. യഥാർഥത്തിൽ കമ്യൂണിസ്റ്റ് പാർട്ടി നേതൃത്വംനൽകുന്ന സംസ്ഥാനസർക്കാർ നടപ്പാക്കുന്ന വികസനപാതയും മുതലാളിത്തമാണ്. ആ സർക്കാരിനെ നയിക്കുന്നത് ഇ എം എസ് ആയാലും ജ്യോതിബസു ആയാലും നായനാർ ആയാലും വി എസ് ആയാലും ബുദ്ധദേവ് ആയാലും മാത്രമല്ല മാർക്സും എംഗൽസും ആയാലും ഇക്കാര്യത്തിൽ മാറ്റമുണ്ടാകില്ല. എന്നാൽ, അതിനകത്തു തന്നെ സാധ്യമായതും എന്നാൽ കേന്ദ്രം നടപ്പാക്കാൻ തയാറാകാത്തതുമായ നല്ല കാര്യങ്ങൾ

നടപ്പാക്കാൻ ശ്രമിക്കുമെന്ന കാര്യം പ്രധാനപ്പെട്ടതാണ്. പക്ഷേ, അതു മുതലാളിത്തം തന്നെയാണെന്ന കാര്യം മറക്കാനും പാടില്ല. തന്റെ സർക്കാർ നടപ്പാക്കാൻ ശ്രമിക്കുന്നത് മുതലാളിത്തമാണെന്ന് സമീപകാലത്ത് ബുദ്ധദേവ് പരസ്യമായി പ്രഖ്യാപിച്ചത് മാധ്യമങ്ങളിൽ വലിയ വിവാദമായിരുന്നല്ലോ. ഈ പ്രഖ്യാപനം പരിഷ്കരണ വാദത്തിന്റേതാണെന്നും അധികാരംകിട്ടിയതോടെ കമ്യൂണിസ്റ്റുകാർ ലക്ഷ്യം മറന്നെന്നും ചിലർ പ്രചരിപ്പിച്ചു. യഥാർഥത്തിൽ ആദ്യമായി സംസ്ഥാന സർക്കാരിനു നേതൃത്വംനൽകുമ്പോൾത്തന്നെ കമ്യൂണിസ്റ്റ് പാർട്ടി തുറന്നുപറഞ്ഞ കാര്യമാണ് ഇത്.

> ഞാൻ രൂപീകരിക്കാൻ പോകുന്ന സർക്കാർ കമ്യൂണിസ്റ്റ് പാർട്ടിയുടെ തിരഞ്ഞെടുപ്പു വിജ്ഞാപനത്തിൽ പറഞ്ഞിട്ടുള്ള അടിയന്തരപരിപാടി നടപ്പിൽവരുത്തുന്ന ഒരു ഗവൺമെന്റായിരിക്കും. അല്ലാതെ ഒരു കമ്യൂണിസ്റ്റ് സമുദായം കെട്ടിപ്പടുക്കുന്ന ഗവൺമെന്റ് ആയിരിക്കുകയില്ല. ഞാൻ ശ്വസിക്കുന്നതുപോലും കമ്യൂണിസം സ്ഥാപിക്കുന്നതിനാണ്. എന്നാൽ, ഈ ഗവൺമെന്റ് അത്തരത്തിലുള്ള ഒരു സമുദായം സ്ഥാപിക്കാൻ ശ്രമിക്കുകയില്ല. (ഏപ്രിൽ അഞ്ചിന് മന്ത്രിസഭ രൂപീകരിക്കും, *ദേശാഭിമാനി* പ്രസിദ്ധീകരിച്ച *ഇ എം എസിന്റെ പത്രസമ്മേളനം, സമ്പൂർണകൃതികൾ*, സഞ്ചിക 18)

ഈ അടിസ്ഥാനചിന്ത കമ്യൂണിസ്റ്റ് പാർട്ടി നയിച്ച ആദ്യത്തെ സർക്കാരിന്റെ പ്രവർത്തനങ്ങൾ വിലയിരുത്തുന്നതിലും ഇപ്പോഴത്തെ സർക്കാരുകളെ സമീപിക്കുമ്പോഴും പ്രധാനപ്പെട്ടതാണ്. ഇ എം എസ് നേതൃത്വംനൽകിയ സർക്കാരിന്റെ പല നിയമനിർമാണങ്ങളും വിപ്ലവകരമെന്നു വിശേഷിപ്പിക്കാറുണ്ട്. വാക്കിന്റെ സാധാരണ അർഥത്തിൽ അതു ശരിയുമാണ്. നിലവിലുള്ളതിൽനിന്ന് പെട്ടെന്നുള്ള മാറ്റത്തിനു സഹായിക്കുന്ന പരിഷ്കാരങ്ങളായിരുന്നു അവയെല്ലാം. എന്നാൽ, വിപ്ലവ കടമകളുടെ നിർവഹണമാണെന്ന് തെറ്റിദ്ധരിക്കാൻ പാടില്ല. സർക്കാരിനെ വിലയിരുത്തിക്കൊണ്ട് പ്രകാശ്കാരാട്ട് ഈ സമാഹരത്തിൽ എഴുതിയ ലേഖനം അതു വിശദീകരിക്കുന്നുണ്ട്.

> ആദ്യ കമ്യൂണിസ്റ്റ് സർക്കാരിന്റെ നിയമങ്ങളും നടപടികളുടെയും മൊത്തം വ്യാപ്തിയെടുത്താൽ അവ ഒരുതരത്തിലും സോഷ്യലിസ്റ്റ് സ്വഭാവമുള്ളതായിരുന്നില്ല. അവ സമൂഹത്തിലെ ജനാധിപത്യവിപ്ലവത്തെ എങ്ങനെ മുന്നോട്ടുകൊണ്ടു പോകണമെന്ന കമ്യൂണിസ്റ്റ് പാർട്ടിയുടെ കാഴ്ചപ്പാടനുസരിച്ചുള്ള ജനാധിപത്യ പരിഷ്കരണങ്ങളായിരുന്നു.

എന്നാൽ, ജനാധിപത്യവിപ്ലവത്തിന്റെ കടമകൾ പൂർത്തിയാക്കാൻ സംസ്ഥാനത്ത് അധികാരം കിട്ടിയതുകൊണ്ടു മാത്രം കഴിയില്ലെന്ന പാഠവും ആദ്യ സർക്കാർ നൽകിയിട്ടുണ്ട്. 'സോഷ്യലിസമെന്നല്ല ജനാധിപത്യവിപ്ലവം പോലും തുടർച്ചയായ പാർലമെന്ററി വിജയങ്ങൾകൊണ്ട് ഉ

റപ്പുവരുത്താനാകുമായിരുന്നില്ലെ'ന്ന് പ്രകാശ്കാരാട്ട് ഓർമിപ്പിക്കുന്നത് അതുകൊണ്ടാണ്.

അപ്പോൾ ഭൂപരിഷ്കരണവും ഭരണപരിഷ്കാരവും വിദ്യാഭ്യാസനിയമവും ഉൾപ്പെടെയുള്ള പരിഷ്കാരങ്ങൾ ഏതു ദൗത്യമാണ് നിർവഹിച്ചിരുന്നതെന്ന ചോദ്യം ചെറുതല്ലാത്ത വിഭാഗത്തിനെങ്കിലുമുണ്ട്. യഥാർഥത്തിൽ ഭൂപരിഷ്കരണം മുതലാളിത്തത്തിന്റെ പരിപാടിയാണ്. ഭൂമി പിടിച്ചെടുത്തും വിതരണംചെയ്തുമാണ് മുതലാളിത്ത സാമൂഹ്യവ്യവസ്ഥ സ്ഥാനംപിടിച്ചത്. സ്വന്തമായി ഭൂമി ലഭിക്കുന്നതോടെ ജനങ്ങളുടെ വാങ്ങൽശേഷി വർധിക്കും. ഇത് അഭ്യന്തര കമ്പോളത്തെ ശക്തിപ്പെടുത്തും. മുതലാളിത്തത്തിന് കമ്പോളത്തെ വിപുലപ്പെടുത്താതെ നിലനിൽപ്പില്ല. എന്നാൽ, ഭൂപ്രഭുത്വവുമായി സന്ധിചെയ്ത ഇന്ത്യൻ മുതലാളിത്തം ഈ കടമ നിർവഹിച്ചില്ല. സാമൂഹ്യവ്യവസ്ഥയെ മുന്നോട്ടുകൊണ്ടുപോകുന്നതിന് ഇത് ഒഴിവാക്കാനാകാത്തതാണ്. സ്വാതന്ത്ര്യാനന്തരം കോൺഗ്രസ് പ്രതീക്ഷനൽകിയെങ്കിലും പ്രയോഗത്തിൽ മൗനംപാലിച്ചു. ഈ കടമ നിർവഹിക്കുന്നത് ജനാധിപത്യവിപ്ലവത്തിന്റെ ചുമതലയാണ്.

സർക്കാർ അധികാരത്തിൽ വന്നയുടൻ ചെയ്ത നടപടി ഈ ചുമതല നിർവഹിക്കുന്നതിന്റെ തുടക്കമാണ്. ഒരാഴ്ചയ്ക്കുള്ളിൽ കുടിയൊഴിപ്പിക്കൽ തടയുന്നതിനുള്ള ഓർഡിനൻസ് കൊണ്ടുവന്നു. പിന്നെ ഭൂപരിഷ്കരണം നടപ്പാക്കുന്നതിനായുള്ള നിയമം. ഇതിൽ മാത്രം ഒതുങ്ങുന്നതായിരുന്നില്ല കാർഷികമേഖലയിലെ നടപടികൾ. ഭൂപരിഷ്കരണവും ഭരണപരിഷ്കാരവുമാണ് ഏറ്റവും പ്രധാനപ്പെട്ട പരിപാടികളായി ഇ എം എസ് കണ്ടിരുന്നത്. മുതലാളിത്ത ഭരണകൂടഘടനയ്ക്കകത്ത് ഭരണത്തിനു നേതൃത്വം നൽകുമ്പോൾ നടപ്പാക്കാൻ ശ്രമിക്കുന്ന പരിപാടികൾ പ്രയോഗത്തിൽ വരുത്തുന്നതിന് ബ്യൂറോക്രസിയെ ഉപയോഗിക്കേണ്ടത് അനിവാര്യമാണ്. പരിമിതിക്കകത്ത് ഈ ഘടനയെ തച്ചുടയ്ക്കൽ അസാധ്യമാണ്. എന്നാൽ, ഭരണഘടനയ്ക്കകത്തുനിന്നുതന്നെ എങ്ങനെ ഈ ഉപകരണത്തെ കുറെയെങ്കിലും ജനാധിപത്യപരമാക്കാൻ കഴിയുമെന്ന അന്വേഷണവും അതിന്റെ അടിസ്ഥാനത്തിലുള്ള നടപടികളുമായിരുന്നു സർക്കാരിന്റേത്.

ജനാധിപത്യ അധികാരവികേന്ദ്രീകരണമെന്നത് ഉദ്യോഗസ്ഥതലത്തിലുള്ള വികേന്ദ്രീകരണമല്ലെന്നും വിവിധ തലങ്ങളിലെ ഉദ്യോഗസ്ഥർ ബന്ധപ്പെട്ട തട്ടുകളിലെ ജനപ്രതിനിധികൾക്ക് കീഴ്പ്പെട്ട് പ്രവർത്തിക്കുകയാണെന്നതും പ്രധാനമാണ്. പ്രാദേശിക സർക്കാരുകളായി തദ്ദേശസ്ഥാപനങ്ങളെ മാറ്റിത്തീർക്കുന്നതിന്റെ തുടക്കം ഇവിടെ കാണാം. സമൂഹത്തിലെ എല്ലാ ജനവിഭാഗങ്ങൾക്കും അധികാരപ്രക്രിയയിൽ പങ്കാളിത്തം നൽകുന്നതിനുള്ള മുൻകൈയും സർക്കാർ കൊണ്ടുവന്ന നിയമനിർമാണങ്ങളിൽ പ്രതിഫലിച്ചു. ബ്യൂറോക്രസിയുടെ ചുവപ്പുനാടയും ജനവിരുദ്ധ സ്വഭാവവും പരിമിതപ്പെടുത്തുന്നതിനുള്ള ശ്രമങ്ങൾ ഏറെ മുന്നോട്ടു കൊണ്ടുപോകേണ്ടതുണ്ടെന്ന സാഹചര്യമാണ് നിലനിൽക്കുന്നതെന്നത് വിമർശനാത്മകമായി കാണേണ്ടതുണ്ട്. ഭരണപരിഷ്കാര കമീഷനുകളുടെ

റിപ്പോർട്ടുകൾ നടപ്പാക്കാതെ വലിയ മാറ്റം പ്രതീക്ഷിക്കാനും കഴിയില്ല.

പരമാവധി ജനങ്ങൾക്ക് തീരുമാനമെടുക്കുന്നതിലും നടപ്പാക്കുന്നതിലും പങ്കാളിത്തം നൽകുന്ന രീതി ആദ്യ സർക്കാരിൻെറ കാലം മുതൽ തുടങ്ങിയിരുന്നു. സീറ്റിന്റെ കാര്യത്തിൽ ഭരിക്കാനുള്ള ഭൂരിപക്ഷം കിട്ടിയെങ്കിലും ഒറ്റയ്ക്ക് ഭരിച്ചാൽ മതിയെന്ന പിടിവാശി പാർട്ടിക്കുണ്ടായിരുന്നില്ല. തിരഞ്ഞെടുപ്പുസമയത്ത് എതിർപാളയത്തിലായിരുന്നെങ്കിലും ഇടതുപക്ഷസ്വഭാവമുള്ള പി എസ് പിയുമായി മുന്നണിയുണ്ടാക്കാൻ വിജയത്തിനുശേഷവും പാർട്ടി ശ്രമിച്ചു. പി എസ് പിയുടെ നിഷേധാത്മക നിലപാട് മൂലമാണ് ആ ശ്രമം വിജയിക്കാതിരുന്നത്.

ഐക്യകേരളം രൂപീകരിക്കാനുള്ള സമരം മാത്രമല്ല അങ്ങനെ രൂപീകരിക്കപ്പെടുന്ന കേരളം എങ്ങനെയായിരിക്കണം എന്നതിനെ സംബന്ധിച്ച് കമ്യൂണിസ്റ്റ് പാർട്ടി കൃത്യമായ നിലപാട് സ്വീകരിച്ചു. 1956 ജൂൺ 22,23,24 തീയതികളിൽ തൃശൂരിൽ ചേർന്ന പാർട്ടി സംസ്ഥാനസമ്മേളനം ഇതു സംബന്ധിച്ച രേഖ അംഗീകരിച്ചു. പാർട്ടിക്കകത്ത് ജനാധിപത്യപരമായി ചർച്ച ചെയ്ത് അംഗീകരിച്ച ഈ പരിപാടിയുടെ അടിസ്ഥാനത്തിലാണ് തിരഞ്ഞെടുപ്പ് പ്രകടനപത്രികയ്ക്ക് രൂപം നൽകുന്നത്. ജനങ്ങൾ തിരഞ്ഞെടുത്തെങ്കിലും വോട്ടർമാരിൽ പകുതിപ്പേരുടെ പിന്തുണ ഇല്ലെന്ന യാഥാർഥ്യബോധം പാർട്ടിക്കുണ്ടായിരുന്നു. അതുകൊണ്ട് പൊതുസ്വീകാര്യമായ വികസനപരിപാടി മുന്നോട്ടുവയ്ക്കുന്നതിന് പ്രത്യേകം ശ്രദ്ധിച്ചു.

> കേരളത്തിന്റെ ഇന്നത്തെ സവിശേഷ പരിതഃസ്ഥിതികൾ കണക്കിലെടുത്ത് രണ്ടാം പഞ്ചവത്സരപദ്ധതിയുടെ കാലഘട്ടത്തിൽ ഇനി ബാക്കിയുള്ള നാലുകൊല്ലക്കാലത്ത് നടപ്പിൽ വരുത്തേണ്ട ഇനങ്ങൾ എന്തെല്ലാമായിരിക്കണമെന്നതിനെ കുറിച്ച് ചർച്ചചെയ്യാൻ കേരളത്തിലെ പാർട്ടികൾ, സംഘടനകൾ, എന്നിവയുടെ പ്രതിനിധികളും വിദഗ്ധരായ വ്യക്തികളുമടങ്ങുന്ന ഒരു സമ്മേളനം വിളിച്ചുചേർക്കും (നയപ്രഖ്യാപനം).

എന്ന നിലപാട് വിശാലമായ ജനാധിപത്യബോധത്തിന്റെ പ്രതിഫലനമാണ്. രാഷ്ട്രീയസമൂഹവും പൗരസമൂഹവും ചേർന്ന് ആഴത്തിൽ ചർച്ച ചെയ്തു വേണം വികസനമാതൃക രൂപീകരിക്കാനെന്ന ഉറച്ച നിലപാട് കമ്യൂണിസ്റ്റ് പാർട്ടിക്ക് അന്നേ ഉണ്ടായിരുന്നു.

പരിപാടികളും നയങ്ങളും ആവിഷ്കരിക്കുന്നതിൽ മാത്രമല്ല ജനങ്ങളുടെ പങ്കാളിത്തം വേണ്ടതെന്നും അവയുടെ നടത്തിപ്പും ജനാധിപത്യപരമായിരിക്കണമെന്നും പാർട്ടി അന്നേ കരുതിയിരുന്നു.

> ഇങ്ങനെ തയാറാക്കുന്ന കേരളത്തിൻെറ വികസനപരിപാടി നടപ്പിൽ വരുത്താൻ തുടങ്ങുമ്പോൾ അവയുടെ നടത്തിപ്പ് മേൽനോട്ടംചെയ്ത് വേണ്ട നടപടികളെടുക്കുന്നതിൽ ഗവൺമെന്റിനെ സഹായിക്കാൻ എല്ലാ കക്ഷികളുടെയും ജനവിഭാഗങ്ങളുടെയും പ്രാ

ധിനിധ്യമുള്ളതും വിദഗ്ധന്മാരടങ്ങുന്നതുമായ പ്ലാനിങ് ബോർഡുകൾ വിവിധ തലങ്ങളിൽ രൂപീകരിക്കുക (നയപ്രഖ്യാപനം, *ഇ എം എസ് സമ്പൂർണകൃതികൾ*, സഞ്ചിക 18).

ഈ പ്രക്രിയയുടെ ഗുണപരമായ വികാസവും തുടർച്ചയുമാണ് ജനകീയാസൂത്രണം. ആദ്യത്തെ സർക്കാർ നടപ്പാക്കിയ അധികാരവികേന്ദ്രീകരണവും ജനാധിപത്യവൽക്കരണവും തുടർച്ചയിൽ മുന്നോട്ടുകൊണ്ടുപോകുന്നതിന് കേരളത്തിനു കഴിഞ്ഞില്ല. അധികാരമാറ്റത്തിന്റെ തുടർസ്വഭാവം തുടർച്ചകളെ അട്ടിമറിക്കുന്നതിൽ പ്രധാനപങ്ക് വഹിച്ചിട്ടുണ്ട്. ഒപ്പം ഈ ജനാധിപത്യപ്രക്രിയ നിലനിർത്തേണ്ടതും ശക്തിപ്പെടുത്തി മുന്നോട്ടുകൊണ്ടുപോകേണ്ടതുമാണെന്ന അവബോധം പൊതുസമൂഹത്തിൽ സൃഷ്ടിക്കുന്നതിൽ വേണ്ടത്ര വിജയിച്ചില്ലെന്ന് സ്വയം വിമർശനപരമായി വിലയിരുത്തേണ്ടതുമുണ്ട്.

പരിമിതികൾക്കകത്തുനിന്ന് ബൂർഷ്വാസിയെ എങ്ങനെ ജനാധിപത്യവൽക്കരിക്കാൻ കഴിയുമെന്ന അന്വേഷണത്തോടൊപ്പം ചേർത്ത് പരിശോധിക്കേണ്ടതാണ് പൊലീസിലെ പരിഷ്കാരവും. പൊലീസ് ഭരണകൂടത്തിന്റെ അടിച്ചമർത്തൽ ഉപകരണങ്ങളിൽ പ്രധാനപ്പെട്ടതാണ്. കമ്യൂണിസ്റ്റ് പാർട്ടിക്ക് സംസ്ഥാന സർക്കാരിനെ നയിക്കാൻ അവസരം കിട്ടുന്നതോടെ പൊലീസിന്റെ വർഗസ്വഭാവത്തിൽ മൗലികമായ മാറ്റം വരുമെന്ന് ആരും കരുതുന്നില്ല. എന്നാൽ കൊളോണിയൽ കാലത്തെ ദൗത്യത്തിൽനിന്ന് ബൂർഷ്വാജനാധിപത്യത്തിന്റെ സ്വഭാവത്തിനനുസരിച്ച് ഈ ഉപകരണത്തെ മാറ്റിത്തീർക്കാൻ സ്വാതന്ത്ര്യാനന്തര ഭരണകൂടത്തിന് ഉത്തരവാദിത്വമുണ്ടായിരുന്നു. ജനാധിപത്യവൽക്കരണത്തിന്റെ പല പ്രധാന ഉത്തരവാദിത്വങ്ങളിൽനിന്നും ഒളിച്ചോടിയ കോൺഗ്രസ് ഈ ചുമതലയും കൈയൊഴിഞ്ഞു. ജനാധിപത്യസമരങ്ങളെ അടിച്ചമർത്തുന്നതിനാണ് പൊലീസ് പ്രധാനമായും കേന്ദ്രീകരിച്ചിരുന്നത്. സ്വാതന്ത്ര്യസമരത്തെ അടിച്ചമർത്തുകയായിരുന്നല്ലോ കൊളോണിയൽ കാലഘട്ടത്തെ മുഖ്യചുമതല. സ്വാതന്ത്ര്യ സമ്പാദനത്തിനുശേഷം അത് തൊഴിലാളികളുടെയും കർഷകരുടെയും ഇതര ജനവിഭാഗങ്ങളുടെയും ന്യായമായ സമരങ്ങളെ തല്ലിത്തകർക്കുകയെന്നതിലേക്ക് മാറി. തൊഴിൽശാലയിലും പാടശേഖരത്തിലും ന്യായം നിശ്ചയിക്കുന്നത് പൊലീസാണെന്ന നീതിയാണ് സ്വാതന്ത്ര്യാനന്തര ഇന്ത്യയിലുണ്ടായത്. ഈ സ്ഥിതിക്ക് രാജ്യത്താദ്യമായി മാറ്റമുണ്ടാക്കിയത് 1957ലെ സർക്കാരാണ്.

കാർഷികമേഖലയ്ക്ക് ഊന്നൽ നൽകുമ്പോൾത്തന്നെ വ്യവസായത്തിന്റെ പ്രാധാന്യവും സർക്കാർ കണ്ടിരുന്നു. ബംഗാളിൽ ബുദ്ധദേവിന്റെ നേതൃത്വത്തിലുള്ള സർക്കാർ ടാറ്റയെ ക്ഷണിച്ചതും വ്യവസായം നടത്താൻ സാഹചര്യമൊരുക്കിയതും ചില അതിമാർക്സിസ്റ്റുകാർ വ്യതിയാനമായാണ് കാണുന്നത്. ടാറ്റയെ കൂട്ടുപിടിച്ചാണ് സോഷ്യലിസം സ്ഥാപിക്കുന്നതെന്ന് ഇവർ പുച്ഛത്തോടെ ചോദിക്കുകയും ചെയ്യുന്നു. മാർക്സിസത്തെ സംബന്ധിച്ച അടിസ്ഥാനധാരണകളോ ചരിത്രബോധമോ ഇല്ലാതെയാണ് ഇവരിൽ പലരും വ്യാഖ്യാനങ്ങൾ ചമയ്ക്കുന്നതും നിഗമ

നങ്ങളിൽ എത്തുന്നതും. ഇ എം എസിന്റെ നേതൃത്വത്തിലുള്ള സർക്കാരാണ് ബിർളയെ ക്ഷണിച്ചുകൊണ്ടുവന്ന് ആനുകൂല്യങ്ങളും സൗജന്യങ്ങളും നൽകി പുതിയ ഗ്വാളിയോർ റയോൺസ് സ്ഥാപിച്ചത്. അന്ന് ഇന്ത്യയിലെ ഭരണവർഗത്തിനു നേതൃത്വംനൽകുന്ന വൻകിട കുത്തകകളിൽ ടാറ്റയ്ക്കൊപ്പം ബിർളയായിരുന്നു. അംബാനിയും മിത്തലുമൊന്നും അന്ന് ചിത്രത്തിൽ ഉണ്ടായിരുന്നില്ല. കുത്തകയെ ക്ഷണിച്ച് വ്യവസായം നടത്താൻ സൗകര്യമൊരുക്കുന്നത് കുത്തകഭരണത്തെ അട്ടിമറിക്കാനുള്ള സമരത്തെ ദുർബലപ്പെടുത്തുന്നതല്ലെന്ന തിരിച്ചറിവ് ഇ എം എസിനും പാർട്ടിക്കുമുണ്ടായിരുന്നു. സംസ്ഥാനസർക്കാരിന് സോഷ്യലിസം സ്ഥാപിക്കാൻ കഴിയില്ലെന്ന പ്രാഥമികമായ അറിവ് അവർക്കുണ്ടായി.

> സർക്കാർ ഉടൻ പ്രഖ്യാപിക്കാൻ പോകുന്ന വ്യവസായനയം, തൊഴിലാളികൾക്ക് ന്യായമായ കൂലിയും നിയമപരമായ അവകാശങ്ങൾ ഉറപ്പുവരുത്തുന്ന സ്വകാര്യവ്യവസായികൾക്ക് ന്യായമായ ലാഭത്തോടെ വ്യവസായം ആരംഭിക്കുന്നതിനുള്ള സൗകര്യങ്ങൾ ഉറപ്പുനൽകുന്നതായിരിക്കും. എന്നു മാത്രമല്ല ആവശ്യമാണെങ്കിൽ സ്വകാര്യ വ്യവസായസംരംഭകരെ സഹായിക്കാൻ അവർ ആരംഭിക്കുന്ന വ്യവസായങ്ങളിൽ സർക്കാർ ഓഹരി എടുക്കാനും തയാറാണ്. ഇതിനാവശ്യമായ വകയിരുത്തൽ ഈ വർഷത്തെ ബജറ്റിൽ ഉൾപ്പെടുത്തിയിട്ടുണ്ട്. (ധനമന്ത്രി അച്യുതമേനോൻെറ ആദ്യത്തെ ബജറ്റ് പ്രസംഗം, 1957–58, പേജ് 10)

ഒരുപക്ഷേ ഇന്ത്യയിൽ ആദ്യമായി ഇങ്ങനെയൊരു നിർദേശം വരുന്നത് കേരളത്തിൽനിന്നാകാം. അന്നത്തെ ഇന്ത്യയുടെ അവസ്ഥയിൽ വ്യവസായവൽക്കരണത്തിന് ഇത്തരം ഇടപെടലുകൾ ആവശ്യമാണ്. ഇന്ത്യയിൽ പൊതുമേഖലയും യഥാർഥത്തിൽ സ്വകാര്യ മൂലധനത്തിന് ആവശ്യമായ പരിസരം ഒരുക്കിക്കൊടുക്കുകയാണല്ലോ –പൊതു–സ്വകാര്യ പങ്കാളിത്തം (private-public partnership) ഇപ്പോഴാണല്ലോ നാട് ചർച്ച ചെയ്യുന്നത്. എന്നാൽ, അരനൂറ്റാണ്ട് മുമ്പ് നാടിന്റെ വികസനത്തിന് സഹായകരമായ സങ്കൽപ്പം സർക്കാർ മുന്നോട്ടുവച്ചിരുന്നു. മൻമോഹൻസിങ് ചെയ്യുന്നതുപോലെ അന്ധമായ കീഴടങ്ങൽ വ്യവസ്ഥകളുടെ അടിസ്ഥാനത്തിൽ ആയിരുന്നില്ല. തൊഴിലാളികളുടെയും നാടിന്റെയും താൽപ്പര്യം സംരക്ഷിച്ചായിരുന്നു. നാടിന്റെ പൊതുതാൽപര്യത്തിന് ആരംഭിച്ച നെടുമ്പാശേരി സംയുക്ത സംരംഭത്തിന്റെ മികച്ച ഉദാഹരണമാണ്. അതു സർക്കാർ മുൻകൈയെടുത്ത് ആരംഭിച്ചതാണ്. എന്നാൽ, അച്ചുതമേനോൻ മുന്നോട്ടുവച്ചത് സ്വകാര്യ മൂലധനശക്തികൾക്ക് വ്യവസായം ആരംഭിക്കുന്നതിന് സർക്കാർ ഓഹരി എടുത്ത് സഹായിക്കാമെന്നാണ്. പഴയതിനെ മഹത്വമായും ഇപ്പോഴത്തേതിനെ പരിഷ്കരണമായും വാഴ്ത്തുന്ന കേവലവാദക്കാർക്ക് ഇതൊന്നും പെട്ടെന്ന് മനസിലായെന്നു വരില്ല.

ആഭ്യന്തരമൂലധനം മാത്രമല്ല വിദേശമൂലധനവും ഉപയോഗിക്കണമെന്ന കാര്യത്തിലും പാർട്ടിക്ക് ആശയക്കുഴപ്പമുണ്ടായിരുന്നില്ല.

> വ്യവസായവും കച്ചവടവും വളർത്താനും മറ്റു സാമ്പത്തിക പ്രവർത്തനങ്ങളിൽ ഏർപ്പെടാനും മുതലാളിമാരെ പ്രോത്സാഹിപ്പിക്കും. അതേസമയത്ത് അമിതമായ ലാഭമുണ്ടാക്കുന്നതിൽനിന്ന് അവരെ തടയുന്നതുമാണ്. പാർട്ടിയെ സംബന്ധിച്ചാണെങ്കിൽ എവിടെ നിന്നുള്ള മൂലധനത്തെയും — അമേരിക്കൻ മൂലധനത്തെക്കൂടി — സ്വാഗതം ചെയ്യുന്നതാണ്. എന്നാൽ, അത് ന്യായമായ വ്യവസ്ഥകളിന്മേലായിരിക്കണമെന്നുമാത്രം. (*ഇ എം എസിന്റെ സമ്പൂർണ കൃതികൾ,* സഞ്ചിക 18 പേജ് 116)

എല്ലാതരത്തിലുള്ള മൂലധനത്തെയും പ്രോത്സാഹിപ്പിക്കേണ്ടി വരുമെന്ന യാഥാർഥ്യബോധം നിറഞ്ഞ നിലപാട് കമ്യൂണിസ്റ്റ് പാർട്ടിക്കും ഇ എം എസിനുമുണ്ടായിരുന്നു. എന്നാൽ,അങ്ങനെ ചെയ്യുന്നത് അവരുടെ വ്യവസ്ഥകൾക്ക് പൂർണമായും കീഴടങ്ങിയായിരിക്കുകയില്ല. പക്ഷേ കമ്യൂണിസ്റ്റ് പാർട്ടി നയിക്കുന്ന സർക്കാർ സ്വാഗതംചെയ്യുന്നതോടെ മൂലധനത്തിന്റെ ചൂഷണ സ്വഭാവം അപ്രത്യക്ഷമാകുമെന്നോ അതിന് സാത്വിക സ്വഭാവം സ്വായത്തമാകുമെന്നോ ഉള്ള തെറ്റായ ധാരണയൊന്നും വച്ചുപുലർത്തിയിരുന്നില്ല. അതുകൊണ്ടാണ് 'അമിതമായ ലാഭം' ഉണ്ടാക്കുന്നതിൽനിന്ന് തടയുമെന്ന് സൂക്ഷ്മമായി ഇ എം എസ് പറഞ്ഞത്. ലാഭാധിഷ്ഠിതമാണ് മുതലാളിത്തമെന്ന പ്രാഥമിക ധാരണ കമ്യൂണിസ്റ്റുകാർക്കുണ്ട്. അതിന്റെ ഉറയൂരിയെറിയാൻ ഒരു സംസ്ഥാനത്തിനകത്ത് അധികാരമുള്ളതുകൊണ്ടുമാത്രം കമ്യൂണിസ്റ്റുകാർക്ക് കഴിയില്ല. പക്ഷേ, ഭരണഘടനയ്ക്ക് അകത്തുനിന്ന് സാധ്യമായത് ഉപയോഗിച്ച് കൊള്ളലാഭ പ്രവണത തടയാൻ സാധിക്കുമെന്നതിൽ തർക്കമില്ല.

വിദേശ മൂലധനത്തിൻെറ കാര്യത്തിൽ ഇപ്പോൾ സി പി ഐ (എം) സ്വീകരിച്ചിരിക്കുന്ന നയപരമായ സമീപനത്തിൻെറ അടിസ്ഥാന കാഴ്ചപ്പാട് അന്നത്തെ നിലപാടിലും തെളിഞ്ഞുകാണാം. ആഗോളവൽക്കരണകാലത്ത് മൂലധനത്തിൻെറ മൗലിക സ്വഭാവം പഴയതുതന്നെയാണെങ്കിലും അതിൻെറ പ്രവണതകളിൽ വലിയ മാറ്റം പ്രകടമാണ്. കുറെക്കൂടി ആക്രമണോത്സുകവും ഊഹക്കച്ചവടത്തിൽ കേന്ദ്രീകരിക്കുകയും ചെയ്യുന്ന ഫിനാൻസ് മൂലധനത്തിന്റെ കുത്തകാധിപത്യം ഇക്കാലത്തിന്റെ ചലനങ്ങളിൽ നിർണായക സ്വാധീനം ചെലുത്തുന്നുണ്ട്. ഇപ്പോൾ സ്വീകരിക്കുന്ന നിലപാടിൽ ഈ വസ്തുനിഷ്ഠ സാഹചര്യത്തിൻെറ പ്രതിഫലനം കൂടിയുണ്ടെന്ന് ചുരുക്കം. കേരളത്തിലെ എൽ ഡി എഫ് സർക്കാർ സ്മാർട്ട് സിറ്റിയുൾപ്പെടെയുള്ള കാര്യങ്ങളിൽ നടത്തിയ ചർച്ചകളിലും എ ഡി ബി വായ്പയിൽ സ്വീകരിക്കുന്ന സമീപനത്തിലും ആദ്യത്തെ സർക്കാർ വരച്ചുകാട്ടിയതും പിന്നീട് കാലികമാക്കിയതുമായ വിദേശമൂലധനത്തോടുള്ള സമീപനം തെളിഞ്ഞുകാണാൻ കഴിയും.

നിബന്ധനകൾക്ക് വിധേയമായി സ്വകാര്യ വിദേശമൂലധനത്തിന് അവസരങ്ങൾ തുറന്നിടുക മാത്രമാണ് ആദ്യത്തെ സർക്കാർ ചെയ്തതെന്ന് ആരും തെറ്റായി വിലയിരുത്തരുത്. സാധ്യമായ രീതിയിൽ ദേശസാൽക്കരണത്തിൻെറ സാധ്യതകൾ അന്വേഷിക്കുകയും നടപ്പിലാക്കുകയും

ചെയ്തു. വിദേശ ഉടമസ്ഥതയിലുള്ള തോട്ടങ്ങൾ ദേശസാൽക്കരിക്കുന്ന കാര്യം നയപ്രഖ്യാപനത്തിൽ എടുത്തുപറഞ്ഞിരുന്നു. സ്വകാര്യമേഖലയിൽ പ്രവർത്തിക്കുന്ന സ്ഥാപനങ്ങളുടെ നടത്തിപ്പ് പൊതുമേഖലയിൽ കൊണ്ടുവന്നാൽ കൂടുതൽ കാര്യക്ഷമവും സംസ്ഥാനത്തിന് കൂടുതൽ വരുമാനവും ലഭിക്കുമെങ്കിൽ അങ്ങനെ ചെയ്യുമെന്നും എടുത്തുപറഞ്ഞു.

വ്യവസായ മുതലാളിമാർ കൂടുതൽ ലാഭം കൊയ്യുന്നതിന് തൊഴിലാളികളെ ചൂഷണംചെയ്യാതിരിക്കാനും സർക്കാർ നടപടികൾ സ്വീകരിക്കുകയും സംവിധാനങ്ങൾ ഒരുക്കുകയും ചെയ്തിരുന്നു. തൊഴിലാളി സംഘടനകളുടെയും മുതലാളിമാരുടെയും ഗവൺമെന്റിന്റെയും പ്രതിനിധികൾ ഉൾപ്പെടുന്ന ത്രികക്ഷി സമ്മേളനം സർക്കാർ വിളിച്ചുകൂട്ടി. വ്യവസായാടിസ്ഥാനത്തിലും ഇത്തരം സംവിധാനം ഏർപ്പെടുത്തി. മുതലാളിമാരുടെ മനോഭാവത്തിനു മാറ്റം ഉണ്ടാകുന്നതുപോലെ തൊഴിലാളികളുടെ സമീപനത്തിലും മാറ്റം വരുത്തണമെന്നും നയപ്രഖ്യാപനം എടുത്തുപറഞ്ഞു. അവകാശങ്ങൾക്കൊപ്പം കടമകൾ സംബന്ധിച്ചും ഊന്നിപ്പറഞ്ഞു.

സർക്കാരിനെ അട്ടിമറിക്കുന്നതിന് വിവിധ വിഭാഗങ്ങളെ രംഗത്തിറക്കുന്നതിന് വലതുപക്ഷ ശക്തികൾ ഉപയോഗിച്ച പ്രധാന ആയുധം വിദ്യാഭ്യാസബില്ലായിരുന്നു. എന്നാൽ, കാർഷിക നിയമത്തിലൂടെ തങ്ങളുടെ സ്വത്തും അധികാരവും കൈമോശം വരുമെന്ന് തിരിച്ചറിഞ്ഞ സമ്പന്നവർഗം ഇതിനെ സമർഥമായി ഉപയോഗിക്കുകയാണ് ചെയ്തത്. സാമൂഹ്യപരിഷ്കരണ പ്രവർത്തനങ്ങളിലൂടെയും മിഷണറിമാരുടെ ഇടപെടലിലൂടെയും ഇടതുപക്ഷ മുന്നേറ്റത്തിലൂടെയും ഒരുക്കിയ പരിസരം വിദ്യാഭ്യാസ വ്യാപനത്തിന് കളമൊരുക്കി. ഇത് മുന്നോട്ടു കൊണ്ടുപോകുന്ന സ്വാഭാവിക പ്രക്രിയയാണ് ആ സർക്കാർ നിർവഹിച്ചത്. പ്രകടനപത്രികയിലൂടെ ജനങ്ങളുടെ മുമ്പിൽ അവതരിപ്പിച്ചതും അവർ അംഗീകാരം നൽകിയതുമായ വിദ്യാഭ്യാസമേഖലയിലെ പരിപാടിക്ക് അനുസൃതമായാണ് ഈ ബിൽ അവതരിപ്പിച്ചത്. കടുത്ത ചൂഷണത്തിനു വിധേയരായിരുന്ന അധ്യാപകർക്ക് ആശ്വാസം നൽകാനും അധ്യാപനത്തിന്റെയും വിദ്യാഭ്യാസത്തിന്റെയും നിലവാരം ഉയർത്താനുമാണ് ബിൽ വ്യവസ്ഥ ചെയ്തത്. സുപ്രീംകോടതിയുൾപ്പെടെ അംഗീകാരം നൽകിയത് ഭരണഘടനാസാധുതയെ അടിവരയിട്ട് ഉറപ്പിക്കുന്നു. വിമോചനസമരത്തിലൂടെ സർക്കാർ അട്ടിമറിക്കപ്പെട്ടതോടെ ഈ നിയമത്തിന്റെ ഹൃദയം നഷ്ടമായി.

ഈ തകർച്ച അതുകൊണ്ട് അവസാനിക്കുന്നതായിരുന്നില്ല. ഇന്നു കേരളത്തിലെ വിദ്യാഭ്യാസമേഖല അഭിമുഖീകരിക്കുന്ന പ്രതിസന്ധിയുടെയും നിലവാരത്തകർച്ചയുടെയും കച്ചവടവൽക്കരണത്തിൻെറയും അടിവേരുകൾ കിടക്കുന്നത് 1959 ലാണ്. സർക്കാരിനെയും പൊതുസമൂഹത്തെയും വെല്ലുവിളിക്കുന്ന രൂപത്തിലേക്ക് സ്വാശ്രയ മാനേജ്മെന്റുകളും കച്ചവട ശക്തികളും വരുന്നത് വിമോചനസമരത്തിന്റെ പഴയ പ്രേതത്തെ പേറിക്കൊണ്ടാണ്. സ്കൂൾ വിദ്യാഭ്യാസത്തിന്റെ നിലവാരത്തകർച്ചയ്ക്കും ഇത് സംഭാവന നൽകിയെന്നതാണ് യാഥാർഥ്യം.

സാമ്പത്തികവളർച്ച വേണ്ടത്രയില്ലാതിരിക്കുമ്പോഴും വിദ്യാഭ്യാസവും ആരോഗ്യവുമുൾപ്പെടെയുള്ള മേഖലകളിൽ വളർച്ച കൈവരിക്കാൻ കഴിഞ്ഞ കേരളമാതൃക ലോകമാകെ ശ്രദ്ധിക്കപ്പെടുകയുണ്ടായി. അത് 1957 ന്റെ മാത്രം സംഭാവനയാണെന്ന് ആരും വിലയിരുത്തിയിട്ടില്ല. കേരളത്തിലെ രാഷ്ട്രീയപ്രക്രിയയുടെ സജീവ സംഭാവനയാണത്. ഈ പ്രകിയക്ക് ദിശാബോധം നൽകുന്നതിലും പ്രായോഗിക പദ്ധതികൾ ആവഷ്കരിക്കുന്നതിലും ക്രിയാത്മകമായി പ്രവർത്തിച്ച 57ലെ സർക്കാർ ചരിത്രത്തിലെ നാഴികക്കല്ലാണ്. തുടർ പ്രക്രിയയെ ശരിയായ ദിശാബോധത്തിലേക്ക് നയിക്കുന്നതിൽ ആദ്യത്തെ കമ്യൂണിസ്റ്റ് സർക്കാർ പ്രധാന സംഭാവന നൽകിയെന്നത് ശരിയാണ്. പിന്നീട് വന്ന സർക്കാരുകൾക്ക് അവഗണിക്കാൻ കഴിയാത്ത പരിസരമാണ് അതൊരുക്കിയത്. ആദ്യത്തെ കമ്യൂണിസ്റ്റ് സർക്കാരിനെ സമഗ്രമായി വിലയിരുത്തുന്ന സന്ദർഭത്തിൽ അതിനെതിരെ നടന്ന 'വിമോചനസമര' ത്തിൻെറ ചരിത്രവും രാഷ്ട്രീയവും അത് സൃഷ്ടിക്കുന്ന പ്രത്യാഘാതങ്ങളും സൂക്ഷ്മമായി വിലയിരുത്തേണ്ടതുണ്ട്. സർക്കാരിന്റെ നടപടികൾ എന്തുകൊണ്ട് പ്രതീക്ഷിത ഫലങ്ങൾ ഉണ്ടാക്കിയില്ലെന്ന വിമർശനത്തിനും കേരളീയസമൂഹം ജാതീയതയിലേക്കും വർഗീയതയിലേക്കും അരാഷ്ട്രീയതയിലേക്കും പിൻമടക്കം നടത്തുന്നത് എന്തുകൊണ്ടെന്നുള്ള ചോദ്യങ്ങൾക്കും ഉത്തരം തേടേണ്ടത് ഈ ചരിത്രപശ്ചാത്തലത്തിലാണ്.

കേരളീയസമൂഹത്തിന്റെ ജനാധിപത്യപ്രക്രിയയുടെ വികാസത്തിനും ജനതയുടെ ജീവിതനിലവാരം ഉയർത്തുന്നതിനും സഹായകരമായ പ്രവർത്തനങ്ങൾക്ക് അടിത്തറയിടുകയായിരുന്നു 57ലെ സർക്കാർ. ഇതിനെയാകെ പൊളിക്കാനാണ് 'വിമോചനസമരം' ശ്രമിച്ചത്. സാമൂഹ്യ പരിഷ്ക്കരണപ്രവർത്തനങ്ങളിലൂടെ വളർന്നുവന്ന മതിനിരപേക്ഷത തകർത്ത് കേരളത്തെ വീണ്ടും ഭ്രാന്താലയമാക്കുകയാണ് 'വിമോചനസമരം' ചെയ്തത്. എന്തായാലും 28 മാസത്തെ ഭരണം അവിടെ അവസാനിക്കുന്നതായിരുന്നില്ല. എല്ലാ പ്രതിലോമശക്തികളും ഒന്നിച്ചുനിന്നിട്ടും, കമ്യൂണിസ്റ്റ് പാർട്ടിക്ക് അധികാരത്തിൽ വരാൻ കഴിഞ്ഞില്ലെങ്കിലും, കൂടുതൽ ശതമാനം വോട്ടു കരസ്ഥമാക്കാൻ കഴിഞ്ഞുവെന്നത് പ്രത്യേകം ശ്രദ്ധേയം.

സർക്കാരിനെതിരെ വൻ പ്രചാരവേലയാണ് മാധ്യമങ്ങൾ നടത്തിയത്. 'മന്ത്രിസഭയെ മൊത്തത്തിലും മന്ത്രിമാരെ വ്യക്തിപരമായും അവഹേളിക്കുകയും അപകീർത്തിപ്പെടുത്തുകയും ചെയ്യുക എന്ന ഉദ്ദേശ്യത്തോടെ വാർത്തകൾ വളച്ചൊടിക്കുകയും നുണകൾ എഴുതിപ്പിടിപ്പിക്കുകയും ചെയ്യുക എന്ന നയത്തിലേക്ക് നീങ്ങി'എന്ന് ഇ എം എസ് വിലയിരുത്തി അമേരിക്കൻ സാമ്രാജ്യത്വത്തിൻെറ പണം വാങ്ങുന്നത് അഭിമാനകരമാണെന്ന് പരസ്യമായി പറഞ്ഞ പത്രങ്ങളും നാട്ടിലുണ്ടായിരുന്നു.

സംഘപരിവാരത്തിന്റെ രാഷ്ട്രീയ മുഖം

> **ഫാ**സിസം സാമ്രാജ്യത്വത്തിന്റെ അങ്ങേയറ്റം തീവ്രമായ താൽ പര്യങ്ങളെയാണ് സംരക്ഷിക്കുന്നത്. എന്നാൽ ജനങ്ങൾക്ക് മുമ്പിൽ അതു പ്രത്യക്ഷപ്പെടുന്നത് ദേശീയതയുടെ മറപിടിച്ചു കൊണ്ടാണ്. അവ ആഹ്വാനം ചെയ്യുന്നതോ ദേശീയ വികാരം എന്നു വിളിക്കുന്ന സങ്കുചിതത്തെയും.
>
> *-ദിമിത്രോവ്*

രാജ്യത്തിന്റെ രാഷ്ട്രീയ മണ്ഡലത്തിൽ ബി ജെ പി വഹിക്കുന്ന പങ്കെന്താണെന്നും അത് ഏതു താൽപര്യത്തെയാണ് പ്രതിനിധാനം ചെയ്യുന്നതെന്നും പ്രത്യേകം വിശദീകരിക്കേണ്ട കാലമാണിത്. കാൽ നൂറ്റാണ്ടിലധികം നീണ്ട ചരിത്രമാണ് ബി ജെ പിക്കുള്ളത്. എന്നാൽ അവിടെ നിന്നുമാത്രമല്ല അതിന്റെ ചരിത്രം തുടങ്ങുന്നത്. 1950 ലാണ് ഗോൾവാൾക്കർ രാഷ്ട്രീയ പാർട്ടി രൂപീകരിക്കുന്നതിനുള്ള ശ്രമം നടത്തുന്നതിനു ഒരു സംഘം ആർ എസ് എസുകാരെ ശ്യാമപ്രസാദ് മുഖർജിയുടെ അടുത്തേക്ക് അയക്കുന്നത്. ദീനദയാൽ ഉപാധ്യയും അടൽബിഹാരി വാജ്പേയും എൽ കെ അദ്വാനിയും ഭണ്ടാരിയും അടങ്ങുന്നതായിരുന്ന ആ സംഘം. ഇതിനെ തുടർന്നാണ് ജനസംഘം രൂപീകരിക്കുന്നത്. 1979 വരെ നീണ്ടു നിന്നു അതിന്റെ പ്രവർത്തനം. ജനസംഘം രൂപികരിക്കുന്നത് പ്രത്യേകമായ ലക്ഷ്യത്തോടെയാണ്. ആർ എസ് എസ് സാംസ്കാരിക പ്രവർത്തനങ്ങളിൽ കേന്ദ്രീകരിക്കുകയും പരിവാരത്തിന്റെ വിവിധ കൈകൾ വ്യത്യസ്ത ചുമതലകൾ നിർവഹിക്കുകയും ചെയ്യുക എന്നതായിരുന്നു ഗോൾവാൾക്കറുടെ കാഴ്ചപ്പാട്. ആർ എസ് എസിന്റെ രാഷ്ട്രീയമുഖമായാണ് ജനസംഘം രൂപംകൊള്ളുന്നത്.

ബി ജെ പിയുടെ ചരിത്രം ആർ എസ് എസിന്റേതുമായി അഭേദ്യമായി ബന്ധപ്പെട്ടിരിക്കുന്നു. അവരുടെ ഔദ്യോഗിക വെബ്സൈറ്റിൽ മൽക്കാനി എഴുതിയ ചരിത്രത്തിൽ ആർ എസ് എസിന്റെ കാലം മുതലുള്ള കാര്യങ്ങൾ വിശദീകരിക്കുന്നുണ്ട്. തങ്ങളുടെ അജണ്ട നടപ്പിലാക്കുന്നതിനായി വിവിധ ഘട്ടങ്ങളിൽ വ്യത്യസ്ത രൂപങ്ങൾ ആർ എസ് എസ് ആവിഷ്കരിക്കുന്നുണ്ട്. 1925 ലാണ് ആർ എസ് എസ് രൂപം കൊള്ളുന്നത്. സാംസ്കാരിക മുഖമാണെങ്കിലും കൃത്യമായ രാഷ്ട്രീയലക്ഷ്യമാണ് അതിനുള്ളത്. അധികാരവുമായി ബന്ധപ്പെട്ടാണ് പരിപാടികൾ ആസൂത്രണം ചെയ്യുന്നത്. ഫാസിസ്റ്റ് സംഘടനകളും പാർട്ടികളും ലോകത്തെല്ലായിടത്തും പ്രവർത്തിക്കുന്നത് മറച്ചുവെയ്ക്കപ്പെട്ട മുഖവുമായാണ്. അതാതു കാലത്ത് ജനങ്ങളെ ആകർഷിക്കാൻ കഴിയുന്ന മുദ്രവാക്യങ്ങൾ ആവിഷ്കരിക്കുകയും അതുവഴി പൊതുബോധത്തെ സ്വാധീനിക്കാനുമാണ് അവ ശ്രമിക്കുന്നത്. മഹാത്മഗാന്ധിയുടെ കൊലപാതകം ആർ എസ് എസിന്റെ യഥാർഥ മുഖം പുറത്തുകൊണ്ടുവന്നു. കമ്യൂണിസ്റ്റ് പ്രസ്ഥാനം ശക്തിപ്പെടും എന്ന ഉമ്മാക്കികാട്ടി നെഹ്രുവിനെയും പട്ടേലിനെയും വിശ്വസിപ്പിച്ച് അംഗീകാരം വീണ്ടും നേടിയെങ്കിലും പഴയതുപോലെ പ്രവർത്തിക്കാൻ കഴിയാത്ത സാഹചര്യം വന്നു. സ്വതന്ത്ര രാജ്യത്ത് രാഷ്ട്രീയാധികാരത്തിന്റെ ആവശ്യവും ഗോൾവാൾക്കർ ശരിക്കും തിരിച്ചറിഞ്ഞിരുന്നു. സ്വാതന്ത്ര്യസമരത്തിൽ ഒരുതരത്തിലുള്ള പങ്കും ആർ എസ് എസ് വഹിച്ചിട്ടില്ല. ബ്രിട്ടീഷുകാർക്കെതിരെ രാജ്യം പൊരുതുമ്പോൾ മുസ്ലീം ജനതയിൽ ശത്രുവിനെ കണ്ടെത്തി വർഗീയകലാപങ്ങളുടെ പ്രയോഗത്തിലായിരുന്നു ആർ എസ് എസ്. 1927 ലെ നാഗ്പൂർ കലാപം അതിനുള്ള പരീക്ഷണശാലയായിരുന്നു. സ്വാതന്ത്രം ലഭിച്ച പുതിയ സാഹചര്യത്തിൽ ഈ വൈരത്തിന്റെ രാഷ്ട്രീയ പ്രയോഗത്തിലൂടെ അധികാരത്തിന്റെ വഴി തുറക്കാൻ കഴിയുമോയെന്നാണ് സംഘപരിവാരം അന്വേഷിച്ചത്.

ജനാധിപത്യ സംവിധാനത്തിൽ പ്രവർത്തിക്കുകയും അതേസമയം അതിന്റെ ഘടന തകർക്കാൻ ശ്രമിക്കുകയുമാണ് സംഘപരിവാരത്തിന്റെ ലക്ഷ്യം. അതിനു പ്രത്യേകമായ വൈഭവം ആവശ്യമാണ്. 'പ്രവർത്തനനിരതമായ അർധ ലിബറൽ ജനാധിപത്യത്തിനകത്ത് പ്രവർത്തിക്കുന്ന ഒരു രാഷ്ട്രീയ പാർട്ടിയെന്ന പദവിയും ജനാധിപത്യത്തിനു തന്നെ ഭീഷണിയായ പാർലമെന്റേതരവും ഭരണഘടനാ ബാഹ്യവുമായ വിപുലമായ പങ്കോടുകൂടിയ ബഹുജനപ്രസ്ഥാനവും തമ്മിൽ കൂട്ടിയിണക്കുന്നതിനു അതീവനൈപുണ്യമാണ് ബി ജെ പിക്കുള്ളതെന്ന് മാനിനി ചാറ്റർജി വ്യക്തമാക്കുന്നുണ്ട്. (ഹിന്ദുത്വത്തിന്റെ പ്രതിസന്ധി, പേജ് 28) പരിവാരത്തിന്റെ വ്യത്യസ്ത രൂപങ്ങളുമായി സമർഥമായി കണ്ണിചേർന്നാണ് അവർ ഈ ദൗത്യം നിർവഹിക്കുന്നത്.

ഇന്ത്യയുടെ വിഭജനം വർഗീയമായ ചേരിതിരിവുകളുടെ സന്ദർഭമായിരുന്നു. പാകിസ്ഥാൻ മതത്തിന്റെ അടിസ്ഥാനത്തിൽ രൂപം

കൊണ്ടപ്പോൾ ഇന്ത്യ മതനിരപേക്ഷ രാജ്യമായാണ് നിലകൊണ്ടത്. അന്നത്തെ സാഹചര്യത്തിൽ ആ തീരുമാനത്തിൽ സ്വാധീനം ചെലുത്താൻ കഴിയുംവിധം ഭൂരിപക്ഷ വർഗീയതയുടെ രാഷ്ട്രീയം കരുത്താർജ്ജിച്ചിരുന്നില്ല. ആ സന്ദർഭത്തിലുണ്ടായ വർഗീയ കലാപങ്ങളും അഭയാർഥി പ്രവാഹവും തങ്ങളുടെ രാഷ്ട്രീയമായ സ്വാധീനം ശക്തിപ്പെടുത്തുന്നതിനുള്ള സന്ദർഭമായി ഉപയോഗിക്കാൻ അവർ കിണഞ്ഞു പരിശ്രമിച്ചിരുന്നു. സന്നദ്ധപ്രവർത്തനത്തിന്റെ മുഖംമൂടിയണിഞ്ഞ് നടത്തിയ പ്രവർത്തനങ്ങളായിരുന്നു ഒരു വശത്ത്. മറുവശത്ത് ശക്തമായ വർഗീയ ധ്രുവീകരണത്തിന്റെ പ്രചാരവേലയും. കലാപങ്ങളെയും കൊലപാതകങ്ങളെയും ധ്രുവീകരണം ശക്തിപ്പെടുത്തുന്നതിനായി ഉപയോഗിക്കുക എന്ന തത്വത്തിന്റെ പ്രയോഗമായിരുന്നു മഹാത്മാഗാന്ധിയുടെ കൊലപാതകം. എന്നാൽ ഇത് പരിവാരത്തെ ഒറ്റപ്പെടുത്തുകയാണ് ചെയ്തത്.

ഇത്തരം സാഹചര്യത്തിൽ ജനസംഘം രൂപം കൊണ്ട കാര്യം നേരത്തെ വിശദീകരിച്ചിരുന്നു. ജനസംഘത്തിന്റെ പ്രവർത്തനത്തിന് വലിയ തോതിൽ ചലനം സൃഷ്ടിക്കാൻ കഴിഞ്ഞിരുന്നില്ല. വർഗീയ ശക്തിയെന്ന നിലയിൽ മറ്റു രാഷ്ട്രീയ പ്രസ്ഥാനങ്ങൾ ബോധപൂർവം തന്നെ അതിനോട് അകലം സ്ഥാപിക്കാൻ ശ്രമിച്ചിരുന്നു. കോൺഗ്രസ് സ്വീകരിച്ച നയവും സമീപനവുമാണ് ഈയവസ്ഥക്ക് മാറ്റമുണ്ടാക്കുന്നതിനു സഹായിച്ചത്. ജനാധിപത്യ പാർട്ടി എന്നതാണ് ലേബലെങ്കിലും അതിൽ നിന്നും വ്യത്യസ്തമായിരുന്നു ആ പാർട്ടിയുടെ പ്രവർത്തനം എന്നു ചരിത്രം പഠിപ്പിക്കുന്നുണ്ട്. 1957ൽ കേരളത്തിൽ കമ്യൂണിസ്റ്റ് പാർട്ടി അധികാരത്തിൽ വന്നത് കോൺഗ്രസിന് ഒട്ടും ഉൾകൊള്ളാൻ കഴിഞ്ഞിരുന്നില്ല. രാജ്യത്ത് ആദ്യമായി കോൺഗ്രസിനു അധികാരം നഷ്ടപ്പോൾ ജനാധിപത്യ വിരുദ്ധമാർഗത്തിലൂടെ ആ സർക്കാരിനെ അട്ടിമറിക്കുന്നതിനാണ് ശ്രമിച്ചത്. ഇത് ആ പാർട്ടിയുടെ ജനാധിപത്യ വിരുദ്ധ സ്വഭാവത്തെ തുറന്നുകാട്ടി. കേന്ദ്രത്തിലും അധികാരത്തിലിരിക്കുന്ന സംസ്ഥാനങ്ങളിലും കോൺഗ്രസ് പിന്തുടരുന്ന സാമ്പത്തിക നയം മഹാഭൂരിപക്ഷം വരുന്ന ജനങ്ങളുടെ താൽപ്പര്യത്തെ ഒട്ടും പരിഗണിക്കുന്നതായിരുന്നില്ല. സ്വാതന്ത്ര സമരകാലത്ത് ജനങ്ങളിലുണ്ടായ പ്രതീക്ഷകൾ പതുക്കെ പതുക്കെ തകരാൻ തുടങ്ങി. പല തിരഞ്ഞെടുപ്പുകളിലും വിയോജിപ്പ് പ്രകടമാകാൻ തുടങ്ങി. 1967ലെ നിയമസഭാ തിരഞ്ഞെടുപ്പിൽ കോൺഗ്രസിനു ഒമ്പതു സംസ്ഥാനങ്ങളിൽ അധികാരം നഷ്ടപ്പെട്ടു. കോൺഗ്രസ് വിരുദ്ധ സർക്കാരുകൾ ഇവിടങ്ങളിൽ രൂപം കൊണ്ടു. വ്യതസ്ത പാർട്ടികളും മുന്നണികളുമായിരുന്നു അധികാരത്തിൽവന്നത്. എന്നാൽ, ഇതിനെ വ്യാപിപ്പിക്കാൻ കഴിയുംവിധം അഖിലേന്ത്യാരൂപമുണ്ടായിരുന്നില്ല. തിരിച്ചടികളിൽനിന്നും പാഠം ഉൾകൊള്ളാനും നയങ്ങൾ മാറ്റമറിക്കുന്നതിനും കോൺഗ്രസ് തയ്യാറായിരുന്നില്ല. മുഖം രക്ഷിക്കുന്നതിനു ചില പുരോഗമന നടപടികൾ കൈകൊണ്ടെങ്കിലും അവയൊന്നും മൗലികമായ മാറ്റത്തിനു സഹായകരമായിരുന്നില്ല. ഇത് കോൺഗ്രസിനകത്തും ധ്രുവീകരണത്തിനു വഴിയൊരുക്കി.

എഴുപതുകളുടെ സാഹചര്യം ഭരണവർഗനയങ്ങളെ സംബന്ധിച്ചിടത്തോളം പ്രതിസന്ധിയുടേതായിരുന്നു. അടിയന്തരാവസ്ഥ പ്രഖ്യാപിക്കുന്നതിലേക്ക് കാര്യങ്ങൾ എത്തി. അമിതാധികാര വാഴ്ചയുടെ ഈ കാലം ജനാധിപത്യത്തിനായ പോരാട്ടങ്ങളുടെ കാലം കൂടിയായിരുന്നു. സ്വതന്ത്ര ഇന്ത്യയിൽ ഒരു സന്ദർഭത്തിനായി കാത്തിരുന്ന സംഘപരിവാരം ഈ സാഹചര്യത്തെ നന്നായി ഉപയോഗിച്ചു. ജനാധിപത്യ അവകാശങ്ങൾക്കായി പോരാട്ടത്തിൽ അവരും സജീവമായി ഇറങ്ങി. തത്വത്തിലും പ്രയോഗത്തിലും ജനാധിപത്യ വഴികൾ അന്യമായ പ്രസ്ഥാനമാണെങ്കിലുംഈ സന്ദർഭം നന്നായി വിനിയോഗിക്കാൻ തീരുമാനിച്ചു. ഏകാധിപത്യത്തിന്റെ കാലത്ത് ജനാധിപത്യത്തിനായി പ്രവർത്തിക്കുന്ന പാർട്ടികളും പ്രസ്ഥാനങ്ങളും തമ്മിൽ യോജിപ്പിന്റെ തലങ്ങൾ ഉണ്ടാവുക സ്വാഭാവികമാണ്. തങ്ങളുടെ തൊട്ടുകൂടായ്മ അവസാനിപ്പിക്കുന്നതിനു ഈ സന്ദർഭത്തിലെ ഇടപ്പെടൽ സഹായകരമായിരിക്കുമെന്ന് അവർ മനസിലാക്കി. ജന്മനാ സേച്ഛാധിപത്യപരവും ഫാസിസ്റ്റുമായ ഒരു രാഷ്ട്രീയ സംഘടനക്ക് നിയമസാധുത്വം ലഭിക്കാൻ സേച്ഛാധിപത്യ വിരുദ്ധത ഉതകിയെന്ന വിരോധാഭാസം ഡോക്ടർ കെ എൻ പണിക്കർ എടുത്തുപറയുന്നുണ്ട്. ഈ ഘട്ടത്തെ നിർണായക സന്ദർഭമായാണ് അദ്ദേഹം കാണുന്നത്.

> ഹിന്ദുവർഗീയതയുടെ മുന്നേറ്റത്തിലെ നിർണായക സന്ദർഭം 1975ലെ അടിയന്തരാവസ്ഥയായിരുന്നു. ഇന്ത്യൻ രാഷ്ട്രീയ ഘടനയിൽ ജനാധിപത്യത്തിന്റെ ഊടുംപാവും തകർത്തതിനു പറുമെ അത് വർഗീയശക്തികൾക്ക് വളരെയേറെ കരുത്തുപകരുകയും ചെയ്തു. അതുവരെയും ഇന്ത്യൻ രാഷ്ട്രീയ രംഗത്ത് അത് പ്രാന്തവൽക്കരിക്കപ്പെട്ടു കഴിയുകയായിരുന്നു. അതിലേറെ പ്രധാനം അടിയന്തരാവസ്ഥക്കു ശേഷമുള്ള സേച്ഛാധിപത്യ വിരുദ്ധചേരിയുടെ ഭാഗമായതാണ്. ഹ്രസ്വകാലയളവിലാണെങ്കിലും ഭരണാധികാരം കൈവശപ്പെടുത്താനും അതിനു സാധിച്ചു. (ഇന്ത്യയെന്നാൽ ഹിന്ദുത്വമോ, ഡോക്ടർ കെ എൻ പണിക്കർ, പേജ് 28, ചിന്ത) വളരെ ശ്രദ്ധേയമായ നിരീക്ഷണമാണത്.

എന്നാൽ ചിലർ ഇതിനെ തെറ്റായ അർഥത്തിലാണ് വിലയിരുത്താറുള്ളത്. ജനാധിപത്യത്തിനെതിരായ പോരാട്ടത്തിൽ ഇടപെട്ടവരാണ് ബി ജെ പിയുടെ ഒറ്റപ്പെടൽ അവസാനിപ്പിച്ചതെന്നതാണ് പ്രചാരം. എന്നാൽ കാരണത്തെ കാണാതെ പ്രശ്നത്തെ തലകീഴായി അവതരിപ്പിക്കുന്ന രീതിയാണത്. ഏകാധിപത്യ വാഴ്ചക്ക് നേതൃത്വം നൽകിയവരാണ് ഇതിനാവശ്യമായ സാഹചര്യം സൃഷ്ടിച്ചത്. ഏകാധിപത്യത്തിനെതിരായ പോരാട്ടത്തിൽ വർഗീയശക്തികളും അണിനിരന്നുവെന്നതുകൊണ്ട് ജനാധിപത്യ ശക്തികൾക്ക് അതിൽനിന്നും പിൻമാറാൻ കഴിയില്ല. രാജ്യത്തിന്റെ നിലനിൽപ്പുതന്നെ അപകടത്തിലാകുമെന്നതായിരിക്കും അതിന്റെ ഫലം. മറ്റൊന്നിനെ കുറിച്ചും ചർച്ച ചെയ്യാൻ ഭാവിയിൽ കഴിയാത്തവി

ധം ഏകാധിപത്യവാഴ്ച ദീർഘകാലം നിലനിന്നേനെ. പോരാട്ടങ്ങളിൽ ഇടപെടുമ്പോൾ പൊതുസംവിധാനത്തിൽ ഇത്തരക്കാരെ ഉൾപ്പെടുത്താതിരിക്കാൻ പരമാവധി ശ്രദ്ധിക്കുകയാണ് സാധ്യമായത്. കമ്യൂണിസ്റ്റ് പ്രസ്ഥാനം ഇക്കാര്യത്തിൽ കുറെ ജാഗ്രത പുലർത്തിയിരുന്നു. ഇന്നത്തെ രൂപത്തിലേക്ക് വർഗീയശക്തികൾ അന്ന് വളർന്നിട്ടില്ലാത്തതിനാൽ മറ്റു മതനിരപേക്ഷ ശക്തികൾ ഈ അപകടത്തെ അത്രക്ക് കണ്ടിരുന്നില്ല. എന്നുമാത്രമല്ല ഏകാധിപത്യം അരങ്ങുവാഴുന്ന സന്ദർഭത്തിൽ അതിന്റെ മുമ്പിൽ മറ്റു ചിന്തകൾ അപ്രസക്തമാവുകയും ചെയ്യും. ആ കാലത്തെ മുഖ്യഅപകടത്തെ സൃഷ്ടിച്ചവരാണ് യഥാർഥത്തിൽ വർഗീയശക്തികളുടെ തൊട്ടുകൂടായ്മ അവസാനിപ്പിക്കുന്നതിനു ഇടയാക്കിയതെന്നു ചുരുക്കം.

സ്വേച്ഛാധിപത്യ വിരുദ്ധമുന്നണിയുടെ ഭാഗമായതിനെ തുടർന്ന് ജനസംഘം ജനതാ പാർട്ടിയിൽ ലയിച്ചു. 1977 ലെ ലോകസഭാ തിരഞ്ഞെടുപ്പിനു തൊട്ടുമുമ്പായിരുന്നു ഇത്. പടിപടിയായി ജനതാപാർട്ടിയെ തങ്ങളുടെ അജണ്ട നടപ്പിലാക്കുന്നതിനുള്ള ഉപകരണമായി മാറ്റിതീർക്കുകയായിരുന്നു യഥാർഥ ഉദ്ദേശ്യം. ആർ എസ് എസിന്റെ ഉപദേശത്തിന് അനുസരിച്ച് പ്രവർത്തിക്കുന്ന മുൻജനസംഘക്കാർ ഭരണത്തിന്റെ തന്ത്രപ്രാധാന്യമുള്ള സ്ഥാനങ്ങളിൽ കടന്നുകയറി വർഗീയവൽക്കരണ പ്രക്രിയക്ക് നേതൃത്വം കൊടുക്കാനാണ് ശ്രമിച്ചത്. പക്ഷേ, അതിലെ മതനിരപേക്ഷ ശക്തികൾ അപകടത്തെ തിരിച്ചറിഞ്ഞിരുന്നു. സോഷ്യലിസ്റ്റ് ധാരയിൽനിന്നും വന്ന നിരവധി നേതാക്കൾ ഇരട്ട അംഗത്വത്തെ ചൊല്ലി പോരാട്ടം തുടങ്ങിയതോടെ അഭിപ്രായഭിന്നത രൂക്ഷമായി. തങ്ങളുടെ വ്യതിരക്തത ഉപേക്ഷിക്കാതിരുന്ന ജനസംഘക്കാർ ജനതാപാർട്ടി വിട്ടു. കോൺഗ്രസ് വിരുദ്ധ പരീക്ഷണത്തിന്റെ ആദ്യവിജയത്തിന് അധികം ആയുസുണ്ടായിരുന്നില്ല. 1980ലെ തെരഞ്ഞെടുപ്പിൽ ഇന്ദിരാഗാന്ധി അധികാരത്തിലേക്ക് തിരിച്ചുവന്നു. പഴയ ജനസംഘം ബി ജെ പിയായി രംഗപ്രവേശം ചെയ്തു.

ആർ എസ് എസിൽനിന്നും സ്വതന്ത്രമായ വ്യക്തിത്വമുള്ള രാഷ്ട്രീയ പാർട്ടിയെന്ന ലേബലിൽ പ്രവർത്തിക്കുന്നതിനാണ് ആദ്യഘട്ടത്തിൽ ശ്രമിച്ചത്. ഓരോ കാലത്തിന് അനുസരിച്ചുള്ള രൂപാന്തരീകരണത്തിന്റെ ഭാഗമാണെന്നു മാത്രം കണ്ടാൽ മതി. ഗാന്ധിയൻ സോഷ്യലിസമാണ് ഇക്കാലയളവിൽ മുദ്രാവാക്യമായി സ്വീകരിച്ചത്. ജനതാസർക്കാരിലെ വിദേശ മന്ത്രി എന്ന നിലയിൽ ലിബറൽ പ്രതിച്ഛായ സൃഷ്ടിക്കുന്നതിനു വാജ്പേയിക്ക് കഴിഞ്ഞിരുന്നു. കടുംപിടുത്തക്കാരനല്ലെന്ന ഈ പ്രതിച്ഛായയോടെ ഇതര ജനവിഭാഗങ്ങളുടെ പിന്തുണ ആർജിക്കുന്നതിനാണ് ശ്രമിച്ചത്. സംഘതൻ(സംഘടന), സംഘർഷ (സമരം), സംരചന(നിർമാണ പ്രവർത്തനം) എന്നിവയിൽ ശ്രദ്ധ കേന്ദ്രീകരിച്ചു. ചരൺസിങ്ങിന്റെ ലോകദളുമായി ചേർന്ന് ദേശീയ ജനാധിപത്യ സഖ്യം രൂപീകരിച്ച് മുന്നണി രാഷ്ട്രീയത്തിന്റെ പ്രയോഗത്തിനു തുടക്കം കുറിച്ചു. എന്നാൽ,

1984 ലെ തിരഞ്ഞെടുപ്പിൽ കേവലം രണ്ടു സീറ്റു മാത്രമാണ് ബി ജെ പിക്ക് ലഭിച്ചത്. പക്ഷേ സീറ്റിന്റെ എണ്ണത്തിൽ മാത്രം വിലയിരുത്തുൽ നടത്തുന്നത് തെറ്റായ നിഗമനങ്ങളിലേക്ക് നയിക്കും. കോൺഗ്രസ് കഴിഞ്ഞാൽ ഏറ്റവും കൂടുതൽ വോട്ടുനേടിയത് ബി ജെ പിയാണ്. എന്നാൽ മതനിരപേക്ഷ പാർട്ടികളുടെ ജാഗ്രതയാണ് സീറ്റിലേക്ക് പ്രതിഫലിപ്പിക്കുന്നതിൽനിന്നും തടഞ്ഞത്. ബി ജെ പിയുടെ പ്രതീക്ഷകൾ തകിടം മറഞ്ഞുവെന്ന യാഥാർഥ്യവും കാണാതിരുന്നുകൂട.

ജനസംഘത്തിന്റെ പിന്നിൽ അണിനിരന്ന ഹിന്ദു വോട്ടുകളിൽ ഒരു പ്രബല വിഭാഗത്തെ സ്വാധീനിക്കാൻ കോൺഗ്രസിനു ഈ തിരഞ്ഞെടുപ്പിൽ കഴിഞ്ഞിരുന്നു. ഇന്ദിരാഗാന്ധിയുടെ വധം സൃഷ്ടിച്ച സഹതാപ തരംഗം കോൺഗ്രസിനു അനുകൂലമായ അന്തരീക്ഷം സൃഷ്ടിച്ചു. സിക്ക് വിരുദ്ധ വികാരം ഹിന്ദുവർഗീയ വികാരത്തെ ആളിക്കത്തിക്കാൻ സഹായകരമായി. ആർ എസ് എസ് കേഡർമാരുടെ വോട്ടുപോലും കോൺഗ്രസിനു അനുകൂലമായാണ് രേഖപ്പെടുത്തിയതെന്ന് ബി ജെ പി ജനറൽ സെക്രട്ടറി കിഷൻലാൽ ശർമ്മയുടെ നേതൃത്വത്തിൽ രൂപികരിച്ച അന്വേഷണ കമ്മിറ്റി കണ്ടെത്തുകയുണ്ടായി. മൃദുഹിന്ദുത്വ സമീപനം സ്വീകരിച്ച കോൺഗ്രസിനുണ്ടായ അഭൂതപൂർവ്വമായ വിജയത്തിൽനിന്നും തങ്ങൾക്കാവശ്യമായ പാഠം ഉൾക്കൊണ്ട ബി ജെ പി കടുത്ത വർഗീയതയുടെ കാർഡ് ഇറക്കാൻ തീരുമാനിച്ചു.

അതിനു വാജ്പേയിയുടെ നേതൃത്വം പോരാതെ വന്നു. തീവ്രനിലപാടുകളുടെ വക്താവിനെയായിരുന്നു വേണ്ടത്. ആർ എസ് എസിനു പ്രിയങ്കരനായ അദ്വാനി നേതൃത്വത്തിലേക്ക് വരുന്നത് ഈ സാഹചര്യത്തിലാണ്. 1986 മേയ് മാസത്തിൽ ന്യൂഡെൽഹിയിൽ ചേർന്ന പ്ലീനറി യോഗത്തിലാണ് അദ്വാനി അധ്യക്ഷപദം ഏറ്റെടുത്തത്. ജനസംഘത്തിന്റെ കാലത്തെ തീവ്ര മുദ്രാവാക്യങ്ങൾ വീണ്ടെടുക്കാൻ ഇതോടെ തീരുമാനമായി. കാശ്മീരിനു പ്രത്യേക പദവി നൽകുന്ന 370-ാം വകുപ്പ് റദ്ദാക്കുക, ന്യൂനപക്ഷ കമ്മീഷൻ പിരിച്ചുവിടുക, ഏകീകൃത സിവിൽ നിയമം കൊണ്ടുവരിക എന്നീ മുദ്രാവാക്യങ്ങൾ പ്രധാന അജണ്ടയായി മാറി. രാജീവ് ഗാന്ധിയുടെ സർക്കാർ സ്വീകരിച്ച ചില നടപടികൾ ബി ജെ പിയുടെ തീവ്ര വർഗീയ നിലപാടിനെ ശക്തിപ്പെടുത്തുന്നതിനു ആവശ്യമായ സാഹചര്യം സൃഷ്ടിച്ചെന്ന് മാനിനി ചാറ്റർജി നിരീക്ഷിക്കുന്നുണ്ട്. (അതേ പുസ്തകം, പേജ് 12) ഷബാനു കേസിലെ സുപ്രീം കോടതി വിധി മറികടക്കുന്നതിനു കൊണ്ടുവന്ന മുസ്ലീം സ്ത്രീ ബില്ലും, രാമജന്മ ക്ഷേത്രം ആരാധനക്കായി തുറന്നിട്ട നടപടിയുമാണ് ഇതിൽ പ്രധാനം. ആദ്യത്തേത് മുസ്ലീം വിരുദ്ധവികാരം തുറന്നുവിടുന്നതിനുള്ള ആയുധമായി മാറി. കോൺഗ്രസിന്റെ മുസ്ലീം പ്രീണന നയത്തിനെതിരെ ബി ജെ പി ആഞ്ഞടിച്ചു. മതനിരപേക്ഷ വാദികളായ ഹിന്ദുക്കളിൽ വരെ ആശയക്കുഴപ്പം ഉണ്ടാക്കുന്നതിനു ഇതു സഹായകരമായി. രണ്ടാമത്തേത് തങ്ങളുടെ ആയുധം പരസ്യമായി പ്രഖ്യാപിക്കുന്നതിനു

അവസരം നൽകി. 1989 വരെ രാമജന്മ ഭൂമി പ്രശ്നത്തിൽ നിഷ്പക്ഷത പാലിച്ചിരുന്ന ബി ജെ പി ആ പ്രക്ഷോഭത്തിനു പരസ്യപിന്തുണ നൽകാൻ ഈ സന്ദർഭത്തെ വിനിയോഗിച്ചു.

രാജീവ് ഗാന്ധിയിലുള്ള പ്രതീക്ഷകൾ വളരെ വേഗം തകർക്കപ്പെട്ടു. ബൊഫോഴ്സ്കോഴ അദ്ദേഹത്തിന്റെ പ്രതിച്ഛായക്ക് കളങ്കമേൽപ്പിച്ചു. വി പി സിങ് നടത്തിയ പോരാട്ടം പതുക്കെ പതുക്കെ പുതിയ രാഷ്ട്രീയ ധ്രുവീകരണത്തിലേക്ക് നയിച്ചു. കോൺഗ്രസിനോടുള്ള അസംതൃപ്തി ഉപയോഗിച്ച് പ്രതിപക്ഷം ശക്തിയാർജിച്ചു. ഉപതിരഞ്ഞെടുപ്പിൽ വിപി സിങ്ങിനുണ്ടായ വിജയം ഇതിലെ പ്രധാന ഘട്ടമാണ്. ഇതിനൊപ്പം നിന്ന് ജനതാപാർട്ടിയുടെ കാലത്തേതുപോലെ അധികാരത്തിൽ പങ്കുവഹിക്കുന്നതിനെ കുറിച്ച് ബി ജെ പി സ്വപ്നം കാണാൻ തുടങ്ങി. ഇതു സൃഷ്ടിക്കാൻ ഇടയുള്ള അപകടത്തെ കുറിച്ച് അവബോധമുണ്ടായിരുന്ന ഇടതുപക്ഷമാണ് അതിനെ തടഞ്ഞത്. വി പി സിങ് നയിക്കുന്ന മുന്നണിയുടെ ഭാഗമാകാനുള്ള ശ്രമത്തെ തുടക്കം മുതൽ സി പി ഐ (എം) എതിർത്തിരുന്നു. ഈ കാലയളവിൽ കടുത്ത കമ്യൂണിസ്റ്റ് വിരുദ്ധപ്രചാരവേലയാണ് ബി ജെ പി നടത്തിയത്. കോൺഗ്രസിനു അധികാരത്തിൽ തുടരുന്നതിനെ സഹായിക്കുകയാണ് സി പി ഐ (എം) ചെയ്യുന്നതെന്നുവരെ പറഞ്ഞു. ആണവകരാറുമായി ബന്ധപ്പെട്ട് ഇപ്പോൾ കോൺഗ്രസ് നടത്തുന്ന പ്രചാരവേലയുമായി അതു താരതമ്യം ചെയ്യുന്നത് രസകരമായിരിക്കും!

1988 ലെ തിരഞ്ഞെടുപ്പിൽ ബി ജെ പിക്ക് 88 സീറ്റു നേടാൻ ബി ജെ പിക്ക് കഴിഞ്ഞു. വി പി സിങ് മന്ത്രിസഭയിൽ ചേരാനുള്ള ശ്രമവും ഇടതുപക്ഷ ഇടപെടലിനെ തുടർന്ന് പരാജയപ്പെട്ടു. ഇടതുപക്ഷത്തെപോലെ പുറത്തുനിന്നും വി പി സിങ്ങിനെ പിന്തുണക്കാൻ അവർ നിർബന്ധിതമായി. 84ലെ രണ്ടു സീറ്റിൽനിന്നും 88 സീറ്റിലേക്ക് ബി ജെ പി വളർന്നതിന് ആരാണ് ഉത്തരവാദി എന്ന ചോദ്യം പലപ്പോഴും ഉയർന്നുവരാറുണ്ട്. സി പി ഐ (എം) ന്റെയും ഇടതുപക്ഷത്തിന്റെയും ചുമലിൽ അടിച്ചേൽപ്പിക്കുന്നതിനും പലരും ശ്രമിക്കാറുണ്ട്. എന്നാൽ എന്താണ് യാഥാർഥ്യം? ഇടതുപക്ഷം ശക്തമായ ഒരു സംസ്ഥാനത്തും ബി ജെ പിക്ക് ചലനമുണ്ടാക്കാൻ കഴിഞ്ഞില്ല. കോൺഗ്രസിന്റെ ശക്തികേന്ദ്രങ്ങളാണ് ബി ജെ പിക്ക് വിജയം നൽകിയത്. അതിനു ഉത്തരവാദി കോൺഗ്രസ് മാത്രമാണ്. അവരുടെ നയങ്ങൾ സൃഷ്ടിച്ച കടുത്ത അസംതൃപ്തിയാണ് ഇതിനു വഴിയൊരുക്കിയത്. അവർ സ്വീകരിച്ച മൃദുഹിന്ദുത്വത്തേക്കാൾ നല്ലത് ബി ജെ പിയുടെ തീവ്ര ഹിന്ദുത്വമാണെന്ന നിലപാടിലേക്ക് ഒരുവിഭാഗം ജനം എത്തിയതിനു ആരാണ് ഉത്തരവാദിയെന്നു പ്രത്യേകം വിശദീകരിക്കേണ്ടതില്ല. അയോധ്യയിൽനിന്നും തിരഞ്ഞെടുപ്പ് പ്രചരണം നടത്തുന്നവരേക്കാൾ ആവശ്യം അവിടെ ക്ഷേത്രം പണിയാമെന്നു ഉറപ്പുനൽകിയവരാണെന്ന് ഹിന്ദുക്കളിൽ ഒരു വിഭാഗം കരുതി.

ബി ജെ പിയുടെ ശക്തിപ്പെടലിന്റെ സാമ്പത്തിക ഘടകങ്ങളും പ്രധാ

നമാണ്. കോൺഗ്രസും ബി ജെ പിയും ഒരേ വർഗ താൽപര്യത്തിന്റെ പ്രതീകങ്ങളാണ്. പിന്തിരിപ്പൻ വൻകിട ബൂർഷ്വ- ഭൂപ്രഭു വിഭാഗത്തെ പ്രതിനിധാനം ചെയ്യുന്ന ഒരു വലതുപക്ഷ വർഗീയ പാർട്ടിയാണ് ബി ജെ പി എന്ന് ശാസ്ത്രീയമായി പ്രകാശ് കാരാട്ട് വിലയിരുത്തുന്നുണ്ട്. (ബി ജെ പിയുടെ വർഗസ്വഭാവം, ചിന്ത പബ്ലിക്കേഷൻസ്) കോൺഗ്രസിൽനിന്നും വ്യത്യസ്തമായി അത് ഒരു വർഗീയ പാർട്ടിയാണ്. സാധാരണ വലതുപക്ഷ പാർട്ടികൾ സോഷ്യലിസത്തിന്റെയും ക്ഷേമ രാഷ്ട്രത്തിന്റെയും മുഖംമൂടി എടുത്തണിയാറുണ്ട്. യാഥാസ്ഥിതിക വലതുപക്ഷ പാർട്ടികൾ ഭരണവർഗ താൽപര്യങ്ങൾക്കായി പരസ്യമായി വാദിക്കുകയും നിലവിലുള്ള സാമൂഹ്യ വ്യവസ്ഥയെ പരിരക്ഷിക്കാൻ ശ്രമിക്കുകയുമാണ് ചെയ്യുന്നത്. എൺപതുകളുടെ രണ്ടാം പകുതി ഇന്ത്യൻ ഭരണവർഗം പ്രതിസന്ധിയെ അഭിമുഖീകരിച്ച കാലമാണ്. നെഹ്റുവിന്റെ സാമ്പത്തിക നയം ഉപയോഗിച്ച് ഈ പ്രതിസന്ധിയെ മറികടക്കുന്നതിനു കഴിയില്ലെന്ന ശക്തമായ ധാരണ വൻകിട ബൂർഷ്വാസിയിൽ ശക്തിപ്പെട്ടു. രാജീവ് ഗാന്ധിയുടെ നയം സൃഷ്ടിച്ച വ്യാമോഹം അതിവേഗത്തിൽ തകരുകയും ചെയ്തു. ഈ സാഹചര്യത്തിൽ തങ്ങളുടെ താൽപര്യം സംരക്ഷിക്കാൻ കഴിയുന്ന വ്യത്യസ്തമായ ഒരു രാഷ്ട്രീയ പാർട്ടി വേണമെന്ന ചിന്ത ഇക്കൂട്ടരിൽ ശക്തമായി. സമൂഹം പ്രതിസന്ധിയിൽ ചെന്നുപ്പെടുകയും പരമ്പരാഗത രീതിയിലൂടെ ഭരണവർഗത്തിനു രക്ഷപ്പെടാൻ കഴിയാതെ വരികയും ചെയ്യുമ്പോൾ രംഗപ്രവേശം ചെയ്യുന്ന പുത്തൻ വലതുപക്ഷ പാർട്ടികൾ ശക്തിപ്പെടുമെന്നതിന് ലോകത്ത് നിരവധി ഉദാഹരണങ്ങളുണ്ട്. അക്കൂട്ടത്തിലാണ് ബി ജെ പിയുടെ സ്ഥാനവും.

സാർവദേശീയ സാഹചര്യവും ഇതിനു യോജിക്കുന്നതായിരുന്നു. സോവിയറ്റ് യൂണിയന്റെ തകർച്ചയും സോഷ്യലിസത്തിനേറ്റ തിരിച്ചടിയും ശാക്തിക ബലാബലത്തിൽ സാമ്രാജ്യത്വത്തിനു മുൻകൈ നൽകി. ആഗോളവൽക്കരണം കാലത്തിന്റെ ക്രമമായി മാറാൻ തുടങ്ങി. പ്രതിഷേധങ്ങളെ ദുർബലമാക്കുന്നതിനായി ഭിന്നിപ്പിക്കലിന്റെ തന്ത്രം സാമ്രാജ്യത്വം ഉപയോഗിക്കാൻ തുടങ്ങി. ഉദാരവൽക്കരണ നയങ്ങളുടെ ഫലമായി അസമത്വവും തൊഴിലില്ലായ്മയും വർധിച്ചു. തങ്ങളുടെ തൊഴിൽ അവസരങ്ങൾ മറ്റു വംശക്കാരോ മതസ്ഥരോ തട്ടിയെടുക്കുകയാണെന്ന തെറ്റായ ധാരണ ഇതര മതസ്ഥരിലെ തൊഴിൽ രഹിതരിൽ ശക്തിപ്പെട്ടു. സമ്പത്തിന്റെ കാര്യത്തിലും ഇതുതന്നെയാണ് സ്ഥിതിയെന്നും പ്രചരിപ്പിച്ചു. ജർമനിയിലെയും ഫ്രാൻസിലെയും വംശീയ കലാപങ്ങൾ ഇവിടെ പ്രസക്തമാണ്. ഗുജറാത്ത് വംശഹത്യക്ക് മുമ്പ് മാധ്യമങ്ങളിലൂടെ നടത്തിയതും ഇതേ പ്രചാരവേലയായിരുന്നു.

സാമ്പത്തിക പ്രതിസന്ധിയുടെ രൂക്ഷാവസ്ഥകളിൽ ഫാസിസം വളർച്ചക്കുള്ള വളക്കൂറുള്ള മണ്ണ് കണ്ടെത്തുമെന്ന് അഡോണ നിരീക്ഷിച്ചിട്ടുണ്ട്. അരക്ഷിതാവസ്ഥയുടെ സാമൂഹ്യ സാഹചര്യങ്ങളും ദുരിതങ്ങളുടെ സാമ്പത്തിക ഘടകങ്ങളും ഇടതുപക്ഷത്തിന്റെ വളർച്ചക്ക് അനുയോ

ജ്യമായ വസ്തുനിഷ്ഠ സാഹചര്യങ്ങളാണ്. എന്നാൽ, ആ സാഹചര്യത്തെ ഉപയോഗിക്കാൻ കഴിയുന്ന കരുത്തും പക്വതയും തൊഴിലാളി വർഗ രാഷ്ട്രീയത്തിന് ഇല്ലെങ്കിൽ ഫാസിസം ഇന്ധനം കണ്ടെത്തുമെന്ന് പല പഠനങ്ങളും വ്യക്തമാക്കുന്നുണ്ട്.

ദീനദയാൽ ഉപാധ്യയുടെ 'സമ്പൂർണ മാനവികത' എന്ന മുദ്രാവാക്യം സ്വീകരിച്ച് അദ്വാനിയുടെ നേതൃത്വത്തിലേക്ക് മാറിയ ബി ജെ പി ഈ സാഹചര്യത്തെയാണ് ഉപയോഗിക്കാൻ ശ്രമിച്ചത്. മുതലാളിത്തമോ കമ്യൂണിസമോ അല്ലാത്ത മൂന്നാംപാതക്കു വേണ്ടിയാണ് തങ്ങൾ നിൽക്കുന്നതെന്ന് ഇവർ പ്രചരിപ്പിച്ചു. കഴുത്തറപ്പൻ മുതലാളിത്തത്തിന്റെ ദർശനത്തെ മാനവികതയുടെ മുഖംമൂടിയിൽ മറച്ചുപിടിച്ചു. ലോകത്ത് പല രാജ്യങ്ങളിലും ഫാസിസ്റ്റ് പാർട്ടികൾ ചെയ്തുപോലെ ദേശീയ പാർട്ടി എന്ന വികാരം സൃഷ്ടിക്കാൻ കഴിയാവുന്ന പരിപാടികൾ ആവിഷ്കരിച്ചു. രാമൻ അടയാളമായി മാറി. വൈരത്തിന്റെ രാഷ്ട്രീയം വിജയകരമായി പ്രയോഗിക്കുന്നതിനു ഒരു പ്രഖ്യാപിത ശത്രു ആവശ്യമാണ്. മുസ്ലീം വിരുദ്ധ വികാരം ശക്തിപ്പെടുത്തുക പ്രധാന അജണ്ടയായി. ബാബറി പള്ളി തകർക്കപ്പെടേണ്ട പ്രതീകമായി. നേരത്തെ പരാമർശിച്ച രാജീവ് ഗാന്ധിയുടെ ഭരണകാലത്തെ നടപടികൾ ഇതിനു സഹായകരമായി.

ഗോൾവാൾക്കറുടെ സിദ്ധാന്തത്തിന്റെ പ്രയോഗമാണ് ബി ജെ പി നടത്തുന്നത്. ദേശീയതയുടെ വക്താക്കളാവുകയും അതിന്റെ ശത്രുക്കൾ ആരാണെന്ന് പ്രഖ്യാപിച്ച് അന്ധവും സങ്കുചിതവുമായ വികാരം ഇളക്കിവിട്ട് അധികാരത്തിലേക്കുള്ള വഴി കണ്ടെത്താനാണ് ശ്രമിച്ചത്. "ഫാസിസം ഏറ്റവും മുരത്ത സാമ്രാജ്യത്വവാദികളുടെ താൽപര്യങ്ങൾക്കു വേണ്ടി പ്രവർത്തിക്കുകയും എന്നാൽ ദുഷ്പെരുമാറ്റത്തിനെതിരായ ഒരു രാഷ്ട്രത്തിന്റെ വേഷത്തിൽ ബഹുജനങ്ങളുടെ മുമ്പിൽ പ്രത്യക്ഷപ്പെടുകയും അപമാനിതനായ 'ദേശീയ' വികാരങ്ങളെ ഉണർത്തിവിടുകയും ചെയ്യുന്നു." (ജോർജി ദിമിത്രോവ്) ഹിന്ദുക്കൾ വിവേചനത്തിനു ഇരയായികൊണ്ടിരിക്കുകയാണെന്നും അതിനു കാരണം അന്യ മതങ്ങളുടെ ആധിപത്യ ശ്രമങ്ങളാണെന്നും അതിൽ നിന്നുള്ള ശുദ്ധീകരണം ആവശ്യമാണെന്നും പ്രചരിപ്പിച്ചു. മതത്തെ രാഷ്ട്രീയമായി കൂട്ടിയിണക്കുന്നതിൽ ഇദ്ദേഹത്തിന്റെ സംഭാവനകൾ പ്രധാനമാണ്. "മതത്തെ വ്യക്തിജീവിതത്തിലോ പൊതു ജീവിതത്തിലോ അവഗണിക്കാൻ കഴിയുന്നതല്ല. അതിന്റെ ബൃഹത്തായ സ്ഥാനത്തിന് ആനുപാതികമായി രാഷ്ട്രീയത്തിലും അതിനു സ്ഥാനമുണ്ടാകേണ്ടതാകുന്നു. അത്തരം ഒരു മതത്തെ സംബന്ധിച്ചിടത്തോളം രാഷ്ട്രീയം തന്നെയും മതത്തിന്റെ അനുശാസനങ്ങളിലൊന്നായും അത്തരം അനുശാസനങ്ങൾക്ക് അനുസൃതമായും മാത്രം പരിഗണിക്കുകയും അനുവർത്തിക്കുകയും ചെയ്യേണ്ട ഒരു ചെറിയ ഘടകമാകുന്നു." (ഗോൾവാൾക്കർ, *നാം അഥവ നമ്മുടെ രാഷ്ട്രം നിർവചിക്കപ്പെടുന്നു*, പേജ് 24) ഇതിനു അനുസൃതമായ പ്രവർത്തന പദ്ധതിയാണ് സംഘപരിവാരം ബി ജെ പിയിലൂടെ നിർവഹിക്കാൻ ശ്രമിച്ചത്.

മറ്റു മതങ്ങളെ ശത്രുതാപരമായി അവതരിപ്പിക്കുന്നതിന് ആവശ്യമായ ദാർശനിക പരിസരവും ഗോൾവാൾക്കർ സൃഷ്ടിച്ചിരുന്നു. ജർമനിയിലെ ഫാസിസ്റ്റ് വാഴ്ചയിൽനിന്നാണ് അദ്ദേഹം ഊർജം സമാഹരിച്ചത്. 'ജർമനി അതിന്റെ വംശത്തിന്റെയും സംസ്കാരത്തിന്റെയും പരിശുദ്ധി കാത്തു സൂക്ഷിക്കുന്നതിനുവേണ്ടി സെമിറ്റിക് വംശങ്ങളെ–ജൂതൻമാരെ– വിപാടനം ചെയ്തുകൊണ്ട് ലോകത്തെ ഞെട്ടിച്ചു. വംശാഭിമാനം അതിന്റെ പരമകാഷ്ഠയിൽ പ്രത്യക്ഷീഭവിക്കുകയായിരുന്നു ഇവിടെ. അടിവേരോളം ഭിന്നതകളുള്ള മതങ്ങളെയും സംസ്കാരങ്ങളെയും ഒരു ഐക്യപൂർണിമയിൽ ഏകീഭവിപ്പിക്കുക എത്രകണ്ട് അസാധ്യമാണെന്നും ജർമനി കാണിച്ചു തന്നിരിക്കുന്നു. അത് ഹിന്ദുസ്ഥാനിലെ നമുക്ക് പഠിക്കുകയും പ്രയോജനപ്പെടുത്തുകയും ചെയ്യാവുന്ന നല്ലൊരു പാഠമാണ് (അതേപുസ്തകം, പേജ് 35). ഇതിനു അനുസൃതമായി നഗ്നമായ ഹിന്ദുത്വത്തിന്റെ പ്രയോഗമാണ് 1990–93 ൽ ബി ജെ പി നിർവഹിക്കാൻ ശ്രമിച്ചത്. ഇതാണ് ബി ജെ പി യുടെ പ്രവർത്തനത്തിന്റെ മൂന്നാംഘട്ടം. 1989 ലെ പാലാംപൂർ ദേശീയ എക്സിക്യൂട്ടിവിൽ അയോധ്യയിലെ രാമക്ഷേത്രം മുദ്രവാക്യമായി ഔപചാരികമായി അംഗീകരിച്ചു.

വി പി സിങ് സർക്കാരിനെ പുറത്തുനിന്നും പിന്തുണച്ച ബി ജെ പി ആദ്യഘട്ടങ്ങളിൽ വലിയ പ്രശ്നങ്ങളൊന്നും പ്രത്യക്ഷത്തിൽ ഉണ്ടാക്കാതെ അവസരത്തിനായി കാത്തിരുന്നു. മന്ത്രിസഭയുടെ ഭാഗമായി മാറി അധികാരം ഉപയോഗിച്ച് വർഗീയവൽക്കരണം ശക്തിപ്പെടുത്തുന്നതിനു ഇടതുപക്ഷ എതിർപ്പുമൂലം തങ്ങൾക്ക് കഴിയില്ലെന്ന് ബി ജെ പിക്ക് അറിയമായിരുന്നു. 1990 മാർച്ചിൽ നടന്ന അസംബ്ലി തെരഞ്ഞെടുപ്പിൽ രണ്ടിടത്ത് ഒറ്റക്കും മറ്റു രണ്ടു സംസ്ഥാനങ്ങളിൽ ജനതാദളുമായി ചേർന്ന് അധികാരത്തിൽ വരാൻ കഴിഞ്ഞത് ബി ജെ പിക്ക് കൂടുതൽ വീര്യം നൽകി. രാമക്ഷേത്ര മുദ്രവാക്യം ഉയർത്തി പ്രക്ഷോഭം ആരംഭിക്കുന്നതിനുള്ള ശ്രമം തുടങ്ങി. 1990 ഒക്ടോബർ 30 മുതൽ ക്ഷേത്രംപണി ആരംഭിക്കുമെന്ന് വിശ്വഹിന്ദുപരിഷത്ത് പ്രഖ്യാപിച്ചു. മണ്ഡൽ കമീഷൻ റിപ്പോർട്ടിലെ ശുപാർശകൾ നടപ്പിലാക്കാനുള്ള തീരുമാനം സ്ഥിതിഗതികൾ രൂക്ഷമാക്കി. സവർണ രാഷ്ട്രീയത്തിന്റെ പാർട്ടി പ്രത്യക്ഷത്തിൽ എതിർപ്പ് പ്രകടിപ്പിച്ചില്ലെങ്കിലും അവരുടെ പാർലമെന്റ് അംഗമായ ജെയിൻ നിരാഹാരം കിടക്കുന്നത് ഉൾപ്പെടെയുള്ള സമരങ്ങൾ മറുവശത്ത് ശക്തിപ്പെടുത്തി. മതത്തിന്റെ രാഷ്ട്രീയ പ്രയോഗത്തിനു പറ്റിയ സന്ദർഭമാണിതെന്ന് സംഘപരിവാരം തിരിച്ചറിഞ്ഞു. ഗുജറാത്തിലെ സോമനാഥിൽ നിന്ന് അയോധ്യയിലേക്ക് 10000 കിലോമീറ്റർ രഥയാത്ര നടത്താനുള്ള തീരുമാനം സെപ്തംബർ 12 നു പത്രസമ്മേളനത്തിൽ അദ്വാനി പ്രഖ്യാപിച്ചു. കലാപങ്ങളിലൂടെ വർഗീയ ധ്രുവീകരണം ശക്തിപ്പെടുത്തുന്നതിനും ഈ സന്ദർഭം ഉപയോഗിക്കാമെന്ന് അവർ കണ്ടു.

ഈ രഥയാത്രയിൽ രാമപ്രതീകമായി ബി ജെ പിയെയും അദ്വാനിയെയും അവതരിപ്പിച്ചു. ഗ്രാമങ്ങളിലെ സാധാരണക്കാരിലേക്ക് സങ്കുചി

ത മതവികാരം കത്തിച്ചുവിടുന്നതിനും കടുത്ത മുസ്ലീം വിരുദ്ധവികാരം കുത്തിവെക്കുന്നതിനും ഇതുവഴി കുറെയൊക്കെ കഴിഞ്ഞു. ഈ യാത്രയിൽ ഭ്രാന്താവസ്ഥയിലേക്ക് എത്തിയ ചെറുപ്പക്കാരെ ഉപയോഗിച്ചാണ് ബജ്രംഗദൾ ശക്തിപ്പെടുന്നത്. 92 ൽ ബാബറിപ്പള്ളി തകർക്കുന്നതിൽ പ്രധാന പങ്ക് വഹിച്ചത് ഇവരാണ്. ആർ എസ് എസിന്റെ സ്ഥാപകനായ കേശവ് റാവു ബലിറാം ഹെഡ്ഗേവറുടെ ജന്മശതാബ്ദി 1989ൽ ആഘോഷിച്ചത് രാജ്യവ്യാപക സംഘാടനത്തിന്റെ അവസരമായി ഉപയോഗിച്ചു. വൻകിട ബൂർഷ്വാസിയും ഈ നീക്കങ്ങളെ പിന്തുണച്ചു. രഥയാത്രക്ക് ശേഷം കൊൽക്കത്തെയിൽ എത്തിയ അദ്വാനിക്ക് ബിർള വിരുന്നു നൽകിയത് ഇതിന്റെ തെളിവായി പലരും ഉദാഹരിക്കുന്നുണ്ട്.

വർഗീയ വിഷം വമിപ്പിച്ച് സഞ്ചരിച്ച രഥയാത്ര നാടിന്റെ മതനിരപേക്ഷത തകർക്കുമെന്ന് തിരിച്ചറിഞ്ഞ ഘട്ടത്തിൽ ബീഹാറിലെ സർക്കാർ അദ്വാനിയെ അറസ്റ്റ് ചെയ്തു. ഇതോടെ ദേശീയ മുന്നണി സർക്കാരിനുള്ള പിന്തുണ ബി ജെ പി പിൻവലിച്ചു. ന്യൂനപക്ഷമായ സർക്കാർ വിശ്വാസവോട്ട് തേടാൻ നിർബന്ധിതമായി. വർഗീയതയും മതനിരപേക്ഷതയും ഏറ്റുമുട്ടിയ ചരിത്രത്തിലെ നിർണായക സന്ദർഭമായിരുന്നു പ്രമേയത്തിന്റെ ചർച്ച. വർഗീയത പ്രധാന വിഷയമല്ലെന്ന പരാമർശമാണ് അന്നത്തെ പ്രതിപക്ഷനേതാവ് രാജീവ് ഗാന്ധി നടത്തിയത്. ബി ജെ പിക്കെതിരെ ഒരു വാക്കുപോലും ഉരുവിടാൻ അദ്ദേഹം തയ്യാറായില്ല. ബി ജെ പിക്ക് ഒപ്പം കോൺഗ്രസും ചേർന്ന് വി പി സിങ്ങിനെ താഴെയിറക്കി. രാജ്യത്തിന്റെ അധികാരത്തിലേക്ക് കടന്നുകയറുന്നതിന് വർഗീയതക്ക് വഴി തുറക്കലായിരുന്നു അത്. അന്നു കോൺഗ്രസ് അതു ചെയ്തില്ലായിരുന്നെങ്കിൽ വർഗീയത ഇത്രയും ശക്തിപ്പെടില്ലായിരുന്നു. ഒരുപക്ഷേ ബി ജെ പി അധികാരത്തിൽ വരുന്നതിനെ തടയുന്നതിനും അതിനു കഴിയുമായിരുന്നേനെ. ബി ജെ പിയുടെ വളർച്ചയെ വിശദീകരിക്കുന്ന മാധ്യമങ്ങളും രാഷ്ട്രീയ നിരീക്ഷകരും ഇത് കണ്ടില്ലെന്നു നടിക്കുകയാണ് പതിവ്.

1991ൽ നരസിംഹറാവുവിന്റെ നേതൃത്വത്തിൽ അധികാരത്തിൽവന്ന കോൺഗ്രസ് പുതിയ സാമ്പത്തിക നയം നടപ്പിലാക്കാൻ തുടങ്ങി. ഇത് വൻകിട ബൂർഷ്വാസിയുടെ താൽപര്യത്തിന് അനുസൃതമായിരുന്നു. നെഹ്രുവിയൻ നയം തുടരുന്ന കോൺഗ്രസിനു പ്രശ്നങ്ങൾ പരിഹരിക്കാൻ കഴിയില്ലെന്ന ധാരണയോടെ മറ്റൊരു പാർട്ടിയെ തേടി ബി ജെ പിയിൽ എത്തിയവർക്ക് പുനർവിചിന്തനം നടത്തുന്നതിനു ഇത് വഴിയൊരുക്കി. സ്വതന്ത്രാനന്തര ഇന്ത്യയിൽ വളരുന്നതിനു പൊതുമേഖല ആവശ്യമായിരുന്ന ഭരണവർഗം അതിനെ വിഴുങ്ങുന്ന രൂപത്തിലേക്ക് വളർന്നിരുന്നു. ആഗോളമൂലധനവുമായി കണ്ണിചേരേണ്ടത് അതിന്റെ വളർച്ചക്ക് ആവശ്യമായി മാറി. ഇതു തിരിച്ചറിഞ്ഞാണ് കോൺഗ്രസ് നയത്തിൽ മാറ്റം വരുത്തിയത്.

എന്നാൽ, ഈ നയങ്ങൾ ജനങ്ങളിൽ കടുത്ത അസംതൃപ്തിയാ

ണ് സൃഷ്ടിച്ചത്. അസമത്വത്തിന്റെ അതിതീവ്രമായ വ്യാപനം, ശക്തിപ്പെട്ട തൊഴിലില്ലായ്മ ഇതെല്ലാം ജനങ്ങളെ ഇരുത്തിച്ചിന്തിപ്പിച്ചു. സാമൂഹ്യ ക്ഷേമ മണ്ഡലങ്ങളിൽനിന്നുള്ള സർക്കാരിന്റെ പിൻവാങ്ങൽ, പൊതുവിതരണത്തെ തകർക്കൽ, കാർഷിക മേഖലയുടെ തകർച്ച, ചെറുകിട വ്യവസായങ്ങളുടെ അടച്ചുപൂട്ടൽ–ഇത്തരം സംഗതികൾ സ്ഥിതിഗതികളെ കുറെക്കൂടി രൂക്ഷമാക്കി. മറ്റൊരു ബദലിനായി ജനം ആഗ്രഹിച്ചു തുടങ്ങി. അധികാരത്തിൽ പിടിച്ചു നിൽക്കുന്നതിനു നടത്തിയ തരംതാണകളികൾ ധാർമികമായ പിന്തുണയും കോൺഗ്രസിനു നഷ്ടപ്പെടുത്തി. യഥാർഥത്തിൽ രാജീവ് ഗാന്ധിയുടെ വധത്തെ തുടർന്നുണ്ടായ സഹതാപ തരംഗമാണ് കോൺഗ്രസിനെ അധികാരത്തിലേക്ക് എത്തിച്ചത്. ആ പിന്തുണ അതിവേഗം നഷ്ടപ്പെട്ടു.

അധികാരത്തിൽവരാനുള്ള മാർഗങ്ങളുമായി ഈ സന്ദർഭത്തിൽ ബി ജെ പി രംഗത്തുവന്നു. യു പിയിൽ നേടിയ വിജയം അവരുടെ ആത്മവിശ്വാസം വർധിപ്പിച്ചു. രാമക്ഷേത്ര മുദ്രാവാക്യം ഉയർത്തി രഥയാത്രയുടെ വികാരം തുടർച്ചയിൽ നിലനിർത്തുന്നതിനു ശ്രമിച്ചു. 1992 ഡിസംബർ ആറിനു ബാബറിപ്പള്ളി തകർത്തു. മതനിരപേക്ഷ ഇന്ത്യയുടെ ചരിത്രത്തിലെ കറുത്ത ഏടാണത്. മതത്തിന്റെ പേരിൽ ആൾക്കൂട്ടത്തിന്റെ ഫാസിസ്റ്റ് പ്രയോഗം നടത്തിയ സംഘപരിവാരം മതന്യൂനപക്ഷങ്ങളിൽ ഭീതി വിതച്ചു. വർഗീയ ധ്രുവീകരണത്തിനു കലാപങ്ങളെ ഉപയോഗിക്കുന്ന തന്ത്രം 1927 മുതൽ നടപ്പിലാക്കിയ ആർ എസ് എസിന്റെ ഏറ്റവും ഉയർന്ന പ്രയോഗമായിരുന്നു അത്. കേന്ദ്രത്തിൽ അധികാരത്തിലിരുന്ന കോൺഗ്രസ് സർക്കാർ കുറ്റകരമായ നിസ്സംഗത പാലിച്ചു. കേന്ദ്രസേനയെ വിന്യസിപ്പിക്കുന്നതു തുടങ്ങി കല്യാൺ സിങ് സർക്കാരിനെ പിരിച്ചുവിടുന്നത് ഉൾപ്പെടെ ഏതു കഠിനമായ തീരുമാനമെടുത്തായാലും പള്ളി പൊളിക്കാൻ അനുവദിക്കരുതെന്ന മതനിരപേക്ഷ ശക്തികളുടെ ബ്ലാങ്ക് ചെക്കുണ്ടായിട്ടും അനങ്ങാൻ റാവു തയ്യാറായില്ല. ബി ജെ പിയെ ശക്തിപ്പെടുത്തുംവിധം സമൂഹത്തെയും രാഷ്ട്രീയത്തെയും മതവൽക്കരിക്കുന്നതിൽ ഇതിനുള്ള പങ്ക് പ്രധാനമാണ്. ഇവിടെയും പ്രതിക്കൂട്ടിൽ കോൺഗ്രസാണ്.

കോൺഗ്രസിന്റെ ജനവിരുദ്ധ നയങ്ങൾക്കെതിരെ ഒരു പ്രക്ഷോഭവും നടത്താൻ ഈ ഘട്ടത്തിൽ ബി ജെ പി തയ്യാറായിരുന്നില്ല. ഇടതുപക്ഷമാണ് ഈ ചുമതല നിർവഹിച്ചത്. കോൺഗ്രസ് വിരുദ്ധ ബി ജെ പി ഇതര പാർട്ടികളെ കോർത്തിണക്കി വിശാലമായ മുന്നണി ഉണ്ടാക്കാനുള്ള ശ്രമം വേണ്ടത്ര വിജയിച്ചില്ല. ഇതോടെ ഭരണവിരുദ്ധ വികാരത്തെ ഉപയോഗപ്പെടുത്തുന്നതിൽ ബി ജെ പിക്ക് കുറെയേറെ വിജയിക്കാൻ കഴിഞ്ഞു. അതോടൊപ്പം ഹിന്ദുവികാരവും ഉപയോഗിച്ചു. 1996 ലെ തിരഞ്ഞെടുപ്പിൽ ഏറ്റവും വലിയ കക്ഷിയായി ബി ജെ പി മാറി. വാജ്പേയ് പ്രധാനമന്ത്രിയായി ചുമതലയേറ്റു. പതിമൂന്നു ദിവസം മാത്രമേ സർക്കാരിനു അധികാരത്തിൽ തുടരുന്നതിനു കഴിഞ്ഞുള്ളു. ആവശ്യമായ ഭൂരിപക്ഷം

സംഘടിപ്പിക്കുന്നതിൽ ബി ജെ പി പരാജയപ്പെട്ടു. മതനിരപേക്ഷ ശക്തികൾ ഒന്നിച്ചു നിൽക്കാൻ തയാറായതിനെ തുടർന്നാണ് ശ്രമം വിജയിക്കാതിരുന്നത്.

കോൺഗ്രസ് ശക്തമായിരുന്ന സംസ്ഥാനങ്ങളിലാണ് ബി ജെ പി ഭൂരിപക്ഷം നേടിയത്. അവരുടെ ഏറ്റവും വലിയ ശക്തികേന്ദ്രമായിരുന്ന യുപിയിൽ 1993 ൽ തന്നെ ബി ജെ പി അധികാരത്തിൽവന്നു. 1995 ൽ കർണാടകയിലെ രണ്ടാമത്തെ കക്ഷിയായി ബി ജെ പി മാറി. കർണാടകയിലെ പോലെതന്നെ ബീഹാറിലും കോൺഗ്രസ് മൂന്നാംസ്ഥാനത്തായി. ഗുജറാത്തിൽ മൂന്നിൽ രണ്ടു ഭൂരിപക്ഷം നേടുന്ന തരത്തിലേക്ക് അവരുടെ ശക്തി വർധിച്ചു. മഹാരാഷ്ട്രയിൽ ശിവസേനയുമായി ചേർന്ന് അധികാരത്തിലേക്ക് വന്നു. കോൺഗ്രസിന്റെ നയങ്ങളോടുള്ള എതിർപ്പാണ് ബി ജെ പിക്ക് വളംവെച്ചുകൊടുത്തത്. ബി ജെ പിയുടെ വർഗീയതയെ ശക്തിയായി എതിർക്കുന്നതിനു പകരം മൃദുഹിന്ദുത്വ നിലപാട് സ്വീകരിച്ചതും അവർക്ക് സഹായകരമായി. ബി ജെ പിയുടെ വളർച്ചയെ പരിശോധിക്കുമ്പോൾ ഇത്തരം ഘടകങ്ങളും പ്രധാനമാണ്.

1998 ലാണ് രണ്ടാമത്തെ ബി ജെ പി സർക്കാർ അധികാരത്തിൽ വരുന്നത്. ദേശീയ ജനാധിപത്യ സഖ്യത്തിനു കേവല ഭൂരിപക്ഷം ലഭിച്ചിരുന്നു. എ ഐ ഡി എം കെ, ബിജു ജനതാദൾ, സമത പാർട്ടി, ശിരോമണി അകാലി ദൾ, ശിവസേന എന്നീ പാർട്ടികൾ ചേരുന്ന മുന്നണിയെ തെലുങ്കുദേശം പുറത്തുനിന്നും പിന്തുണച്ചു. 1998 മാർച്ച് 19 മുതൽ 1999 ഒക്ടോബർ 13 വരെ മാത്രമാണ് ഈ സർക്കാർ അധികാരത്തിലിരുന്നത്. എ ഐ എ ഡി എം കെ പിന്തുണ പിൻവലിച്ചതിനെ തുടർന്നാണ് ഭൂരിപക്ഷം നഷ്ടമായത്. ഈ കാലയളവ് പാർട്ടി എന്ന നിലയിൽ ബിജെപിക്ക് ആത്മവിശ്വാസം നൽകി, പ്രത്യേകിച്ചും മുന്നണി രാഷ്ട്രീയത്തിന്റെ പ്രയോഗത്തിൽ. മതനിരപേക്ഷ നിലപാട് സ്വീകരിച്ചിരുന്ന പാർട്ടികൾ ബി ജെ പി മുന്നണിയിൽ അണിനിരന്നതും ഭരണത്തിൽ പങ്കാളിയായതും ബി ജെ പിക്ക് പൊതുസമൂഹത്തിന്റെ സ്വീകാര്യത വർധിപ്പിച്ച ഘടകമാണ്. ഇതു ബി ജെ പിയുടെ ചരിത്രത്തിലെ അടുത്ത ഘട്ടത്തിലെ നിർണായക സന്ദർഭമാണ്.

പിന്നീട് നടന്ന തിരഞ്ഞെടുപ്പിൽ ബി ജെ പി സഖ്യം 303 സീറ്റോടെ കേവല ഭൂരിപക്ഷം നേടി വീണ്ടും അധികാരത്തിൽ വന്നു. ബിജെപിയുടെ ചരിത്രത്തിലെ ഏറ്റവും കൂടുതൽ സീറ്റുകൾ – 183 സീറ്റ് – പാർലമെന്റിൽ നേടാൻ അവർക്ക് കഴിഞ്ഞു. വാജ്പേയ് മൂന്നാംതവണ പ്രധാനമന്ത്രിയായി. മുന്നണി രാഷ്ട്രീയത്തിനായും പൊതുസമൂഹത്തിന്റെ സമ്മതത്തിനായും തീവ്ര നിലപാടുകളിൽനിന്നും തൽക്കാലത്തേക്ക് പിൻവാങ്ങുക എന്ന തന്ത്രമാണ് ഈ ഘട്ടത്തിൽ അവർ സ്വീകരിച്ചത്. രാമജന്മഭൂമി, ഏകീകൃത സിവിൽ കോഡ്, 370–ാം വകുപ്പ് എന്നിങ്ങനെയുള്ള വിഷയങ്ങൾ പൊതുപരിപാടിയിൽനിന്നും മാറ്റിവെയ്ക്കാൻ അവർ തയ്യാറായി. ഫാസിസ്റ്റ് പാർട്ടികൾ എക്കാലത്തും ഇത്തരം തന്ത്രങ്ങൾ

ആവിഷ്കരിക്കാറുണ്ടെന്ന് ലോകചരിത്രം പഠിപ്പിക്കുന്നുണ്ട്. തങ്ങളുടെ പരിപാടികൾ നടപ്പിലാക്കുന്നതിനുള്ള കേവല ഭൂരിപക്ഷം ലഭിക്കുന്നതു വരെ ഏതറ്റംവരെ പോകാനും അവർ തയ്യാറാകും.

നയങ്ങളുടെ കാര്യത്തിൽ കോൺഗ്രസും ബി ജെ പിയും തമ്മിൽ വ്യത്യാസമില്ലെന്നു ഈ കാലഘട്ടം തെളിയിച്ചു. സാമ്പത്തിക നയത്തിൽ ഒട്ടും വ്യത്യാസമില്ലായിരുന്നു. ഉദാരവൽക്കരണ നയങ്ങൾ കുറെകൂടി ശക്തിപ്പെടുത്തി മുന്നോട്ടുകൊണ്ടുപോകുന്ന രീതിയാണ് ഇവരും തുടർന്നത്. വിദേശ നയത്തിന്റെ കാര്യത്തിലും ഇതുതന്നെയാണ് സ്ഥിതി. അമേരിക്കയുമായുള്ള തന്ത്രപ്രാധാന്യമേറിയ ബന്ധം തുടങ്ങിയത് ബി ജെപി ഭരിക്കുമ്പോഴാണ്. ആദ്യമായി സി ഐ എയുടെ ആസ്ഥാനം ഔദ്യോഗികമായി സന്ദർശിച്ച ആഭ്യന്തരമന്ത്രി അദ്വാനിയാണ്. ഭരണവർഗനയങ്ങൾ നടപ്പിലാക്കുന്നതിൽ കുറെക്കൂടി യാഥാസ്ഥിതമായ രീതിയാണ് ബി ജെ പി പിന്തുടർന്നത്.

'ഇന്ത്യ തിളങ്ങുന്നു' എന്ന മുദ്രാവാക്യവുമായി സമീപിച്ചെങ്കിലും അനുഭവത്തിന്റെ അടിസ്ഥാനത്തിൽ ജനത ബി ജെ പിയെ തള്ളിക്കളഞ്ഞു. ബി ജെ പി ഇതര കക്ഷികൾക്ക് ഭൂരിപക്ഷം ലഭിച്ചു. കോൺഗ്രസ് ഏറ്റവും വലിയ ഒറ്റപ്പാർട്ടിയായി. എന്നാൽ ഭരിക്കുന്നതിനുള്ള കേവല ഭൂരിപക്ഷം മുന്നണിയായിട്ടും ലഭിച്ചില്ല. ഇടതുപക്ഷത്തിന്റെ പിന്തുണയെ ആശ്രയിക്കാൻ അവർ നിർബന്ധിതരായി. കോൺഗ്രസ് ആദ്യമായി കേന്ദ്രത്തിൽ ഒരു മുന്നണി ഭരണത്തിനു നേതൃത്വം നൽകി. ഈ സർക്കാരിന്റെ സാമ്പത്തിക നയങ്ങൾ ജനങ്ങളിൽ അസംതൃപ്തി സൃഷ്ടിച്ചിട്ടുണ്ട്. 2004 ലെ നിയമസഭാ തിരഞ്ഞെടുപ്പിനുശേഷം നടന്ന എല്ലാ നിയമസഭാ തിരഞ്ഞെടുപ്പുകളിലും കോൺഗ്രസ് പരാജയപ്പെട്ടു. ബദൽ സംവിധാനം ശക്തമല്ലാത്തിടത്തെല്ലാം ബി ജെ പി വിജയിച്ചു. കർണാടകയിൽ അധികാരത്തിൽ വന്നതോടെ ദക്ഷിണേന്ത്യയിൽ ആദ്യമായി ഒരു സംസ്ഥാനത്ത് ബി ജെ പി ഭരണത്തിലേക്ക് എത്തി. ഗുജറാത്ത്, കർണാടക, ഹിമാചൽപ്രദേശ്, രാജസ്ഥാൻ, മധ്യപ്രദേശ്, ഛത്തീസ്ഖഢ്, ഉത്തരഖണ്ഡ് എന്നീ സംസ്ഥാനങ്ങളിൽ ബി ജെ പി മുഖ്യമന്ത്രിമാരാണ് ഭരിക്കുന്നത്. ഒറീസയിലും പഞ്ചാബിലും ബീഹാറിലും മന്ത്രിസഭയിൽ പങ്കാളികളാണ്. ഇതും കണക്കുകൂട്ടി വീണ്ടും അധികാരത്തിൽ വരുന്നതിനാണ് ബി ജെ പി ശ്രമിക്കുന്നത്. എന്നാൽ, ഇന്നലെകളിൽ ബി ജെ പിക്കൊപ്പം നിന്ന പല പ്രധാന പാർട്ടികളും നിലപാടുകൾ മാറ്റിയിട്ടുണ്ട്. യു പി ഉൾപ്പെടെ പ്രധാന സംസ്ഥാനങ്ങളിലൊന്നും ബി ജെ പി പ്രധാന ശക്തിയല്ലാതായിട്ടുണ്ട്. മതനിരപേക്ഷശക്തികളുടെ പുതിയ യോജിപ്പും ദേശീയ താൽപര്യം മുൻനിർത്തി ഇടതുപക്ഷ നേതൃത്വത്തിൽ നടത്തുന്ന ഇടപ്പെടലുകളും ബി ജെ പി ഭയപ്പാടോടെയാണ് വീക്ഷിക്കുന്നത്. അതുകൊണ്ടാണ് വർഗീയ കാർഡ് വീണ്ടും ഇറക്കുന്നതിനു ബി ജെ പി ശ്രമിക്കുന്നത്.

തൊണ്ണൂറുകളെ ഓർമിപ്പിക്കുംവിധം അദ്വാനി നേതൃത്വം ഏറ്റെടുത്തിരിക്കുന്നു. കലാപ അജണ്ടയുടെ പ്രയോഗത്തിനു വീണ്ടും തുടക്കം കുറിച്ചു. ഒറീസയും കർണാടകയും സാക്ഷ്യംവഹിച്ച വർഗീയ കലാപങ്ങൾ അതിന്റെ ലക്ഷണങ്ങളാണ്. ഇത്തവണ ക്രിസ്ത്യാനികളെ കേന്ദ്രീകരിക്കുന്നതിനു രണ്ടു ലക്ഷ്യങ്ങളുണ്ട്. ഒന്ന് ഹിന്ദു വികാരത്തെ ഉപയോഗപ്പെടുത്തുക എന്നതാണ്. രണ്ടാമത്തേത് ആദിവാസികളെ ലക്ഷ്യമാക്കുന്നതാണ്. കേവല ഭൂരിപക്ഷത്തിനുള്ള വഴി തുറന്നുകിട്ടുന്നതിനുള്ള എളുപ്പവഴികളിലൊന്ന് ആദിവാസികളെ പിടികൂടുക എന്നതാണ്. ഇന്നു ആ മേഖലയിലേക്ക് കടന്നുകയറുന്നതിനുള്ള തടസം മിഷണറിമാരാണ്. ഇവരെ ഭയപ്പെടുത്തി ഓടിച്ചാൽ ഊരുകളുടെ നിയന്ത്രണം കരസ്ഥമാക്കാൻ കഴിയും. അതാണ് ഈ മേഖല കേന്ദ്രീകരിക്കുന്നതിന്റെ അടിയന്തര ലക്ഷ്യങ്ങളിലൊന്ന് എന്ന് ഡോക്ടർ കെ എൻ പണിക്കർ വിശദീകരിക്കുന്നുണ്ട്.

ബി ജെ പി മറ്റു പാർട്ടികളിൽനിന്നും എല്ലാതരത്തിലും വ്യത്യസ്തമാണ്. ഫാസിസത്തിന്റെ പ്രവണതകളാണ് അതു പ്രകടിപ്പിക്കുന്നത്. വിവിധ തരത്തിലുള്ള സംഘടനകളിലൂടെ വർഗീയ അജണ്ട നടപ്പിലാക്കുന്നതിനു ശ്രമിക്കുന്നുണ്ട്. അതോടൊപ്പം ഭരണകൂടത്തിന്റെ പ്രത്യയശാസ്ത്ര ഉപകരണങ്ങളിൽ ബോധപൂർവം ഇടപ്പെട്ട് തങ്ങളുടെ ഭാവിയിലെ സ്വാധീനവും ഉറപ്പിക്കാൻ ശ്രമിക്കുന്നു. വിദ്യാഭാരതി സംവിധാനത്തിലൂടെ ലക്ഷക്കണക്കിനു കുട്ടികളെയാണ് അവർ വർഗീയവൽക്കരിക്കാൻ ശ്രമിക്കുന്നത്. അധികാരത്തിൽ കയറാൻ ലഭിച്ച സന്ദർഭങ്ങളിലൊന്നും ഇത്തരം തന്ത്രപ്രാധാന്യമേറിയ വകുപ്പുകൾ കൈ ഒഴിയാതിരിക്കുന്നതിനു ബോധപൂർവം ശ്രമിച്ചിരുന്നു. പ്രസാർഭാരതി മുതൽ പ്രതിരോധ സംവിധാനത്തിൽവരെ ഇതു കാണാൻ കഴിയും.

സംഘപരിവാരത്തിന്റെ രാഷ്ട്രീയ മുഖത്തിനെതിരായ പോരാട്ടം സങ്കീർണവും വിവിധ തലങ്ങളിൽ നിർവഹിക്കേണ്ടതുമാണ്. ഇപ്പോഴത്തെ ഇന്ത്യൻ സാഹചര്യത്തിൽ മതനിരപേക്ഷ ശക്തികൾ ഒന്നിച്ചു നിൽക്കേണ്ടത് ആവശ്യമാണ്. പരമാധികാര റിപ്പബ്ലിക്കിനെ സംരക്ഷിച്ചുകൊണ്ടു മാത്രമേ ഈ ദൗത്യം നിർവഹിക്കാൻ കഴിയുകയുള്ളു. രാജ്യത്തിന്റെ പരമാധികാരം അമേരിക്കക്ക് പണയപ്പെടുത്തിയ കോൺഗ്രസ് ഈ സാധ്യതയെയാണ് തകർത്തുകളഞ്ഞത്. ഒരു വശത്ത് യു പി എയുടെ നയങ്ങൾ ജനങ്ങളിൽ അസംതൃപ്തി സൃഷ്ടിക്കുന്നു. ഇതു ചൂഷണം ചെയ്യാൻ ബി ജെ പി ശ്രമിക്കുന്നു. മറുവശത്ത് പരമാധികാരത്തെ പണയപ്പെടുത്തുന്ന നയം സ്വീകരിക്കുവഴി വർഗീയ വിരുദ്ധഐക്യനിരയെ ദുർബലപ്പെടുത്തുന്നു. ഇതു തിരിച്ചറിഞ്ഞ് ഇടപ്പെടുന്നതിനു മതനിരപേക്ഷ ശക്തികളിൽ പ്രധാനപ്പെട്ടവക്ക് കഴിയുന്നു എന്നതാണ് ആശ്വാസകരം. ഇതിന്റെ ഗതിവിഗതികളായിരിക്കും ഇന്ത്യയുടെ ഭാവി രാഷ്ട്രീയത്തെ നിർണയിക്കുന്നത്.

ലോക്സഭാ തെരഞ്ഞെടുപ്പും ഇന്ത്യൻ ഇടതുപക്ഷവും

പതിനേഴാം ലോക്സഭാ തെരഞ്ഞെടുപ്പിന് മുന്നോടിയായി രാഷ്ട്രീയ ചർച്ചകൾ രാജ്യത്ത് സജീവമാണ്. മോഡി സർക്കാരിനെതിരെ ശക്തമായ ജനവികാരം ഉണ്ടെന്ന കാര്യത്തിൽ തർക്കമില്ല. കഴിഞ്ഞ ലോക്സഭാ തെരഞ്ഞെടുപ്പിൽ 31 ശതമാനം വോട്ടാണ് ബിജെപിക്ക് ലഭിച്ചത്. സഖ്യകക്ഷികൾക്കുംകൂടി 37 ശതമാനം വോട്ട് ലഭിച്ചു. വോട്ട് ചെയ്തവരിൽത്തന്നെ 63 ശതമാനം പേർ ബിജെപിക്കും സഖ്യകക്ഷികൾക്കും വോട്ട് രേഖപ്പെടുത്തിയില്ല. എന്നാൽ, ആനുപാതിക പ്രാതിനിധ്യം നടപ്പാക്കാത്തതുകൊണ്ട് 336 എംപിമാരുടെ പിന്തുണയോടെ എൻഡിഎ അധികാരത്തിൽ വന്നു. ബിജെപിക്ക് ഒറ്റയ്ക്ക് 282 സീറ്റ് ലഭിച്ചു.

കോൺഗ്രസിന്റെ പരാജയം

കഴിഞ്ഞ ലോക്സഭാ തെരഞ്ഞെടുപ്പിന്റെ വിശകലനത്തിൽ ബിജെപിയുടെയും മോഡിയുടെയും വിജയം എന്നതിനേക്കാളും കോൺഗ്രസിന്റെ പരാജയമെന്ന വിശേഷണമായിരിക്കും കൂടുതൽ ശരി. കോൺഗ്രസ് നയിച്ച രണ്ടാം യുപിഎ സർക്കാരിനെതിരായ അതിശക്തമായ ജനവികാരമാണ് തെരഞ്ഞെടുപ്പിൽ പ്രതിഫലിച്ചത്. അഴിമതിക്കും കാർഷികമേഖലയിലെ ആത്മഹത്യകൾക്കുമെതിരെ വലിയതോതിൽ ജനവികാരമുണ്ടായി. നിർഭയ സംഭവത്തോടെ സ്ത്രീ സുരക്ഷയും പ്രധാന ചർച്ചയായി. രണ്ടാംതലമുറ സ്പെക്ട്രം അഴിമതിയിൽ പ്രധാനമന്ത്രിയുടെ ഓഫീസിനുവരെ പങ്കുണ്ടെന്ന കണ്ടെത്തലുകൾ സർക്കാരിന്റെ വിശ്വാസതൃയെക്കൂടി തകർത്തു. കോൺഗ്രസിനെ അധികാരത്തിൽ നിന്ന് താഴെ ഇറക്കണമെന്ന് ആഗ്രഹിച്ച ജനങ്ങൾക്ക് ആശ്രയിക്കാൻ വിശ്വാസ്യതയുള്ള ബദൽ സംവിധാനമുണ്ടായിരുന്നില്ല. പല സംസ്ഥാന

ങ്ങളിലെയും പ്രബലമായ രാഷ്ട്രീയ പാർട്ടികളെ തങ്ങളുടെ മുന്നണിയിലേക്ക് ആകർഷിക്കുന്നതിനും ബിജെപിക്കു കഴിഞ്ഞു. വൻകിട കോർപറേറ്റുകളുടെ പിൻബലത്തോടെ മോഡി കേന്ദ്രീകൃതമായി നടത്തിയ പ്രചണ്ഡമായ പ്രചാരവേലകൾ ബിജെപിക്ക് അധികാരത്തിലേക്കുള്ള വഴി എളുപ്പമാക്കി.

ബിജെപിക്ക് ലഭിച്ച 31 ശതമാനം വോട്ടുപോലും അവരുടെ രാഷ്ട്രീയ പ്രത്യയശാസ്ത്ര നിലപാടുകൾക്കൊപ്പം നിൽക്കുന്ന വോട്ടുകളല്ലെന്നു ചുരുക്കം. കോൺഗ്രസിന്റെ അഴിമതിക്കും ദുർഭരണത്തിനുമെതിരായ വികാരമുള്ളവരും മറ്റുവഴികളില്ലാത്തതിനാൽ ബിജെപിക്ക് വോട്ട് ചെയ്തിട്ടുണ്ട്. ഇത്തരം നിലപാടുകൾ സ്വീകരിച്ചവർക്ക് നാലുവർഷത്തെ അനുഭവം ഒരു വിലയിരുത്തലിന് ധാരാളമാണ്. അഴിമതിയുടെ കാര്യത്തിൽ കോൺഗ്രസും ബിജെപിയും തമ്മിൽ വലിയ വ്യത്യാസമില്ലെന്ന് റഫേൽ അഴിമതി ഒന്നുകൂടി വ്യക്തമാക്കി. വർധിച്ചുവരുന്ന കർഷക ആത്മഹത്യകളും അത് സൃഷ്ടിക്കുന്ന നയങ്ങൾക്കെതിരായ ലോങ്മാർച്ചുകളും മോഡി ഭരണത്തിൽ സ്ഥിരം കാഴ്ചകളായി. നേരത്തെ യുപിഎ ഭരണത്തിൽ രാജസ്ഥാനിലാണ് പ്രധാനമായ കാർഷിക പോരാട്ടങ്ങൾ നടന്നതെങ്കിൽ ഇന്ന് അത് മറ്റു സംസ്ഥാനങ്ങളിലേക്കും വ്യാപിച്ചു. കോൺഗ്രസ് ആരംഭിച്ച അതേ നയങ്ങൾതന്നെയാണ് ബിജെപിയും പിന്തുടരുന്നത്. കോൺഗ്രസ് ഭരണത്തിൽ പണിമുടക്കുകൾക്ക് നിർബന്ധിതമായ തൊഴിലാളി യൂണിയനുകൾ ബിജെപി ഭരണത്തിലും മറ്റു വഴികളില്ലാതെ തുടർച്ചയായ പണിമുടക്കുകൾക്ക് നേതൃത്വം നൽകി.

ഏകകക്ഷി ഭരണവും മോഡിയുടെ ആധികാരിക നേതൃത്വവും രാജ്യത്തിന്റെ സമ്പദ്ഘടനയ്ക്ക് വലിയ ഉണർവ് നൽകുമെന്ന് പ്രതീക്ഷിച്ച് ബിജെപിക്ക് ഒപ്പം നിലപാട് സ്വീകരിച്ച ഇടത്തരം വിഭാഗങ്ങളുണ്ട്. പ്രധാന മെട്രോ നഗരങ്ങളിലെല്ലാം ബിജെപിക്ക് തിളക്കമേറിയ വിജയമുണ്ടായി. എന്നാൽ, കറൻസി നിരോധനവും ജിഎസ്ടിയും സമ്പദ്ഘടനയ്ക്ക് വലിയ ആഘാതമാണ് ഏൽപ്പിച്ചത്. ചെറുകിട വ്യവസായികളും ചില്ലറ വ്യാപാരികളുമാണ് ഏറ്റവും കൂടുതൽ ബുദ്ധിമുട്ട് അനുഭവിക്കേണ്ടിവന്നത്. അധികാരത്തിൽവന്നാൽ കള്ളപ്പണം പിടിച്ചെടുക്കുമെന്നും ഓരോ ഇന്ത്യക്കാരന്റെ അക്കൗണ്ടിലേക്കും 15 ലക്ഷം രൂപ വീതം എത്തിക്കുമെന്ന തെരഞ്ഞെടുപ്പ് വാഗ്ദാനവും ഇടത്തരക്കാരെ സ്വാധീനിച്ചു. അതെല്ലാം കേവലം പ്രഖ്യാപനങ്ങൾ മാത്രമാണെന്ന് ബോധ്യപ്പെടുത്തിയതായിരുന്നു ബിജെപി ഭരണം.

ഭരണഘടനാ സ്ഥാപനങ്ങളെ ദുർബലപ്പെടുത്തുകയും അമിതാധികാര പ്രവണതകൾ പിന്തുടരുകയും ചെയ്യുന്ന മോഡി സർക്കാർ ജനാധിപത്യത്തിനുതന്നെ ഭീഷണിയായി മാറിയിരിക്കുന്നു. പാർലമെന്റിനെ നോക്കുകുത്തിയാക്കി മാറ്റിയ അനുഭവം പല ഘട്ടങ്ങളിലുമുണ്ടായി. അവിശ്വാസ പ്രമേയംപോലും ചർച്ച ചെയ്യാൻ അവസരം നൽകാത്ത

അങ്ങേയറ്റം ജനാധിപത്യവിരുദ്ധമായ നിലപാടുപോലും സർക്കാർ സ്വീകരിക്കുകയുണ്ടായി. മതനിരപേക്ഷതയ്ക്കുനേരെ കനത്ത വെല്ലുവിളിയാണ് ഈ സർക്കാർ ഉയർത്തിയത്. മതന്യൂനപക്ഷങ്ങൾ അരക്ഷിതരായി ജീവിക്കേണ്ട സാഹചര്യമാണ് ഇന്നുള്ളത്. സ്വതന്ത്ര മായി അഭിപ്രായ പ്രകടനം നടത്തിയവരെ കൊലപ്പെടുത്തുന്നത് കൽ ബുർഗിയിലും ധാബോൽക്കറിലും പൻസാരെയിലും ഗൗരി ലങ്കേഷിലും അവസാനിക്കുന്നില്ല. നീതിന്യായസംവിധാനത്തിൽ നടത്തുന്ന ഇടപെ ടലുകൾക്ക് എതിരെ പരസ്യമായി സുപ്രീംകോടതിയിലെ നാല് സീനിയർ ജഡ്ജിമാർക്ക് പത്രസമ്മേളനം നടത്തേണ്ടിവന്നു.

ബിജെപി ജനജീവിതം ദുരിതപൂർണമാക്കി

കേന്ദ്രത്തിൽ ബിജെപി പിന്തുടരുന്ന അതേ നയങ്ങൾ തന്നെയാണ് ശക്തമായി സംസ്ഥാനങ്ങളിലും അവരുടെ സർക്കാരുകൾ നടപ്പാക്കാൻ ശ്രമിക്കുന്നത്. ഇതിനെതിരായി ഉയർന്ന ജനരോഷമാണ് രാജസ്ഥാൻ, മധ്യപ്രദേശ്, ഛത്തീസ്ഗഢ് നിയമസഭാ തെരഞ്ഞെടുപ്പുകളിൽ പ്രതിഫലി ച്ചത്. ഈ സംസ്ഥാനങ്ങളിൽ കോൺഗ്രസിന്റെ വിജയം എന്നതിനേ ക്കാളും ബിജെപിയുടെ പരാജയമെന്ന് വിശേഷിപ്പിക്കുന്നതായിരിക്കും ശരി. ബദലായി കോൺഗ്രസ് മാത്രമെന്ന അവസ്ഥയിൽ ജനങ്ങൾ അവരെ തെരഞ്ഞെടുക്കുകയാണ് ചെയ്തത്.

ജനങ്ങളിൽനിന്ന് ഒറ്റപ്പെട്ട ബിജെപി തെരഞ്ഞെടുപ്പ് അടുത്ത സന്ദർഭ ത്തിൽ തങ്ങളുടെ ഉറച്ച വോട്ടുകളെങ്കിലും നഷ്ടപ്പെടാതിരിക്കുന്നതിനായി തീവ്രഹിന്ദുത്വ കാർഡ് ഇറക്കാനാണ് ശ്രമിക്കുന്നത്. അതുകൊണ്ടാണ് ഉൾവിളി ഉണ്ടായതുപോലെ രാമക്ഷേത്ര മുദ്രാവാക്യം ഉയർത്തുന്നത്. എന്നാൽ, സർക്കാർ അടിച്ചേൽപ്പിച്ച ദുരിതങ്ങൾ ഏറ്റുവാങ്ങാൻ നിർബ ന്ധിതമായ ജനതയെ ഇത്തരം മുദ്രാവാക്യങ്ങൾകൊണ്ട് തെറ്റിദ്ധരി പ്പിക്കാൻ കഴിയില്ല. ജനാധിപത്യത്തിനും ഭരണഘടനയ്ക്കും ഭീഷണിയാ വുകയും സമ്പദ്ഘടന തകർക്കുകയും ജനജീവിതം ദുരിതപൂർണമാ ക്കുകയും ചെയ്ത മോഡി സർക്കാരിനെ അധികാരത്തിൽനിന്ന് പുറത്താ ക്കുകയെന്ന അടിയന്തര കടമയാണ് ഈ തെരഞ്ഞെടുപ്പിൽ ജനങ്ങൾ ഏറ്റെടുക്കുന്നത്.

എന്നാൽ, ഏതു പാർട്ടിക്കും ഏതു വ്യക്തിക്കുമാണ് അതിനു കഴിയു കയെന്ന ചോദ്യം ഉയർത്താനാണ് മോഡിയും ബിജെപിയും ശ്രമി ക്കുന്നത്. ഏതെങ്കിലും ഒരു പാർട്ടിക്ക് ഈ കടമ അഖിലേന്ത്യാതലത്തിൽ നിർവഹിക്കാൻ കഴിയുമെന്ന് ആരും കരുതുന്നില്ല. രാജ്യത്ത് ഏകകക്ഷി ഭരണത്തിന്റെ കാലം എൺപതുകൾമുതൽ അവസാനിച്ചു. 20 കൊല്ലത്തി നുള്ളിൽ അധികാരത്തിൽ വന്ന പത്താമത്തെ മുന്നണി ഭരണമായിരുന്നു രണ്ടാം യുപിഎ സർക്കാരിന്റേത്. രാജ്യത്ത് അധികാരത്തിലുണ്ടാ യിരുന്നത് ഒരു മുന്നണി സർക്കാരായിരുന്നുവെങ്കിൽ നോട്ട് നിരോധനം ഉൾപ്പെടെയുള്ള ഏകപക്ഷീയ നടപടികൾ ഉണ്ടാകുമായിരുന്നില്ലെന്ന

നിരീക്ഷണവും പ്രസക്തം. രാജ്യത്തിന്റെ രാഷ്ട്രീയ ഘടനയിൽ സംസ്ഥാനങ്ങൾക്കും പ്രാദേശിക രാഷ്ട്രീയ പാർട്ടികൾക്കും പ്രാധാന്യം വന്നതും ഈ കാലയളവിൽത്തന്നെയാണ്. രാജ്യവ്യാപകമായി ഒറ്റയ്ക്ക് മത്സരിച്ച് ഭൂരിപക്ഷം നേടുന്ന അവസ്ഥ ബിജെപി ഉൾപ്പെടെ ഒരു പാർട്ടിക്കും ഇന്ന് ഇന്ത്യയിലില്ലെന്നതാണ് യാഥാർഥ്യം.

ആരാകും പ്രധാനമന്ത്രിയെന്ന ചോദ്യവും അതുപോലെതന്നെ അപ്രസക്തമാണ്. അടിയന്തരാവസ്ഥയ്ക്കുശേഷം മൊറാർജിദേശായിയെ മുൻനിർത്തിയുള്ള സഖ്യമായിരുന്നില്ല 1977ലെ തെരഞ്ഞെടുപ്പിനെ നേരിട്ടത്. വിജയിച്ചതിനുശേഷമാണ് പ്രധാനമന്ത്രി ആരായിരിക്കുമെന്ന് നിശ്ചയിച്ചത്. 1989ലെ തെരഞ്ഞെടുപ്പ് വിജയത്തിൽ വി പി സിങ്ങിന്റെ പങ്ക് പ്രധാനമായിരുന്നെങ്കിലും ദേവിലാൽ ഉൾപ്പെടെ പല പേരുകളും പ്രധാനമന്ത്രി സ്ഥാനത്തേക്ക് ഉയർന്നുവന്നിരുന്നു. ഐക്യമുന്നണി സർക്കാരിന്റെ പ്രധാനമന്ത്രിയായി ദേവഗൗഡ വരുമെന്ന് തെരഞ്ഞെടുപ്പിനു മുമ്പ് ആരും പ്രവചിക്കുകപോലും ചെയ്തിരുന്നില്ല. ഒന്നാം യുപിഎ സർക്കാരിന്റെ നേതൃത്വത്തിലേക്ക് മൻമോഹൻസിങ് വരുന്നതുപോലും അപ്രതീക്ഷിതമായിട്ടായിരുന്നു. വാജ്പേയി സർക്കാരിനെ താഴെയിറക്കിയ ഈ ഘട്ടത്തിലും പ്രതിപക്ഷം അഖിലേന്ത്യാതലത്തിൽ ഒറ്റ മുന്നണിയായി മത്സരിച്ചിരുന്നില്ലെന്നതും തെരഞ്ഞെടുപ്പ് ഫലമാണ് യുപിഎക്ക് രൂപം നൽകിയത് എന്നതും പ്രസക്തം. മോഡി ഭരണത്തിനെതിരായ അസംതൃപ്തിയെ വോട്ടാക്കി മാറ്റുന്നതിനും ബിജെപിയെ പരാജയപ്പെടുത്തുന്നതിനും ഇന്നും അഖിലേന്ത്യാതലത്തിലുള്ള മുന്നണി അപ്രായോഗികമാണ്. കോൺഗ്രസ് പാർട്ടിക്കുമാത്രമേ ബിജെപിയെ പരാജയപ്പെടുത്താൻ കഴിയുവെന്ന് വാദിക്കുന്നവർ ചരിത്രത്തെയും ഇന്നത്തെ വസ്തുനിഷ്ഠ സാഹചര്യത്തെയും കണ്ടില്ലെന്ന് നടിക്കുകയാണ് ചെയ്യുന്നത്.

ദേശീയ രാഷ്ട്രീയവും കോൺഗ്രസും

ഇന്നത്തെ ഇന്ത്യൻ സാഹചര്യത്തിൽ കോൺഗ്രസും ബിജെപിയും നേരിട്ട് ഏറ്റുമുട്ടുന്ന സംസ്ഥാനങ്ങൾ വളരെ ചുരുക്കമാണ്. അതിൽ പ്രധാനം ഇപ്പോൾ കോൺഗ്രസ് വിജയിച്ച രാജസ്ഥാനും മധ്യപ്രദേശും ഛത്തീസ്ഗഢുമാണ്. ഈ മൂന്നു സംസ്ഥാനത്തുംകൂടി 65 പാർലമെന്റ് സീറ്റാണുള്ളത്. പിന്നെ, കോൺഗ്രസ് ഒറ്റയ്ക്ക് അധികാരത്തിലുള്ള ഏക സംസ്ഥാനം പഞ്ചാബാണ്. ഇവിടെ ബിജെപിയും അകാലിദളുമാണ് പ്രധാന എതിരാളികൾ. ഇതുകൂടി ചേർന്നാൽ 78 സീറ്റാണ്. വലിയ വിജയസാധ്യതയില്ലെങ്കിലും കോൺഗ്രസ് നേരിട്ട് ബിജെപിയോട് മത്സരിക്കുന്ന പ്രധാന സംസ്ഥാനം 26 സീറ്റുള്ള ഗുജറാത്താണ്. കഴിഞ്ഞ തവണ ഒരു സീറ്റുപോലും കോൺഗ്രസിന് വിജയിക്കാൻ കഴിഞ്ഞില്ലെന്നു മാത്രമല്ല നിയമസഭാതെരഞ്ഞെടുപ്പിൽ വിജയിച്ച കോൺഗ്രസ് എംഎൽഎമാർ പോലും ബിജെപിയിലേക്ക് കൂറുമാറുന്ന സംസ്ഥാനമാണിത്. വേണമെ

ങ്കിൽ നാലു സീറ്റുള്ള ഹിമാചൽപ്രദേശും രണ്ടു സീറ്റുള്ള ഗോവയും ഗണത്തിൽപ്പെടുത്താം. കൂട്ടത്തിൽ പത്തു സീറ്റുള്ള ഹരിയാനയെയും അഞ്ച് സീറ്റുള്ള ഉത്തരാഖണ്ഡും കൂട്ടിയാൽ ജയ സാധ്യതയുള്ളതും ഇല്ലാത്തതുമായ ഈ 125 സീറ്റിലാണ് ബിജെപിയുമായി കോൺഗ്രസ് നേരിട്ട് ഏറ്റുമുട്ടുന്നത്.

കോൺഗ്രസ് അധികാരത്തിൽ പങ്കാളിയായ സംസ്ഥാനമാണ് കർണാടക. 28 പാർലമെന്റ് സീറ്റുള്ള ഈ സംസ്ഥാനത്ത് ജനതാദൾ എസിന്റെകൂടി പിന്തുണയില്ലാതെ കോൺഗ്രസിനു നിലനിൽപ്പില്ല. പിന്നെ കോൺഗ്രസ് അധികാരത്തിൽ പങ്കാളിയായിട്ടുള്ള കേന്ദ്രഭരണപ്രദേശ മാണ് പുതുച്ചേരി. അവിടെ ഒരു പാർലമെന്റ് സീറ്റ് മാത്രമാണുള്ളത്. ഡിഎംകെയുടെ പിന്തുണയോടെ ഈ സീറ്റിൽ മത്സരിക്കാമെന്നുമാത്രം. പക്ഷേ, അവിടെ മുഖ്യ എതിരാളി ബിജെപിയല്ല. സീറ്റുകളുടെ കണക്കിൽ രണ്ടാം സ്ഥാനത്തുള്ള മഹാരാഷ്ട്രയിൽ ഒറ്റയ്ക്ക് കോൺഗ്രസിന് ബിജെപിയെ നേരിടാൻ കഴിയുന്ന സ്ഥിതിയില്ല. 48 സീറ്റുള്ള ഇവിടെ എൻസിപികൂടി ചേരുന്ന സഖ്യത്തിനുമാത്രമേ ബിജെപിയെ പ്രതിരോധി ക്കുന്നതിനുള്ള സാധ്യതയുള്ളു.

എൺപത് പാർലമെന്റ് അംഗങ്ങളെ സംഭാവന ചെയ്യുന്ന യുപിയിൽ നിന്ന് ഇപ്പോൾ കോൺഗ്രസിന് രണ്ടു പാർലമെന്റ് അംഗങ്ങൾ മാത്രമാണുള്ളത്, സോണിയാ ഗാന്ധിയും രാഹുൽ ഗാന്ധിയും. ഒരുദിവസം മുഖ്യമന്ത്രിയായി അധികാരത്തിലിരുന്ന ജഗദംബികപാലിനെ ഒഴിവാക്കിയാൽ 1989ലാണ് ഒടുവിൽ കോൺഗ്രസ് യുപി ഭരിച്ചത്. 30 വയസ്സുള്ള ഒരു വോട്ടർ കണ്ടിട്ടുള്ളത് ദുർബലമായ കോൺഗ്രസിനെ മാത്രമാണ്. മണ്ഡലിനുശേഷമുള്ള യുപിയുടെ രാഷ്ട്രീയം വ്യത്യസ്ത മാണ്. സമാജ് വാദി പാർട്ടിയും ബഹുജൻ സമാജ് പാർട്ടിയും ചേരുന്ന മുന്നണിക്കാണ് ബിജെപിയെ പരാജയപ്പെടുത്താൻ ശക്തിയുള്ളത്. എന്നാൽ, കോൺഗ്രസ് കൂടി ഈ മുന്നണിയുടെ ഭാഗമാകുന്നത് തങ്ങളുടെ നില ദുർബലപ്പെടുത്തുമെന്ന തിരിച്ചറിവാണ് എസ്പിക്കും ബിഎസ്പിക്കുമുള്ളത്. 42 സീറ്റുള്ള ബംഗാളിൽ കോൺഗ്രസ് പ്രധാന ശക്തിയല്ല. 40 പാർലമെന്റ് അംഗങ്ങൾ വരുന്ന ബിഹാറിൽ മഹാസഖ്യ ത്തിൽ ജൂനിയർ പാർട്ട്ണർ മാത്രമാണ് കോൺഗ്രസ്. 39 എംപിമാരെ തെരഞ്ഞെടുക്കുന്ന തമിഴ്നാട്ടിലും ഡിഎംകെയുടെ ഉദാരമനസ്കതയിൽ കിട്ടുന്ന സീറ്റുകളിൽ മാത്രമാണ് കോൺഗ്രസ് മത്സരിക്കുന്നത്. 25 പാർലമെന്റ് സീറ്റുള്ള ആന്ധ്രയിലും 17 സീറ്റുള്ള തെലങ്കാനയിലും പ്രാദേശിക പാർട്ടികളാണ് പ്രധാന ശക്തികൾ. ഇവിടെ കോൺഗ്രസും ബിജെപിയും ശക്തിയല്ല. ഈ രണ്ടു സംസ്ഥാനങ്ങളും ചേരുന്ന അവിഭക്ത ആന്ധ്രയിലുണ്ടായിരുന്ന 42 സീറ്റിൽനിന്നായി 2004ൽ കോൺഗ്രസിന് ഒറ്റയ്ക്ക് 31 എംപിമാരുണ്ടായിരുന്നു. ഇന്ന് രണ്ടു സംസ്ഥാനത്തും കോൺഗ്രസ് ഒറ്റപ്പെട്ടു. 25 എംപിമാരുള്ള വടക്കുകിഴ ക്കൻ സംസ്ഥാനങ്ങളിൽ കോൺഗ്രസ് ഇന്ന് ചിത്രത്തിലില്ല. 21 സീറ്റുള്ള

ഒഡിഷയിലും ബിജു ജനതാദളും ബിജെപിയുമാണ് പ്രധാന ശക്തികൾ. ഇന്ത്യ ആരു ഭരിക്കണമെന്ന് നിശ്ചയിക്കുന്ന ഈ 289 സീറ്റിൽ കോൺഗ്രസ് പ്രധാനശക്തിയല്ലെന്നു ചുരുക്കം.

കോൺഗ്രസ് എപ്പോൾ വേണമെങ്കിലും ബിജെപിയാകാം

ഇടതുപക്ഷവും കോൺഗ്രസും നേരിട്ട് ഏറ്റുമുട്ടുന്ന, ബിജെപി പ്രധാന ശക്തിയല്ലാത്ത കേരളത്തിലെ 20 സീറ്റാണ് ഈ കണക്കിലൊന്നും ഉൾപ്പെടാത്തത്. പഴയകാല ചരിത്രത്തിൽ കുരുങ്ങിക്കിടക്കുന്നവർക്കും ഇന്നത്തെ യാഥാർഥ്യത്തെക്കുറിച്ച് അജ്ഞരായവർക്കും മാത്രമേ കോൺഗ്രസിനേ ദേശീയ തലത്തിൽ ബിജെപിയെ പരാജയപ്പെടുത്താൻ കഴിയൂവെന്ന് വാദിക്കാനാകൂ. 16–ാം ലോക്സഭയിൽ കോൺഗ്രസിനു 44 അംഗങ്ങളാണുണ്ടായിരുന്നത്. 14–ാം ലോക്സഭയിൽ അഞ്ചു സംസ്ഥാനത്തുനിന്നായി സിപിഐ എമ്മിന് ഇതേ അംഗസംഖ്യയുണ്ടായിരുന്നു. സിപിഐ എം ദുർബലമായി എന്നതു കാണാതിരിക്കുന്നില്ല. എന്നാൽ, രാജ്യത്താകെ ശക്തിയുണ്ടായിരുന്ന കോൺഗ്രസിന്റെ ഇന്നത്തെ അവസ്ഥ കണ്ടില്ലെന്നു നടിക്കുന്നവരുടെ പ്രചാരവേലകൾ തിരിച്ചറിയേണ്ടതുണ്ട്. അതുകൊണ്ട്, ഓരോ സംസ്ഥാനത്തും ആർക്കാണോ ബിജെപിയെ തോൽപ്പിക്കാൻ കഴിയുന്നത് അവർക്ക് വോട്ടുചെയ്യുക എന്നതാണ് ഇന്ന് പ്രധാനം.

ബിജെപിക്കെതിരെ മുന്നണിയുണ്ടാക്കുന്നതിൽ പ്രാദേശിക കക്ഷികൾ കോൺഗ്രസിനെ അവസാനമായി പരിഗണിക്കുന്നത് അനുഭവത്തിന്റെയും അവരുടെ സമീപനത്തിന്റെയും ഭാഗമായിട്ടാണ്. കഴിഞ്ഞ നിയമസഭാതെരഞ്ഞെടുപ്പിൽ തെലങ്കാനയിൽ തെലുങ്കുദേശം പാർട്ടി കോൺഗ്രസുമായി മുന്നണിയായാണ് മത്സരിച്ചത്. അവർക്കൊപ്പം സിപിഐയും തെലുങ്കാന ജനസമിതിയും ചേർന്നിരുന്നു. 2004ൽ 14.7 ശതമാനം വോട്ടും 15 സീറ്റുമുണ്ടായിരുന്ന ടിഡിപി കോൺഗ്രസുമായി ചേർന്ന് മുന്നണിയുണ്ടാക്കിയപ്പോൾ 3.5 ശതമാനം വോട്ടും രണ്ടു സീറ്റും മാത്രം ലഭിക്കുന്ന അവസ്ഥയുണ്ടായി. യുപിയിൽ സമാജ് വാദി പാർട്ടിയുടെ സ്ഥിതിയും നിയമസഭാ തെരഞ്ഞെടുപ്പിൽ വ്യത്യസ്തമായിരുന്നില്ല.

ദേശീയ രാഷ്ട്രീയത്തിലെ മറ്റൊരു അനുഭവം കോൺഗ്രസ് എപ്പോൾ വേണമെങ്കിലും ബിജെപിയാകാമെന്നതാണ്. യുപിയിലെ കോൺഗ്രസിന്റെ അവസാന മുഖ്യമന്ത്രി ജഗദംബികാപാൽ ഇന്ന് ബിജെപി എംപിയാണ്. യഥാർഥത്തിൽ യുപിയിലെ അവസാന മുഖ്യമന്ത്രിയും പിന്നീട് ഗവർണറുമായിരുന്ന എൻ ഡി തിവാരി ബിജെപിക്കാരനായാണ് മരിച്ചത്. കർണാടകയിലെ കോൺഗ്രസ് മുഖ്യമന്ത്രിയും കേന്ദ്ര വിദേശമന്ത്രിയുമായിരുന്ന എസ് എം കൃഷ്ണ ബിജെപിയിലാണ്. ഉത്തരാഖണ്ഡിലെ മുഖ്യമന്ത്രിയായിരുന്ന വിജയ് ബഹുഗുണയും ഈ ഗണത്തിലാണ്. യുപിയിലെ പിസിസി പ്രസിഡന്റായിരുന്ന റീത്താ ബഹുഗുണ ജോഷി ഇന്ന് യോഗി ആദിത്യനാഥ് മന്ത്രിസഭയിലെ ടൂറിസം

മന്ത്രിയാണ്. യുപിഎ സർക്കാരിൽ എ കെ ആന്റണിയുടെ സഹമന്ത്രിയായിരുന്ന റാവു ഇന്ദർജിത്സിങ് മോഡി മന്ത്രിസഭയിലുണ്ട്. രണ്ടാം യുപിഎ സർക്കാരിൽ സ്ത്രീകളുടെയും കുട്ടികളുടെയും ക്ഷേമകാര്യത്തിൽ ക്യാബിനറ്റ് മന്ത്രിയായിരുന്ന കൃഷ്ണ തീരാഥ് ഡൽഹിയിലെ ബിജെപി നേതാവാണ്. മണിപ്പൂരിലെ മുഖ്യമന്ത്രി ബിരൻസിങ്ങും ഗവർണർ നജ്മ ഹെപ്തുള്ളയും കേന്ദ്ര ഗ്രാമവികസന മന്ത്രി റാവു ബീരേന്ദ്രസിങ്ങും അലുവാലിയയും പഴയ കോൺഗസ് നേതൃനിരയാണ്. ഗോവയിൽ ബിജെപിയെ പരാജയപ്പെടുത്തി കൈപ്പത്തി ചിഹ്നത്തിൽ മത്സരിച്ച് ജയിച്ച വിശ്വജിത്ത് പ്രതാപ് സിങ് റാണെ രാജിവച്ച് ബിജെപിയിൽ ചേർന്ന് ആരോഗ്യമന്ത്രിയായി. ഗുജറാത്തിൽ മോഡി പ്രഭാവലയത്തെ പോലും അവഗണിച്ച് മതനിരപേക്ഷ വോട്ടർമാർ വിജയിപ്പിച്ച ആശബെൻ പട്ടേൽ ബിജെപിയിലേക്ക് ചേക്കേറിയ ഒടുവിലത്തെ പട്ടികയിലുള്ളയാളാണ്. അരുണാചലിലും ത്രിപുരയിലും കോൺഗ്രസ് നിയമസഭാകക്ഷി ഒന്നിച്ച് ബിജെപിയിൽ ചേർന്നു. സ്ഥലപരിമിതിമൂലം എല്ലാ പേരുകളിലേക്കും പോകുന്നില്ല.

കർണാടക തെരഞ്ഞെടുപ്പിനു ശേഷമുള്ള അനുഭവങ്ങൾ കോൺഗ്രസിനെ സംബന്ധിച്ച് അവശേഷിക്കുന്ന പ്രതീക്ഷപോലും തകർക്കുന്നതാണ്. ബിജെപിയെ മാറ്റിനിർത്താൻ നേതൃത്വം ജനതാദൾ എസിനെ പിന്തുണയ്ക്കാനും മന്ത്രിസഭയിൽ ചേരാനും നിശ്ചയിച്ചു. എന്നാൽ, എംഎൽഎമാരിൽ നല്ലൊരു പങ്കും പണത്തിനും അധികാരത്തിനും വേണ്ടി ബിജെപിയെ പിന്തുണയ്ക്കാൻ തയ്യാറായി. അവരുടെ കൂറുമാറ്റം തടയുന്നതിനായി എംഎൽഎമാരെ സ്ഥിരം റിസോർട്ടിൽ താമസിപ്പിക്കേണ്ട അപമാനകരമായ അവസ്ഥ കോൺഗ്രസിനുണ്ടായി. ബിജെപിയെ പരാജയപ്പെടുത്തുന്നതിനായി കോൺഗ്രസിനെ തെരഞ്ഞെടുക്കുന്ന ഒരു വോട്ടർക്ക് പിന്നെയൊരിക്കലും അവരെ കാണാൻപോലും പറ്റാത്ത പരിഹാസ്യ അവസ്ഥയാണിത്. അതുകൊണ്ടുതന്നെ ദേശീയ രാഷ്ട്രീയത്തിൽ ബിജെപിവിരുദ്ധ നിലപാടിൽ നിൽക്കുന്നവർ മറ്റു വഴികളൊന്നുമില്ലെങ്കിൽ മാത്രമേ കോൺഗ്രസിനെക്കുറിച്ച് ചിന്തിക്കുകയുള്ളുവെന്നതാണ് യാഥാർഥ്യം.

എന്തുകൊണ്ട് ഇടതുപക്ഷം?

ബിജെപിയെ പരാജയപ്പെടുത്തുന്നതിനായി കേരളം ലോക്സഭയിലേക്ക് ആരെയാണ് തെരഞ്ഞെടുക്കേണ്ടതെന്ന ചോദ്യം പ്രധാന പ്രചാരണ ആയുധമായി മാറുന്നുണ്ട്. ദേശീയതലത്തിൽ കോൺഗസിനു മാത്രമേ ബിജെപിയെ പ്രതിരോധിക്കാൻ കഴിയുയെന്ന മറുപടി ചിലർ ബോധപൂർവം പ്രചരിപ്പിക്കുന്നുണ്ട്. അതിന്റെ യുക്തിയില്ലായ്മയാണ് നേരത്തെ വിശദീകരിച്ചത്. ഇതേ ചോദ്യംതന്നെയാണ് 2004 ലെ തെരഞ്ഞെടുപ്പിലും ഉയർന്നിരുന്നത്. ആദ്യമായി കാലാവധി പൂർത്തീകരിച്ച ബിജെപി സർക്കാരായിരുന്നു അന്ന് തെരഞ്ഞെടുപ്പിനെ അഭിമുഖീ

കരിച്ചിരുന്നത്. വാജ്പേയിയുടെ നേതൃത്വത്തിലുള്ള ദേശീയമുന്നണി സഖ്യം ശക്തമായ പ്രചാരവേലയാണ് നടത്തിയത്.

അന്ന് കോൺഗ്രസിന് ഇതിനേക്കാളും ശക്തിയുണ്ടായിരുന്നു. 13–ാം ലോക്സഭയിൽ കോൺഗ്രസിന് 114 സീറ്റ് ഉണ്ടായിരുന്നു. നിരവധി സംസ്ഥാനങ്ങളിൽ അധികാരത്തിലുണ്ടായിരുന്ന കോൺഗ്രസ് ഇന്നത്തെ പോലെ ഒറ്റപ്പെട്ടിരുന്നില്ല. അതു കൊണ്ടുതന്നെ ഇന്നത്തേക്കാൾ ശക്തമായി മാധ്യമങ്ങൾ ഈ വാദം ഉയർത്തിയിരുന്നു. പക്ഷേ, കേരളത്തിലെ വോട്ടർമാർ യുക്തിസഹമായ നിലപാട് സ്വീകരിച്ചു. ബിജെപിക്കെതിരെ വിട്ടുവീഴ്ചയില്ലാത്ത നിലപാട് സ്വീകരിക്കാൻ കഴിയുന്നത് ഇടതു പക്ഷത്തിന് മാത്രമാണെന്ന് അവർ തിരിച്ചറിഞ്ഞു.

മതന്യൂനപക്ഷസംരക്ഷണം പ്രധാന ചർച്ചാ വിഷയമായ തെരഞ്ഞെടുപ്പിൽ മുസ്ലിംലീഗിനേക്കാർ വിശ്വസിക്കാവുന്നത് സിപിഐ എമ്മിനെയും ഇടതുപക്ഷത്തെയുമാണെന്ന് മഞ്ചേരിയിലെ വോട്ടർമാർ തിരിച്ചറിഞ്ഞതും ചരിത്രമായിരുന്നു. കേരളത്തിൽനിന്ന് ഒരു കോൺഗ്രസ് എംപി പോലും തെരഞ്ഞെടുക്കപ്പെടാത്ത ഏക തെരഞ്ഞെടുപ്പും അതായിരുന്നു. അന്നു വോട്ടർമാർ കോൺഗ്രസിനെ അവിശ്വസിച്ചതിന് ആധാരമായ കാരണങ്ങൾ എന്തെങ്കിലും ഇതിനിടയിൽ മാറിയിട്ടുണ്ടോ? ഇല്ലെന്നു മാത്രമല്ല അവ ശക്തിപ്പെടുകയാണ് ചെയ്തിട്ടുള്ളത്. ഇടതുപക്ഷമാകട്ടെ തങ്ങളിൽ ജനങ്ങൾ അർപ്പിച്ച വിശ്വാസം പൂർണമായും പാലിച്ചു. ബിജെപിയെ മാറ്റിനിർത്തുന്നതിനായി, എല്ലാ എതിർപ്പുകളും നിലനിർത്തി കൊണ്ടുതന്നെ കോൺഗ്രസ് നയിച്ച മുന്നണിയെപോലും പിന്തുണച്ചു. അതിന്റെ ഭാഗമായി അധികാരത്തിൽ പങ്കുക്കൊള്ളാൻ ശ്രമിച്ചില്ല. പകരം ജനോപകാരപ്രദമായ നിയമ നിർമാണങ്ങൾക്കും നടപടികൾക്കും സമ്മർദം ചെലുത്തി.

എന്നാൽ, കോൺഗ്രസിന്റെ പ്രധാന ദൗർബല്യമായ വർഗീയതയോടുള്ള വിട്ടുവീഴ്ച നിറഞ്ഞ സമീപനത്തിൽ അവർ മാറ്റംവരുത്തിയില്ല. കോൺഗ്രസിന്റെ അധികാര കുത്തകയ്ക്കുനേരെ വെല്ലുവിളി ഉയർന്ന 1967 ലെ തെരഞ്ഞെടുപ്പിൽ 425 സീറ്റുള്ള യുപി നിയമസഭയിൽ കോൺഗ്രസ് 199 സീറ്റിലേക്ക് ഒതുങ്ങിയപ്പോൾ ജനസംഘത്തിനു 98 സീറ്റാണ് ലഭിച്ചത്. കോൺഗ്രസ് സമീപനങ്ങളാണ് ജനസംഘത്തെ വളർത്തിയതെന്ന് അന്നേ വിമർശനമുണ്ടായിരുന്നു. അധികാരംപോലും വലിച്ചെറിയാൻ ധൈര്യം കാണിച്ചാണ് അദ്വാനിയുടെ രഥയാത്രയെ പ്രധാനമന്ത്രിയായിരുന്ന വി പി സിങ് തടഞ്ഞത്.

അതിനെത്തുടർന്ന് ലോക്സഭയിലെ അവിശ്വാസ വോട്ടെടുപ്പിൽ ബിജെപിക്ക് ഒപ്പംചേർന്ന് വോട്ടുചെയ്ത് കോൺഗ്രസ് വി പി സിങ് സർക്കാരിനെ താഴെയിറക്കി. ഇന്ത്യൻ പാർലമെന്ററി ചരിത്രത്തിൽ ആദ്യമായി വർഗീയതയെ അടിസ്ഥാനമാക്കി നടന്ന അവിശ്വാസ പ്രമേയത്തിൽ ബിജെപിക്ക് ഒപ്പംചേരുകയാണ് കോൺഗ്രസ് ചെയ്തത്. തന്റെ സ്ഥാനത്യാഗത്തിലൂടെ വി പി സിങ് തടഞ്ഞ ബാബ്റി മസ്ജിദിന്റെ

തകർച്ചയ്ക്ക് പി വി നരസിംഹ റാവു നിശ്ശബ്ദമായി അംഗീകാരം നൽകി. രാജീവ് ഗാന്ധി തുറന്നുവിട്ട അയോധ്യയിലെ വർഗീയതയുടെ ഭൂതം ഇപ്പോഴും രാജ്യത്തെ വേട്ടയാടുന്നു.

കോൺഗ്രസിന്റെ വർഗീയപ്രീണനം

ബിജെപിയുടെ നയങ്ങൾക്കെതിരെ വോട്ട് രേഖപ്പെടുത്തി കോൺഗ്രസിനെ വിജയിപ്പിച്ചാലും വർഗീയപ്രീണന സമീപനത്തിൽ മാറ്റമില്ലെന്ന് ഇപ്പോൾ രാജസ്ഥാനും മധ്യപ്രദേശും തെളിയിക്കുന്നുണ്ട്. പശുക്കളെ കശാപ്പുചെയ്തുവെന്ന് ആരോപിച്ച് അഞ്ചു മുസ്ലിം ചെറുപ്പക്കാരെയാണ് കമൽനാഥിന്റെ സർക്കാർ ദേശസുരക്ഷാനിയമം ഉപയോഗിച്ച് ജയിലിലടച്ചത്.

ബിജെപി സർക്കാരുകൾപോലും ചെയ്യാൻ ധൈര്യം കാണിക്കാത്ത നടപടികൾക്കാണ് കോൺഗ്രസ് നേതൃത്വം നൽകുന്നത്. മനുഷ്യർക്ക് വീടുവച്ച് നൽകുന്നതിനെക്കുറിച്ച് ആലോചിക്കുകപോലും ചെയ്യാത്ത കോൺഗ്രസ് സർക്കാരുകൾ പശുക്കളെ പാർപ്പിക്കാൻ പ്രത്യേക സംവിധാനങ്ങൾ ഒരുക്കുന്നു.

ബിജെപിയേക്കാൾ മുമ്പ് രാമക്ഷേത്രം തങ്ങൾ പണിയുമെന്ന് കോൺഗ്രസ് നേതാക്കളായ സി പി ജോഷിയും ഹരീഷറാവത്തും പരസ്യമായി പ്രഖ്യാപിക്കുകയുണ്ടായി. തന്റേത് പാർട്ടിയുടെ നിലപാട് തന്നെയാണെന്ന് എഐസിസി ജനറൽ സെക്രട്ടറി കൂടിയായ റാവത്തും കഴിഞ്ഞ ദിവസം ആവർത്തിക്കുകയുണ്ടായി. ബിജെപിയെ അധികാരത്തിൽനിന്ന് മാറ്റണമെന്ന് ആഗ്രഹിക്കുന്ന മതന്യൂനപക്ഷങ്ങൾ ഉൾപ്പെടെയുള്ളവർക്ക് പകരംവരുന്ന സംവിധാനം കോൺഗ്രസിന്റെ നിയന്ത്രണത്തിലാകരുതെന്ന ആഗ്രഹമുണ്ടാകുന്നത് ഈ അനുഭവങ്ങളുടെ അടിസ്ഥാനത്തിലാണ്.

ഇടതുപക്ഷത്തിന് പരമാവധി സീറ്റുകൾ ലഭിക്കേണ്ടത് മതനിരപേക്ഷ നയങ്ങൾ നടപ്പാക്കുമെന്നതിന്റെ മുന്നുപാധിയാണ്. ബിജെപിയെ അധികാരത്തിൽനിന്ന് താഴെയിറക്കി മതനിരപേക്ഷ ജനാധിപത്യ സർക്കാരിനെ അധികാരത്തിൽ കൊണ്ടുവരുന്ന ലക്ഷ്യം ഈ തെരഞ്ഞെടുപ്പിൽ സ്വീകരിച്ച ഇടതുപക്ഷം അതിൽ വെള്ളം ചേർക്കില്ലെന്നും ചരിത്രം പഠിപ്പിക്കുന്നു.

ബിജെപിയെ മാറ്റിനിർത്തുന്ന സർക്കാർ കോൺഗ്രസിന്റേതാണെങ്കിൽ പോലും അതിനെ പിന്തുണയ്ക്കുന്ന കാര്യത്തിൽ കോൺഗ്രസിനേക്കാളും വിശ്വസിക്കാവുന്നത് ഇടതുപക്ഷ എംപിമാരെയാണെന്ന് 2004 ഓർമിപ്പിക്കുന്നുണ്ട്. ഈ തെരഞ്ഞെടുപ്പിൽ തങ്ങൾക്ക് ശക്തിയില്ലാത്ത സ്ഥലങ്ങളിൽ ബിജെപിവിരുദ്ധ വോട്ടുകൾ ഭിന്നിക്കാതിരിക്കുന്നതിനുള്ള സമീപനം സ്വീകരിക്കുമെന്ന് സിപിഐ എം പ്രഖ്യാപിക്കുന്നതും ഇതേ കാഴ്ചപ്പാടിന്റെ ഭാഗമായാണ്. അത്തരം മണ്ഡലങ്ങളിൽ ബിജെപിയെ തോൽപ്പിക്കാൻ കഴിയുന്ന ഏറ്റവും

സാധ്യതയുള്ള സ്ഥാനാർഥിക്ക് ഒപ്പമായിരിക്കും പാർട്ടി. എന്നാൽ, സ്വന്തം പരിമിതി മനസ്സിലാക്കാതെ യുപിയിൽ ഒറ്റയ്ക്ക് മത്സരിച്ച് ബിജെപിവിരുദ്ധ വോട്ടുകൾ ഭിന്നിപ്പിക്കാൻ നോക്കുന്ന കോൺഗ്രസിന്റെ തനിനിറം ഒരിക്കൽക്കൂടി തുറന്നുകാട്ടപ്പെട്ടു.

ഇടതുപക്ഷത്തിന്റെ കരുത്ത് പാർലമെന്റിൽ വർധിക്കേണ്ടതുണ്ട്

ബിജെപി സർക്കാരിനെതിരായ ജനവികാരം രൂപപ്പെടുത്തിയ പ്രധാന ഘടകം സാമ്പത്തിക നയങ്ങളായിരുന്നു. ഇപ്പോഴും നടക്കുന്ന കർഷക പോരാട്ടങ്ങൾ അതിന്റെ ഉദാഹരണമാണ്. രാജസ്ഥാൻ ഉൾപ്പെടെയുള്ള സംസ്ഥാനങ്ങളിലും നിയമസഭാതെരഞ്ഞെടുപ്പിന്റെ വിധിയെ സ്വാധീനിച്ച പ്രധാന ഘടകം കർഷകരോഷമായിരുന്നു. അതുപോലെ ജിഎസ്ടിയും കറൻസി നിരോധനവും ഉൾപ്പെടെയുള്ള പരിഷ്കാരങ്ങൾ ജനങ്ങളെ മോഡി സർക്കാരിനെതിരെ ചിന്തിപ്പിച്ചു. റഫേൽ അഴിമതിയും മറ്റും ജനവികാരം ശക്തിപ്പെടുത്തി.

ബിജെപിയെ മാറ്റി പകരം വരുന്ന സർക്കാർ ഈ നയങ്ങൾ പിന്തുടരരുതെന്ന് ആഗ്രഹിക്കുന്നവരായിരിക്കും വോട്ടർമാരിൽ ഭൂരിപക്ഷവും. എന്നാൽ, കർഷക ആത്മഹത്യകൾ നിത്യസംഭവമാക്കിയ നയങ്ങൾ ആരംഭിച്ചത് കോൺഗ്രസാണ്. ജിഎസ്ടിയും കോൺഗ്രസിന്റെ കുഞ്ഞാണ്. അഴിമതിയുടെ കാര്യത്തിലും രണ്ടു പാർട്ടിയും തമ്മിൽ വ്യത്യാസമില്ല. പുതിയ ബിജെപി വിരുദ്ധ സർക്കാർ ജനവിരുദ്ധമായ നയങ്ങൾ നടപ്പിലാക്കാതിരിക്കണമെങ്കിൽ ഇടതുപക്ഷ എംപിമാരുടെ എണ്ണം വർധിക്കേണ്ടതുണ്ട്.

കേരളത്തെ അവഗണിച്ച സർക്കാരായിരുന്നു മോഡി സർക്കാർ. പ്രളയകാലത്തുപോലും സ്വീകരിച്ച ചിറ്റമ്മനയം ക്രൂരമായിരുന്നു. ഒന്നും നടക്കില്ല എന്ന ധാരണയിൽനിന്ന് എല്ലാം നടക്കുമെന്ന പ്രതീക്ഷ നൽകിയ ഇടതുപക്ഷ സർക്കാർ നടപ്പാക്കുന്ന വികസന നയം പൂർണമായ രീതിയിൽ വിജയിപ്പിക്കുന്നതിന് ഇടതുപക്ഷത്തിന്റെ കരുത്ത് പാർലമെന്റിൽ വർധിക്കേണ്ടതുണ്ട്.

ബിജെപിയെ അധികാരത്തിൽനിന്ന് മാറ്റുന്ന ജനവിധിയുടെ ഘടനയായിരിക്കും ഭാവി സർക്കാരിന്റെ നയവും സ്വഭാവവും നിർണയിക്കുക. തെരഞ്ഞെടുപ്പിനുശേഷം രൂപംകൊണ്ട മുന്നണികളാണ് ഏകകക്ഷി ഭരണത്തിന് ബദൽ നടപ്പാക്കിയിട്ടുള്ളത്. 1996ൽ ഐക്യമുന്നണി രൂപംകൊള്ളുന്നത് തെരഞ്ഞെടുപ്പിനുശേഷമാണ്. പല മുന്നണികളായി മത്സരിച്ചവരാണ് ഒരു മുന്നണിയിലേക്ക് വരുന്നത്. 2004ൽ ഒന്നാം യുപിഎയും തെരഞ്ഞെടുപ്പിനുശേഷം രൂപംകൊണ്ട സംവിധാനമായിരുന്നു. പൊതുമിനിമം പരിപാടിയുൾപ്പെടെയുള്ള പരിപാടികളും മറ്റും തെരഞ്ഞെടുപ്പിനുശേഷം രൂപം കൊണ്ടവയാണ്. അതിന് ശരിയായ രൂപം നൽകുന്നതിൽ ഇടതുപക്ഷം വഹിച്ച പങ്ക് നിസ്തുലമാണ്.

നേരത്തെ വിശദീകരിച്ചതുപോലെ ഏതു പ്രലോഭനത്തിന്റെ മുമ്പിലും പതറാതെ വർഗീയവിരുദ്ധ നിലപാട് ഉയർത്തിപ്പിടിച്ച ചരിത്രമുള്ളത് ഇടതുപക്ഷത്തിനാണ്. എപ്പോൾ വേണമെങ്കിലും ഏതു ഉന്നതനായ കോൺഗ്രസ് നേതാവും ബിജെപിയാകാമെന്ന് കണ്ടുകൊണ്ടിരിക്കുന്ന കാലത്ത് മതനിരപേക്ഷ വോട്ടർക്ക് മറ്റു സാധ്യതകളുള്ളപ്പോൾ ഒരിക്കലും കോൺഗ്രസിനെ തെരഞ്ഞെടുക്കേണ്ടതില്ല. തെരഞ്ഞെടുക്കപ്പെടുന്ന സർക്കാർ മതനിരപേക്ഷ നിലപാടും ജനപക്ഷ പരിപാടികളും നടപ്പാക്കുമെന്ന് ഉറപ്പുവരുത്താനും ഇടതുപക്ഷ എംപിമാരുടെ എണ്ണം വർധിപ്പിക്കേണ്ടത് അനിവാര്യമാണ്.

തെരഞ്ഞെടുപ്പിനുശേഷം അധികാരത്തിൽ വരുന്ന സർക്കാരിന്റെ പരിഗണന റാവത്ത് വിശേഷിപ്പിച്ച രാമക്ഷേത്രമാകാതിരിക്കുന്നതിന് ഇടതുപക്ഷത്തിന്റെ കരുത്ത് പ്രധാന മുന്നുപാധിയാണ്. വിട്ടുവീഴ്ചയില്ലാത്ത വർഗീയവിരുദ്ധ നിലപാടുള്ള ഇടതുപക്ഷവും എപ്പോൾ വേണമെങ്കിലും വർഗീയപ്രീണനം സ്വീകരിക്കുന്ന ചരിത്രമുള്ള യുഡിഎഫുമാണ് കേരളത്തിൽ ഏറ്റുമുട്ടുന്നത്. കേരളത്തിലെ വോട്ടറെ സംബന്ധിച്ചിടത്തോളം കേന്ദ്രത്തിൽ ബിജെപിയെ പരാജയപ്പെടുത്താനുള്ള ആദ്യത്തെ സ്ഥാനാർഥി എൽഡിഎഫിന്റേതു മാത്രമാണ്.

www.ingramcontent.com/pod-product-compliance
Lightning Source LLC
LaVergne TN
LVHW100830051026
849519LV00006B/2243
9789382328988